LỊCH SỬ VIỆT NAM

QUA KHO TÀNG TƯ LIỆU NƯỚC NGOÀI

LỊCH SỬ VIỆT NAM
QUA KHO TÀNG TƯ LIỆU NƯỚC NGOÀI
Hồ Bạch Thảo *Sưu tầm và Biên soạn*

Bìa: Uyên Nguyên Trần Triết
Dàn trang: Đỗ Huỳnh Đăng Ngọc
Nhân Ảnh xuất bản 2025
ISBN: 9798349465864

HỒ BẠCH THẢO
Sưu tầm và Biên soạn

LỊCH SỬ VIỆT NAM

QUA KHO TÀNG TƯ LIỆU NƯỚC NGOÀI

Nhân Ảnh
2025

MỤC LỤC

LỜI TỰA

Nếu chúng ta có dịp chiêm ngưỡng bộ xương quái vật dinosaur tại viện bảo tàng Nữu Ước, chễm chệ nằm vắt ngang đại sảnh đường; chiều dài hàng mấy chục mét, chiều cao khoảng 5, 6 mét. Ai cũng trầm trồ về con vật khổng lồ, sống thời xa xưa hàng chục triệu năm. Nhưng khách thưởng ngọan sành điệu đều biết rằng khởi thủy tại nơi khám phá, các nhà khảo cổ chưa phát hiện được bộ xương hòan chỉnh như vậy. Họ có thể tìm thấy đó đây một vài xương rải rác trong bụi rậm, rồi kiên nhẫn đào bới những xương chìm trong hốc đá, hoặc dưới đầm lầy. Cuộc tìm kiếm kéo dài lâu ngày, đến lúc không thể tìm gì hơn được nữa, họ bèn cẩn thận gói xương đưa về kho. Rồi bỏ ra hàng năm trời nghiên cứu, thử thách; với kiến thức chuyên môn, dùng thêm các vật liệu hóa học giúp ráp nối chắp vá, mới có thể tạo nên được bộ xương dinosaur hoàn chỉnh như vậy.

Người soạn sử cũng làm công việc tương tự, phải thu thập sử liệu từ nhiều nguồn, rồi cẩn thận phối kiểm, chọn lọc, ráp nối. Riêng đối với việc soạn sử Việt, chúng tôi đã sưu tầm được một số sử liệu ngoại quốc đem xuất bản, tạm đặt nhan đề là **"Lịch sử Việt Nam qua kho tàng tư liệu nước ngoài ".** Tục ngữ ta dạy rằng *"Trăm nghe không bằng một thấy"*; bởi vậy trong kho tàng sử các nước, chúng tôi trân trọng lưu ý đến các sử liệu phát xuất bởi trực tiếp nghe, nhìn do các tác giả cung cấp; rồi sắp xếp theo trình tự thời gian như sau:

- Đầu tiên dưới thời Bắc thuộc, Đỗ Thẩm Ngôn, Thẩm Thuyên Kỳ, các thi sĩ nổi tiếng thờ Sơ Đường bị đày đến Phong Châu [Vĩnh Yên, Phú Thọ] và châu Hoan [Nghệ An] ; đã để lại một số thơ văn nói về nước ta.

- Thứ đến dưới thời Vua Lê Đại Hành, Tống Cảo đi sứ An Nam, làm bản phúc trình về hình thế, sông núi, cùng đối đáp tiếp xúc, để dâng lên Vua Tống.

- Thời Vua Trần Nhân Tông, sau khi xâm lăng thất bại Nguyên Thái Tổ sai Thượng thư Trương Lập Đạo sang nước ta giao thiệp, viên này cũng soạn phúc trình nhan đề **Trương Thượng thư hành lục**.

- Tiếp đến cũng vào thời Trần, đất miền nam nước ta bấy giờ thuộc Chân Lạp, Chu Đạt Quan đến thăm đất này, từng đi thuyền ngược sông Tiền Giang để đến Đế Thiên Đế Thích; rồi soạn sách **Chân Lạp Phong Thổ Ký** [真臘風

土記] ghi lại chuyến đi.

- Thời thuộc Minh, Phí Tín đảm nhiệm chức Thông sự [Phiên dịch], theo phái đoàn Trịnh Hoà 4 lần xuống Tây dương. Từng đi qua 5 vùng thuộc lãnh thổ Việt Nam hiện nay, như Chiêm Thành, Linh Sơn [Phú Yên], Tân Đồng Long [Phan Rang, Bình Thuận], Thuỷ Chân Lạp [Nam phần], và Côn Đảo; sau đó ông soạn sách **Tinh Tra Thắng Lãm** [星槎勝覽] ghi lại.

- Dưới thời Lê, tại Trung Quốc có viên Cử nhân Trương Tiếp, thu thập các báo cáo của các thuyền trưởng người Phúc Kiến, Quảng Đông từng qua lại nước Đại Việt và vùng Đông Nam Á. Rồi soạn sách mang tên **Đông Tây Dương Khảo** [東西洋考], ghi chi tiết hướng đi về cuộc hải hành cùng các bến đậu tại nước ta, suốt từ Quảng Nam cho đến đảo Côn Lôn.

- Thời Chúa Nguyễn Phúc Chu, Hòa thượng Thích Đại Sán đến thăm Thuận Hóa, Quảng Nam; để lại cuốn hồi ký nhan đề **Hải Ngoại Kỷ sự**.

- Dưới thời Tây Sơn tác giả người Anh, Sir John Barrow, đến Đà Nẵng, ông quan sát cùng thu thập tư liệu, soạn sách **A voyage to Cochinchina, in the years 1792 and 1793** [Chuyến đi đến nước Việt Đàng Trong vào các năm 1792 và 1793].

- Đến đời Minh Mệnh triều Nguyễn; một Nho sinh người đảo Bành Hồ tên Thái Đình Lan, đi thuyền bị gió bão trôi dạt đến tỉnh Quảng Ngãi. Tại đây ông được chính quyền nhà Nguyễn giúp đỡ cho trở về nước bằng đường bộ. Qua cuộc hành trình dài, quan sát tường tận, ông để lại thiên hồi ký mang tên **Hải Nam Tạp Trước** [海南雜著].

Những sự kiện nêu trên là những mảnh vụn có giá trị về lịch sử, xin cẩn thận gom góp trong sách này; nhắm góp phần nhỏ để hoàn thành ngôi nhà lịch sử Việt Nam.

Tác giả cẩn chí,

Hồ Bạch Thảo

1

HÌNH ẢNH VIỆT NAM QUA THƠ ĐƯỜNG

Dưới thời nhà Đường nước ta bị Trung Quốc đô hộ. Triều đại này đặt ra An Nam Đô Hộ Phủ, đưa nhiều quan lại binh lính sang nước ta cai trị; những sự việc về An Nam, Giao Chỉ cũng được ghi chép trong các bộ **Đường Thư**. Riêng về mặt thi ca, vốn nổi tiếng vào đời Đường, đã lưu lại những thi phẩm viết về An Nam, và ngay thời đó cũng có những thi sĩ nổi tiếng từng đặt chân đến nước ta.

Một trong những cơ duyên đầu tiên khiến thi sĩ đời Đường đến nước ta, do một cuộc đảo chính trong chốn cung đình. Bấy giờ Vũ Hậu trị vì, về việc chính trị tuy không dở, tuy nhiên nữ hoàng họ Vũ hoang dâm vô độ, sủng ái hai anh em đẹp trai nhà họ Trương: Xương Tông và Dịch Chi. Vào năm Thần Long thứ nhất [705], trong cuộc đảo chính, Trương Xương Tông và Trương Dịch Chi bị chém chết. Phe nổi dậy đòi hỏi Vũ Hậu phải từ chức và trả ngôi lại cho con trai là Đường Trung Tông. Vị vua này trừng phạt những người đã từng kết giao với hai anh em nhà họ Trương, trong đó có hai thi sĩ nổi tiếng: Thẩm Thuyên Kỳ bị đày tại châu Hoan (tức Nghệ Tĩnh) và Đỗ Thẩm Ngôn bị đày đến Phong Châu (Vĩnh Yên, Phú Thọ). Riêng về Thẩm Thuyên Kỳ chúng tôi đã có bài viết riêng in trong sách này với nhan đề "**Thi sĩ Thẩm Thuyên Kỳ nhân bị đày đến An Nam đô hộ phủ, sáng tác một số thơ tức sự";** nay xin đề cập tiếp đến Đỗ Thẩm Ngôn [648?-708].

Họ Đỗ là thi sĩ nổi tiếng thời sơ Đường, ngang danh với Thẩm Thuyên Kỳ và Tống Chi Vấn. Ông thi đậu tiến sĩ, thơ hồn hậu, tinh thơ luật, riêng sở trường về lối thơ ngũ ngôn. Ông là tổ phụ của thi hào Đỗ Phủ. Đỗ Phủ từng ca tụng tổ phụ như sau: "*Tổ ta trùm về thơ cổ*" (Ngô tổ thi quán cổ).

Khi bị đày đến châu Phong nước ta, Đỗ Thẩm Ngôn để lại bài thơ ngũ ngôn **Lữ ngụ An Nam**. Với cặp mắt của một du khách bất đắc dĩ, trong bài này tác giả chú trọng đến sự khác biệt về thời tiết và phong thổ giữa nước ta và Trung Quốc. Nếu mùa đông tại phía bắc Trung Quốc có tuyết phủ, tuyết rơi, mọi vật ngủ vùi trong tấm chăn trắng khổng lồ; thì tại nơi đây đông về muộn, mùa xuân thì đến sớm; ngay chính đông cũng có trái chín, tháng giêng hoa sớm khoe màu. Mưa nhiều, sấm sét rền vang; trước cảnh lạ, người lạ, tác giả chỉ mong sớm được trở về quê nhà:

旅寓安南

Lữ ngụ An Nam

杜審言

Đỗ Thẩm Ngôn

交趾殊風候,
Giao Chỉ thù phong hậu,
寒遲暖復催,
Hàn trì noãn phục thôi.
仲冬山果熟,
Trọng đông sơn quả thục,
正月野花開,
Chính nguyệt dã hoa khai.
積雨生昏霧
Tích vũ sinh hôn vụ,
輕霜下震雷,
Khinh sương hạ chấn lôi,
故鄉逾萬里
Cố hương du vạn lý,
客思倍從來,
Khách tứ bội tòng lai.

Tạm dịch:

Lữ khách trú tại An Nam

Đất Giao tiết trời lạ.
Lạnh trễ, nóng tới mau.
Giữa đông trái rừng chín,
Tháng giêng hoa đơm màu,
Lắm mưa, mây giăng mắc.
Sương đổ, sấm rền sau.
Xa nhà hàng vạn dặm,
Về thôi, khách khẩn cầu!

Một thi sĩ khác tên là Lạc Tân Vương, người đã từng thay Lý Kinh Nghiệp thảo tờ hịch nổi tiếng "**Thảo Vũ chiếu hịch**" để kết án Vũ Hậu. Cuộc nổi dậy tuy không thành, nhưng khi Vũ Hậu xem qua bài hịch này, đành phải cảm phục, nuốt giận mà tấm tắc khen rằng:

"Một người tài kiệt xuất như vậy, sao lại để cho mai một".

Thần đồng họ Lạc nổi tiếng thơ hay lúc 9 tuổi, lớn lên từng trải nhiều thử thách mạo hiểm, đã để lại bài thơ Quân Trung hành lộ nan, trong đó có một phần mô tả cảnh hành quân sang Giao Chỉ. Đây không phải là tác phẩm của những thi sĩ nơi cung đình làm thơ tưởng tượng về biên ải; là người thực sự nhập cuộc, thời niên thiếu Lạc Tân Vương sống trong quân ngũ, từng trấn thủ tại vùng biên giới phương nam Trung Quốc. Nếu tác giả chưa có dịp đặt chân đến Giao Chỉ, thì ít ra đã từng nghe bạn đồng ngũ kể lại, để rồi với kinh nghiệm sống của mình vẽ lên hình ảnh vùng đất hoang dã phương nam xa xôi, với địa lý khác lạ

Trung Quốc, hình như trời đất đã định sẵn hai nơi "trong, ngoài" ra rồi. Ở đây mưa nhiều, khe suối hiểm trở; lụt lội có thể gây ra bởi một trận mưa; nên đột ngột xảy ra bất cứ lúc nào trong bốn mùa. Bè là phương tiện giao thông trên sông suối, với ghềnh thác cheo leo, người vượt bè phải vin cành níu dây mà tiến. Nhớ thời tuổi trẻ tưởng rằng tòng quân vui, bây giờ mới thấy rõ cảnh cực nhọc:

雜曲歌辭 – 軍中行路難.

Tạp khúc ca từ – Quân trung hành lộ nan

駱賓王

Lạc Tân Vương

中外分區宇,
Trung ngoại phân khu vũ,
夷夏殊風土,
Di Hạ thù phong thổ.
交趾枕南荒,
Giao Chỉ chẩm nam hoang,
昆彌臨北戶,
Côn nhĩ lâm bắc hộ.
川源饒毒霧,
Xuyên nguyên nhiêu độc vụ.
溪谷多淫雨,
Khê cốc đa dâm vũ.
行潦四時流,
Hành lạo tứ thời lưu,
崩查千歲古,
Băng tra thiên tuế cổ.

漂梗飛蓬不自安,
Phiêu ngạnh phi bồng bất tự an,
們藤引葛度危巒,
Môn đằng dẫn cát độ nguy loan.
昔時聞道從軍樂,
Tích thời văn đạo tòng quân lạc,
今日方知行路難
Kim nhật phương tri hành lộ nan.

Tạm dịch:

Tạp khúc ca từ – Hành quân, đường đi khó
Lạc Tân Vương

Trong ngoài (1) đà định phận,
Giao Chỉ nơi hoang thổ.
Di, Hạ (2) riêng đất đai,
Đông đúc vùng Bắc bộ.
Đầu nguồn lắm khí độc,
Suối khe ngập vũ lộ (3).
Lụt lội cả bốn mùa,
Chống bè (4) quen từ cổ.
Phiêu lãng bồng bềnh vốn chẳng yên,
Vin dây níu lá vượt ghềnh loan.
Từng nghe người kể tòng quân sướng,
Đường đi nay rõ quá gian nan.

Sự khó khăn tại An Nam không phải chỉ riêng về khí hậu và thuỷ thổ. Cái gai nhọn muôn đời cho bọn Trung Quốc xâm lược là tinh thần quật cường quyết không chịu khuất phục của dân bản xứ. Dưới thời nhà Hán xảy ra cuộc khởi nghĩa của hai bà Trưng, thời Lục Triều có Lý Bôn, đầu đời Đường phải kể đến cuộc khởi nghĩa của Mai Thúc Loan.

Đến thời vãn Đường đời vua Ý Tông [860-870], người An Nam kết thân với dân tộc Nam Chiếu đánh phá quan quân nhà Đường, chiếm được thành Long Biên [Hà Nội]. Sự việc trầm trọng đến nỗi vua Ý Tông phải đem chuyện thời sự này ra để làm đầu đề hỏi các sĩ tử trong một kỳ thi đình; đây là phương sách của nhà vua đem một vấn đề khó khăn lớn ra vấn kế thành phần trí thức đương thời. Một bài thơ được chọn, và lưu lại trong tập **Toàn Đường** đã đề ra những sở đoản của các quan cai trị văn, võ. Quan văn nhu nhược, nhút nhát, bỏ cuộc. Quan võ thì hăng hái ham lập công, mong chiến tranh xẩy ra để được thăng thưởng và có dịp để tước đoạt; việc làm trái lòng dân, nhen lửa giận, để rồi cuối cùng bị dân nổi lên đánh đuổi. Ý kiến của sĩ tử này, được ghi lại qua những văn ảnh sống động sau đây:

刺安南事詩

Thứ An Nam sự thi

懿宗朝舉子

Ý Tông triều cử tử

南荒不擇吏,

Nam hoang bất trạch lại,

致我交趾覆

Trí ngã Giao Chỉ phúc.
聯綿三四年,
Liên miên tam tứ niên,
致我交趾辱,
Trí ngã Giao Chỉ nhục.
懦者鬥則退,
Nhu giả đấu tắc thoái,
武者兵益黷
Vũ giả binh ích độc.
軍容滿天地,
Quân dung mãn thiên địa,
戰將多金玉,
Chiến tướng đa kim ngọc.
刮得齊民瘡,
Quát đắc tề dân sang,
分爲猛士祿,
Phân vi mãnh sĩ lộc.
雄雄許昌師,
Hùng hùng Hứa Xương sư.
忠武冠其族,
Trung vũ quán kỳ tộc.
去爲萬騎風,
Khứ vi vạn kỵ phong,
住爲一川肉,
Trú vi nhất xuyên nhục.
時有殘卒回,
Thời hữu tàn tốt hồi,
千門萬戶哭,

Thiên môn vạn hộ khốc.
哀聲動閭里,
Ai thanh động lư lý,
怨氣成山谷,
Oán khí thành sơn cốc.
誰能聽鼓聲,
Thùy năng thính cổ thanh,
不忍看金鏃,
Bất nhẫn khan kim thốc.
念此堪淚流,
Niệm thử kham lệ lưu,
悠悠潁川綠
Du du Dĩnh Xuyên lục.

Tạm dịch:

Bài thơ được chọn viết về vấn đề An Nam
Do sĩ tử dự thi thời Đường Ý Tông

Quan tốt không chọn được,
Khiến Giao Chỉ bị lật.
Liên miên ba, bốn năm,
Khiến Giao Chỉ chịu nhục.
Quan hèn đấu thua rút,
Thiện chiến quân tăng tục.
Binh uy đầy đất trời,
Tướng hưởng nhiều vàng ngọc.
Bóc lột dân đói nghèo,
Chia riêng làm bổng lộc.

Mạnh như quân Hứa Xương,
Kiêu binh nơi xóm làng.
Ra đi vạn quân kỵ,
Trú đóng máu đầy sông.
Tàn binh quay trở về,
Ngàn nhà vang tiếng khóc.
Đau buồn khắp làng thôn,
Oán to bằng sơn cốc.
Ai nghe tiếng trống trận,
Không nỡ nhìn giáo độc.
Nghĩ đến nước mắt đầy,
Mồ hoang một màu lục!

Về một phương diện khác, hãy giới thiệu thêm bài thơ phúng thích của Bạch Cư Dị về con chim anh vũ màu hồng do An Nam tiến cống. Bạch Cư Dị là nhà thơ lớn cả về lượng lẫn phẩm, tập **Toàn Đường** dành riêng 54 quyển để chép thơ ông. Trong bài thơ vỏn vẹn 4 câu, 28 chữ, Bạch Lạc Thiên khen chim đẹp, biết nói tựa như người. Nhưng dù hay bao nhiêu thì chim cũng chỉ giỏi bắt chước và không vượt ra khỏi chiếc lồng son. Tác giả ngầm khuyến khích người sáng tác văn chương phải biết sáng tạo, sẵn sàng phủ nhận những cái lồng thần tượng để đi tìm cái mới:

紅 鸚 鵡

Hồng anh vũ

白 居 易

Bạch Cư Dị

安南遠進紅鸚鵡,
An Nam viễn tiến hồng anh vũ,
色似桃花語似人,
Sắc tự đào hoa ngữ tự nhân.
文章辨慧皆如此,
Văn chương biện tuệ giai như thử
籠檻何年出得身,
Lung hạm hà niên xuất đắc thân !

Tạm dịch:

Chim hồng anh vũ

An Nam xa tiến hồng anh vũ,
Sắc tựa đào hoa nói tựa người.
Phân biệt văn hay bởi tác giả,
Sổ lồng vượt trội sáo khuôn đời.

Chú thích:

1. Trong ngoài: nguyên văn "trung ngoại", chỉ Trung Quốc và nước ngoài như An Nam.

2. Người Trung Quốc xưa gọi các nước lân bang là Di, tự xưng là Hoa Hạ.

3. Vũ lộ: mưa, sương mù.

4. Chống bè: Giao thông trên sông rạch bằng phương tiện chèo chống bằng bè.

2

Thi Sĩ Thẩm Thuyên Kỳ Nhân Bị Đày Đến An Nam Đô Hộ Phủ, Sáng Tác Một Số Thơ Tức Sự

A.Tiểu sử tác giả:

Ông sinh vào thời Cao Tông Hiển Khánh thứ nhất [1/2/656-19/1/657], mất đời Huyền Tông Khai Nguyên thứ 2 [21/1/714-8/2/715]. Đậu tiến sĩ năm Thượng Nguyên thứ 2 [1/2/675-20/1/676], được ban chức Hiệp Luật Lang thời Vũ Hậu, rồi thăng Khảo Công Viên Ngoại Lang ; từng nhận hối lộ nên bị vào ngục. Ra khỏi ngục được phục chức, đổi làm Cấp Sự Trung. Cũng như Đỗ Thẩm Ngôn, Thẩm Thuyên Kỳ kết giao với hai anh em đẹp trai nhà họ Trương : Xương Tông và Dịch Chi, người được Vũ Hậu sủng ái. Năm Thần Long thứ nhất (705) xảy ra cuộc đảo chính trong cung đình, Trương Xương Tông và Trương Dịch Chi bị chém chết ; quân đảo chính đòi hỏi Vũ Hậu phải từ chức, trả ngôi lại cho con là Đường Trung Tông. Vị vua này truy tội những người có dính líu với anh em nhà họ Trương, do đó Thẩm Thuyên Kỳ bị đày sang châu Hoan [Nghệ An], An Nam. Vào năm Thần Long thứ 3 (707) được tha và ban chức Khởi Cư Lang, thường hầu cận trong cung, cuối đời được thăng chức Thái Tử Thiếu Chiêm Sự.

Thẩm Thuyên Kỳ sở trường về thơ ngũ ngôn, cùng với Tống Chi Vấn là những thi sĩ nổi tiếng trong chốn cung đình, nên văn học xưng là " Thẩm Tống ". Hai người thường làm thơ ứng chế (thơ hoạ với vua), văn chương mỹ lệ, tổng hợp văn phong thời Lục Triều để làm nền tảng cho thơ Đường Luật.

B.Thi ca tức sự:

Khởi đầu cuộc hành trình với bài thơ tức sự **Nhập Quỷ Môn Quan** [Vào ải Quỷ Môn] thi sĩ cho biết phải rời kinh đô Lạc Dương đi đến ải Quỷ Môn tại Quảng Tây. Ải này địa thế cheo leo hoang vu hiểm trở, kẻ ra đi ít người trở lại. Đây là nơi xuất phát để vào An Nam ; đường bộ thì phải vượt qua sơn cốc, ngựa không dám cất bước ; đường thuỷ trải qua ghềnh thác cheo leo :

入鬼門 關.

Nhập Quỷ Môn Quan

昔傳瘴江路,
Tích truyền Chướng Giang lộ
今到鬼門關.
Kim đáo Quỷ Môn quan.
土地無人老,
Thổ địa vô nhân lão,
流移幾客還.
Lưu di kỷ khách hoàn.
自從别京洛,
Tự tòng biệt kinh Lạc,
頹鬓與衰顏.
Đồi mấn dữ suy nhan.
夕宿含沙里
Tịch túc hàm sa lý,
晨行岡路間
Thần hành cương lộ gian.
馬危千仞谷
Mã nguy thiên nhận cốc,
舟險萬重灣
Châu hiểm vạn trùng loan.
問我投何地
Vấn ngã đầu hà địa,
西南盡百蠻!
Tây nam tận bách man !

Tạm dịch:

Vào ải Quỷ Môn

Xưa nghe Chướng Giang hiểm,
Nay đến Quỷ Môn quan.
Đất đai không kẻ ở,
Người đi hiếm hồi hoàn !
Từ ngày bỏ kinh khuyết,
Sắc diện luống suy tàn.
Trú đêm nơi gió cát,
Ngày vượt núi băng ngàn.
Ngựa nguy nơi cao cốc,
Thuyền hiểm chốn ghềnh loan.
Người hỏi nơi ta đến ?
Bách Việt hướng tây nam.

Tiếp đến là giai đoạn vượt biển đến thành Long Biên [Hà Nội]. Qua lời đồn rằng đất này giáp với nước Quán Hung (1) ; nơi đây khí hậu cũng như Trung Quốc có 4 mùa, tuy tiết đông không quá lạnh. Theo thuỷ trình quen thuộc từ cảng Vân Đồn qua Lục Đầu, ngược dòng Thiên Đức [sông Đuống] để đến thành Long Biên ; tác giả chứng kiến dân miền biển theo nếp ông cha sản xuất nhiều cá muối, dọc theo sông thì dân quê trù mật, vui với nghiệp nông. Thành Long Biên, vốn là đất Nam Việt xưa của Úy Đà [Triệu Đà] tràn đầy di tích lịch sử, như : chuyện Lý Ông Trọng giúp nhà Tần dẹp giặc Hung Nô ; chuyện khao quân bên hồ Lãng Bạc [hồ Tây], người hùng Phục Ba Tướng quân Mã Viện nhìn lên trời khí độc vần vũ, thấy con diều đang bay bổng rơi phịch xuống nước, mà cảm khái đến cảnh mạo hiểm của người lính chiến " da ngựa bọc thây " vv.... Trước cảnh lạ, người lạ, nhà thơ cảm thấy buồn đau cho số phận lưu đày, chỉ biết trông đợi đấng quân vương thấu cho tấm lòng ngay thẳng trong sáng :

渡安海入龍編

Độ An Hải nhập Long Biên

嘗聞交趾郡,
Thường văn Giao Chỉ quận
南與貫胸連,
Nam dữ quán hung liên
四氣分寒少,
Tứ khí phân hàn thiểu,
三光置日偏,
Tam quang trí nhật thiên
尉佗曾馭國,
Úy Đà tằng ngự quốc,
翁仲久游泉,
Ông Trọng cựu du tuyền.
邑屋連甿在,
Ấp ốc liên mang tại,
魚鹽舊產傳,
Ngư diêm cựu sản truyền.
越人遥捧翟,
Việt nhân dao phủng địch,
漢將下看鳶,
Hán tướng hạ khan diên,
北斗崇山掛,
Bắc Đẩu Sùng Sơn (2) quải,
南風漲海牽,

Nam phong Trướng Hải (3) khiên.
別離頻破月,
Biệt ly tần phá nguyệt,
容鬓驟經年,
Dung mấn sậu kinh niên.
昆弟摧由命,
Côn đệ tồi do mệnh,
妻孥割付緣,
Thê noa cát phó duyên.
夢來魂尚擾,
Mộng lai hồn thượng nhiễu,
愁委病空纏,
Sầu ủy bệnh không triền.
虛道崩城淚,
Hư đạo băng thành lệ,
明心不應天.
Minh tâm bất ứng thiên.

Tạm dịch:

Vượt biển An Hải vào Long Biên

Nghe đồn Giao Chỉ phương xa,
Phía nam giáp nước tên là Quán Hung.
Bốn mùa, lạnh ít về đông,
Tiết trời nóng nực, sáng trong xế chiều.
Úy Đà riêng cõi thiết triều,
Ngao du Ông Trọng, viếng nhiều suối khe.
Làng nông trù mật cửa nhà,

Ngư dân cá muối ông cha nối đời.
Đùa vui chim trĩ (4) múa chơi ,
Tướng Hán (5) mãi ngắm diều rơi xuống hồ.
Sùng Sơn, Bắc Đẩu lững lờ,
Gió nam Trướng Hải, tràn bờ nước lên.
Xa nhà đã mấy tháng liền,
Đầu bù tóc rối liên niên dãi dầu.
Vận trời ! em út nơi đâu ?
Vợ con chia cắt phó cầu ông xanh.
Buồn vương nhiễu giấc mộng lành,
Niềm đau chứa chất bệnh hành chiếc thân.
Nước mắt trút cả thành sầu,
Tấm lòng trong sạch sao chưa thấu trời !

Trên đường đến Nhật Nam được yết kiến sư Vô Ngại tại ngôi chùa trên núi, như giúp nhà thơ vơi đi tấm lòng đầy phiền não. Cả núi đồi nằm trong cảnh Phật, khỉ vượn chim chóc lắng nghe kinh, cọp chầu dưới núi ; cây cỏ, mây tre, am đá đều khoác màu thiền :

九眞山淨居寺謁無碍上人

Cửu Chân sơn Tĩnh Cư tự yết Vô Ngại Thượng nhân

大士生天竺,
Đại sĩ sinh Thiên Trúc
分身化日南,
Phân thân hóa Nhật Nam
人中出煩惱,
Nhân trung xuất phiền não

山 下 卽 伽 藍,
Sơn hạ tức Già Lam
小 澗 香 爲 刹,
Tiểu giản hương vi sát,
危 峯 石 作 龕,
Nguy phong thạch tác kham
候 禪 青 鴿 乳,
Hầu thiền thanh cáp nhũ.
窺 講 白 猿 參,
Khuy giảng bạch viên tham,
藤 爰 雲 間 壁,
Đằng viên vân gian bích,
花 憐 石 下 潭,
Hoa lân thạch hạ đàm.
泉行幽供好,
Tuyền hành u cung hảo,
林 掛 浴 衣 堪,
Lâm quải dục y kham.
弟子哀 無 識,
Đệ tử ai vô thức,
醫 王 惜 未 談,
Y vương tích vị đàm.
機 疑 聞 不 二,
Cơ nghi văn bất nhị,
蒙 昧 卽 朝 三,
Mông muội tức triêu tam.
欲 究 因 緣 理,
Dục cứu nhân duyên lý,

聊寛放棄慙,
Liêu khoan phóng khí tàm.
超 然 虎溪夕,
Siêu nhiên hổ khê tịch,
双樹下虛崗,
Song thụ hạ hư cương.

Tạm dịch:

Yết kiến Vô Ngại Thượng Nhân tại chùa Tĩnh Cư núi Cửu Chân.

Đại Sĩ từ Thiên Trúc (6),
Hoá thân đến Nhật Nam (7).
Giúp đời dứt phiền não,
Núi vắng tức Già Lam (8).
Khe nhỏ ươm hương Phật,
Chóp núi đá làm am.
Hầu thiền chim non lắng,
Nghe kinh bạch viên tham (9).
Mây song vin tường biếc,
Hoa rũ chốn ao đầm.
Suối bao quanh phủ phục,
Rừng treo giặt thiền sam (10).
Đệ tử lo chưa hiểu,
Y vương lỡ hội đàm.
Hồ nghi giảng bất nhị (11),
Mông muội hướng quy tam (12).
Thâm cứu nhân duyên lý,

Hỷ xả hãy nhớ làm.
Chiều về khe cọp ẩn,
Song thụ dưới sườn non.

Cuối cùng thi sĩ cũng đến được đất Hoan Châu [Nghệ Tĩnh] xa xôi ; tuy chưa từng tới nước Lâm Ấp, nhưng xa cách cũng chỉ độ ngày đường. Càng đi xa thì càng nhớ người và cảnh cũ, nước mắt buồn chảy xuống như tràn ngập cả sông suối đất Nhật Nam:

在遠驩州.

Tại viễn Hoan châu

自昔聞銅柱,
Tự tích văn Đồng Trụ,
行來向一年,
Hành lai hướng nhất niên.
不知林邑地,
Bất tri Lâm Ấp địa,
猶格道明天,
Do cách đạo minh thiên.
雨露何時及,
Vũ lộ hà thời cập,
京華若個邊,
Kinh hoa nhược cá biên.
思君無限淚,
Tư quân vô hạn lệ,
堪作日南泉,
Kham tác Nhật Nam tuyền.

Tạm dịch:

Tại Hoan châu nơi xa xôi

Từng nghe chuyện Đồng Trụ (13),
Một năm đã tỏ tường.
Chưa từng biết Lâm Ấp (14),
Tuy chỉ cách chỉ ngày đường.
Ơn vua buổi nào đến ?
Kinh đô như gần bên.
Nhớ người tuôn nước mắt,
Đầy làm suối Nhật Nam !

Rồi một đêm ngồi tại đình Nam châu Hoan, trông ngóng nơi quê hương. Chợt thiu thiu trong giấc mộng, thấy rõ ràng cùng vợ con vui tiệc nơi Lạc Dương quê nhà. Lúc tỉnh mộng bán tin bán ngờ; rồi trở về với thực tại, đành gạt nước mắt ngồi lẳng lặng trước gió xuân :

驩 州 南 亭 夜 望,

Hoan châu Nam đình dạ vọng

昨 夜 南 亭 望,
Tạc dạ Nam đình vọng,
分 明 夢 洛 中,
Phân minh mộng Lạc trung.
室 家 誰 道 別,

Thất gia thuỳ đạo biệt,
兒女宴嘗同,
Nhi nữ yến thường đồng.
忽覺猶言是,
Hốt giác do ngôn thị,
沈思始悟空,
Trầm tư thủy ngộ không,
肝腸餘幾寸,
Can trường dư kỷ thốn,
拭淚坐春風,
Thức lệ toạ xuân phong.

Tạm dịch:

Ban đêm ngồi ngóng quê tại đình Nam, châu Hoan.

Đình Nam ngồi ngóng hôm qua,
Thiu thiu cơn mộng thấy nhà Lạc Dương.
Lời ai ly biệt dặm trường
Cháu con hầu tiệc buồn vương cõi lòng
Tỉnh ra tưởng thật, ngóng trông,
Trầm tư vạn sự đều không có gì.
Ruột gan dài ngắn sá chi,
Đau thương gạt lệ ngồi lỳ thưởng xuân !

Cuối cùng thì tin vui đến, hỷ khí tẩy rửa sạch oan khí ; nhà thơ được cởi áo lưu đày để khoác lại chiếc áo thường dân. Cũng giống như câu chuyện xưa châu về Hợp Phố, tác giả cảm thấy thời gian ngắn lại, như cùng hoa lá bay trở về kinh đô Lạc Dương :

喜赦

Hỷ xá

去歲投荒客,
Khứ tuế đầu hoang khách,
今春肆眚歸.
Kim xuân tứ sảnh qui.
律通幽谷暖,
Luật thông u cốc noãn,
盆舉太暘輝,
Bồn cử thái dương huy.
喜氣迎寃氣,
Hỷ khí nghênh oan khí,
青衣報白衣,
Thanh y báo bạch y.
還將合浦葉,
Hoàn tương Hợp Phố diệp,
俱向洛城飛
Câu hướng Lạc thành phi.

Tạm dịch:

Vui được tha.

Năm ngoái lưu đày khổ,
Xuân nay tội được tha.
Vận thông hang cốc ấm,

Trời mở ánh dương hoà.
Niềm vui tẩy oan khí,
Thanh y đổi bạch y (15).
Lá hoa trời Hợp Phố,
Cùng hướng Lạc Dương phi.

Chú thích:

1. Quán Hung: sách **Sơn Hải Kinh** mục **Hải Ngoại Nam Kinh** ghi Quán Hung là nước tại phía đông, dân nước này bụng có lỗ. [山海经·海外南经》："贯匈国在其东，其为人匈有窍].

2. Sùng Sơn: Tức Sùng Sơn từ, hay đền Sùng Sơn tại Thanh Hóa. NXB Khoa Học Xã Hội, năm 2011, cho xuất bản tập thơ **Cẩm Đình Thi** của Tiến sĩ đời Nguyễn, Phan Thúc Trực; trong đó có bài thơ **Sùng Sơn Từ**, nguyên văn, phiên âm và dịch nghĩa như sau:

崇山祠

崇山顯赫何年是，
一簇崇祠閱古今。
幾度桑滄存廟貌，
千秋香火在人心。
環墻碧草自春色，
隔葉黃鶯空好音。
對景不消談往事，
神符海口望中深。

Sùng Sơn từ

Sùng sơn hiển hách hà niên thị,
Nhất thốc sùng từ duyệt cổ kim.
Kỷ độ tang thương tồn miếu mạo,
Thiên thu hương hoả tại nhân tâm.
Hoàn tường bích thảo tự xuân sắc,
Cách diệp hoàng anh không hảo âm.
Đối cảnh bất tiêu đàm vãng sự,
Thần Phù hải khẩu vọng trung thâm.

Dịch nghĩa

Núi Sùng hiển hách tự năm nào,
Một ngôi đền lớn trải từ xưa tới nay.
Mấy độ tang thương đền miếu vẫn còn đó,
Ngàn thu hương hoả ở lòng người.
Cỏ xanh trên tường vây quanh tự toả sắc xuân.
Chim hoàng anh trong lá hót lảnh lót,
Trước cảnh quên bàn chuyện đã qua.
Ngắm cửa biển Thần Phù trong sâu thẳm,

3.Trướng Hải tức Biển Đông, ôm lấy bờ biển Việt Nam.

4. Chim trĩ: Đời nhà Chu, người Việt đến cống dâng chim trĩ và múa.

5. Tướng Hán : Chỉ Mã Viện.

6. Thiên Trúc : tên xưa chỉ Ấn Độ.

7. Nhật Nam: có thuyết cho rằng Nhật Nam tại Hà

Tĩnh, Quảng Bình.

8. Già Lam : tiếng Phạn có nghĩa là vườn tăng chúng trú, người đời thường gọi chùa là Già Lam.

9. Bạch viên tham : vượn trắng nghe giảng kinh.

10. Sam : loại áo người đời Đường hay mặc ; như Bạch Cư Dị mặc thanh sam (Giang châu Tư Mã thanh sam thấp : Giang Châu Tư Mã đầm đìa áo xanh -- Bản dịch Tỳ bà hành)

11. Bất nhị : chỉ duy nhất ; lấy từ lời Phật " Thiên thượng địa hạ duy ngã độc tôn "

12. Quy tam : quy y tam bảo (quy y Phật, quy y pháp, quy y tăng)

13. Đồng Trụ : Tương truyền Đồng Trụ tại núi Hùng Sơn tức Rú Thành Nghệ An, đây cũng là thành Nghệ An dưới triều Lê. Có thể Thẩm Thuyên Kỳ bị đày tại nơi này.

14. Lâm Ấp : tên nước Chiêm Thành xưa.

15. Thanh y: áo của nô tỳ, người có tội. Bạch y : áo của người thường.

3

SỨ THẦN TỐNG CẢO ĐẾN THĂM NƯỚC ĐẠI CỒ VIỆT

Vào mùa hè năm Thuần Hoá thứ nhất [30/1/990-18/1/991], Tống Cảo thừa lệnh Vua Tống Thái Tông đến nước ta phong tước cho Vua Lê Đại Hành. Thuyền quân Đại Cồ Việt đến đón tại châu Liêm [Quảng Đông]; rồi cũng theo thủy trình tương tự như Thẩm Thuyên Kỳ từng đi trước kia, từ cảng Vân Đồn vào sông Bạch Đằng, qua Lục Đầu, ngược dòng Thiên Đức [sông Đuống] để vào sông Hồng. Tống Cảo được lệnh ghi hình thế núi sông cùng chi tiết hai bên tiếp xúc, nội dung do **Tống Sử** (1) chép lại như sau:

"Năm Đoan Củng thứ nhất [22/1/988-8/2/989] gia phong Hoàn chức Kiểm hiệu thái uý, hưởng ấp 1.000 nhà; sai Lang

trung bộ hộ Nguỵ Tường, Viên ngoại lang trực sử quán Lý Độ đi sứ.

Mùa hè năm Thuần Hoá thứ nhất [30/1/990-18/1/991] gia phong cho Hoàn đặc tiến ấp 1.000 hộ, thực phong 400 hộ; lại sai Tả chính ngôn trực sử quán Tống Cảo, Hữu chính ngôn trực sử quán Vương Thế Tắc đi sứ. Tháng 6 năm sau [14/7/12/8/991] trở về kinh đô, Thiên tử lệnh trình bày hình thế sông núi, cùng sự tích về Lê Hoàn, bọn Cảo tâu đầy đủ như sau:

'Mùa thu năm ngoái đến biên giới Giao Châu, Hoàn sai Đô chỉ huy sứ Đinh Thừa Chính điều 9 chiếc thuyền, 300 quân đến đón tại Thái Bình quân [châu Liêm] (2). Từ cửa biển vào biển lớn, trải qua sóng gió nguy hiểm; nửa tháng đến sông Bạch Đằng, qua Hải Nghĩa, thừa theo thuỷ triều mà đi. Phàm những nơi ghé nghỉ, đều trú trong 3 gian nhà lá, mái lợp còn mới; gọi đó là quán dịch. Tới Trường châu [tỉnh Ninh Bình], gần với [kinh đô] nước này, Hoàn phô bày loè loẹt, nhắm khoa trương; đem hết thuyền binh chiến cụ ra, gọi là diễu binh.

Từ đó đi đêm đến bờ biển, nơi cách Giao châu khoảng khoảng 15 lý, có 5 gian nhà tranh, đề chữ ***Mao Kính dịch****. Đến thành khoảng 100 lý, cho lùa đàn súc vật của dân xưng càn là trâu bò công; số lượng chưa đến 1 ngàn, thì nói tăng lên là mấy vạn. Lại điều dân gộp trong quân, y phục màu sắc hỗn tạp, đi thuyền la hét. Núi ở gần thành, treo cờ trắng, biểu hiệu bày binh. Trong khoảng khắc, quân hộ vệ đưa Hoàn tới nơi, làm lễ đón tiếp ngoài thành; Hoàn gìm ngựa, cúi đầu, sau khi hỏi thăm sức khoẻ Thiên tử, buông cương cùng đi. Lúc bấy giờ đem trầu cau ra mời, nhai trên lưng ngựa; đó là phong tục hậu đãi tân khách. Thành không* *có dân cư, chỉ có nhà tre lợp lá khoảng chục trăm khu, dùng làm quân doanh. Còn phủ thự thì hẹp, trước cửa đề '**Minh Đức môn**".*

Hoàn dáng thô lậu, chột mắt; bảo rằng năm gần đây cùng quân Man tiếp chiến, ngã ngựa bị thương ở chân, nên nhận chiếu chỉ không thể bái. Sau khi đứng tiếp xúc, bèn mở yến tiệc. Lại đưa đến Hải Nghĩa, làm cuộc du ngoạn nhằm vui lòng khách. Hoàn chân trần lội xuống nước, cầm gậy nhắm đâm vào cá; mỗi lần trúng cá, quân lính hai bên đều hô vang. Phàm dự yến tiệc, kẻ tham dự đều được lệnh cởi thắt lưng, vẫn đội mũ. Hoàn thường mặc áo màu hồng có hoa, mũ trang sức trân châu, tự ca hát mời rượu, không hiểu lời nói gì. Từng sai mấy chục người gánh con rắn lớn dài mấy trượng, tặng sứ quán bảo rằng "Nếu có thể ăn thịt rắn này, sẽ làm đồ ăn đem hiến." Lại mang đến 2 con cọp, để xem chơi, nhưng đều từ khước không nhận. Quân lính khoảng 3.000 tên, đều khắc trên trán hàng chữ 'Thiên tử quân". Lương cấp bằng lúa, ra lệnh tự xay giã mà ăn. Binh khí có cung, nõ, mộc bài, thuẫn, thương, trúc thương; người yếu không khiêng nổi.

Hoàn tính tàn nhẫn, thân cận với tiểu nhân, năm bảy tâm phúc hoạn quan chầu chực xung uống rượu, ra lệnh bằng tay. Phàm quan lại giỏi việc, cất nhắc ngay làm thân cận, bị lỗi nhỏ cũng giết, hoặc đánh vào lưng từ 100 đến 200. Bọn phụ tá không vừa lòng cũng đánh đòn từ 30 đến 50, hoặc giáng xuống cấp thấp; hết giận lại khai phục chức vị. Có cái tháp bằng gỗ, chế tạo thô lậu; một hôm Hoàn mời lên trên đó để ngắm cảnh. Đất không lạnh, tháng 11 vẫn mặc áo kép, dùng quạt.' "

Nguyên văn:

端拱元年，加桓檢校太尉，進邑千戶，實封五百戶。遣戶部郎中魏庠、虞部員外郎直史館李度往使焉。淳化元年夏，加桓特進，邑千戶，實封四百戶。遣左正言直史館宋鎬、右正言直史館王世則又使焉。明年六月，歸闕，上令條列山川形勢及黎桓事蹟以聞。鎬等具奏曰：

去歲秋末抵交州境，桓遣牙內都指揮使丁承正等以船九艘、卒三百人至太平軍來迎，由海口入大海，冒涉風濤，頗曆危險。經半月至白藤，徑入海氵義，乘潮而行。凡宿泊之所皆有茅舍三間，營葺尚新，目爲館驛。至長州漸近本國，桓張惶虛誕，務爲誇詫，盡出舟師戰棹，謂之耀軍。

自是宵征抵海岸，至交州僅十五里，有茅亭五間，題曰茅徑驛。至城一百里，驅部民畜產，妄稱官牛，數不滿千，揚言十萬。又廣率其民混於軍旅，衣以雜色之衣，乘船鼓噪。近城之山虛張白旗，以爲陳兵之象。俄而擁從桓至，展郊迎之禮，桓斂馬側身，問皇帝起居畢，按轡偕行。時以檳榔相遺，馬上食之，此風俗待賓之厚意也。城中無居民，止有茅竹屋數十百區，以爲軍營。而府署湫隘，題其門曰明德門。

桓質陋而目眇，自言近歲與蠻寇接戰，墜馬傷足，受詔不拜。信宿之後，乃張筵飲宴。又出臨海氵義，以爲娛賓之遊。桓跣足持竿，入水標魚，每中一魚，左右皆叫噪歡躍。凡有宴會，預坐之人悉令解帶，冠以帽子。桓多衣花纈及紅色之衣，帽以真珠爲飾，或自歌勸酒，莫能曉其詞。嘗令數十人扛大蛇長數丈，饋於使館，且曰：「若能食此，當治之爲饌以獻焉。」又羈送二虎，以備縱觀。皆卻之不受。士卒殆三千人，悉黥其額曰「天子軍」。糧以禾穗日給，令自舂爲食。兵器止有弓弩、木牌、梭槍、竹槍，弱不可用。

桓 輕 侻 殘忍，昵比小人，腹心閹豎五七輩錯立其側。好狎飲，以手令爲樂。凡官屬善其事者，擢居親近左右，有小過亦殺之，或鞭其背一百至二百。賓佐小不如意，亦捶之三十至五十，黜爲閽吏；怒息，乃召復其位。有木塔，其制樸陋，桓一日請同登遊覽。地無寒氣，十一月猶衣夾衣揮扇云。 **Tống Sử**, quyển 488, **Giao Chỉ**.

Chú thích:

1. **Tống Sử: Tống Sử**, quyển 488, **Giao Chỉ**.

2. Thái Bình quân: Sau đổi là Liêm Châu thuộc tỉnh Quảng Đông, Trung Quốc, quân là đơn vị hành chính đầu thời Tống.

4

DƯỚI THỜI VUA TRẦN NHÂN TÔNG, THƯỢNG THƯ TRƯƠNG LẬP ĐẠO ĐẾN THĂM NƯỚC ĐẠI VIỆT

Thời Vua Trần Nhân Tông, vào tháng 10 năm Trùng Hưng thứ 7 [24/10-21/11/1291]; sau khi bọn Thoát Hoan 2 lần thua trận rút lui, Vua nhà Nguyên vẫn còn căm giận, lại muốn khởi binh sang đánh. Một viên quan tên là Bác Quả Mật tâu với Vua Nguyên nên sai sứ sang dụ, thì thế nào Vua nước ta cũng phải theo. Vì thế vua Nguyên mới sai Thượng thư Trương Lập Đạo sang dụ nhà vua vào chầu; nguyên văn chiếu dụ như sau:

"Năm Chí Nguyên thứ 28 [1291], *chiếu dụ Thế tử họ Trần rằng Tổ tông lập pháp phàm các nước qui phụ Quốc quân đích thân đến triều cận, được yên ổn như cũ; không phục tùng đều bị*

tiêu diệt, các ngươi đã được báo cho biết đầy đủ. Nhưng sai Sứ triệu cha ngươi đến triều đình thì không tuân theo, chỉ sai chú ngươi vào triều cận. Vì đã đến triều đình, nên chú ngươi được phong, sai Ba Đình Độc Mục Nhĩ đưa đi; cha ngươi giết người chú, nên ta hưng sư hỏi tội; người của ngươi bị chết nhiều, quân ta cũng không thể không tổn thương. Vì Trấn nam vương Thoát Hoan tuổi nhỏ, sai lầm trong việc nghe lời tiến quân bằng đường thủy, nên bọn Toa Đô, Ô Mã Nhi lạc vào tay ngươi, nên ngươi được tạm thời yên ổn. Nay nếu ngươi thân đến kinh khuyết, thì tước Vương và phù ấn Trẫm đâu có tiếc, đất đai nhân dân được bảo tồn vĩnh viễn." **An Nam Chí Lược** quyển 2 Đại Nguyên Chiếu Chế.

(至元二十八年諭世子陳詔祖宗立法凡諸國歸附親來朝者俾人民安堵如故抗拒不服者無不殄滅汝所具知故遣使召汝父來庭竟不聽命止令其叔父入覲以其來庭遂封其叔父遣巴延特穆爾同往汝父殺其叔逐我使以致興師問罪汝之生靈殺戮實多在我軍旅無不損傷蓋鎮南王托歡年幼水道進兵悞聽從索多烏瑪喇落在汝手因是苟安至今汝能親赴闕庭其王爵符印朕所不惜土地人民庶永保之).

Sau chuyến đi, Lập Đạo bèn soạn một bản phục trình nhan đề là **Trương Thượng thư hành lục**; bản dịch và nguyên văn như sau:

"Vào tháng chạp năm Tân Mão Chí Nguyên thứ hai mươi tám [22/12/1291-20/1/1292] phái đoàn khởi hành từ Đại Đô (1), kinh qua khe động vùng Hồ Quảng cuối cùng tới An Nam. Hơn 8000 dặm hành trình, vượt biển leo núi không sao kể xiết! Vào ngày 18 tháng 3 năm sau [6/4/1292], đến địa giới Khâu Ôn

[tỉnh lỵ Lạng Sơn]. Nước nầy sai Tư thần mang rượu, thực phẩm tới nghênh tiếp. Sau khi vượt sông Lô (2), phái đoàn đến sứ quán.

Sáng hôm sau, Thế tử [Vua Trần Nhân Tông] đích thân đến sứ quán làm lễ chiêm ngưỡng chiếu thư, rồi vái. Thế tử hỏi thăm sức khỏe của Thiên tử, Lập Đạo đáp:

'Thiên tử vạn phúc.'

Kế tiếp hỏi thăm Đại thần, Lập Đạo đáp:

'Tể tướng cũng được bình an.'

Lại hỏi thăm Thiên sứ đi đường vất vả. Lập Đạo trả lời:

'Thiên tử không cho Việt Nam là xa xôi, vậy có gì gọi là vất vả.'

Chuyện trò xong, Hàn lâm Đinh Củng Viên cùng Ngự sử đại phu Đổ Quốc Kế thưa rằng:

'Năm ngóai định lễ vua ngồi ngỏanh mặt hướng nam, khách ngồi quay mặt phía vua; vậy xin Sứ thần vào tọa vị .

Lập Đạo trả lời:

'Khanh tướng nước lớn với vua nước nhỏ ngang hàng, sao lại có lễ Nam diện (3)! Cùng ngồi theo hướng đông tây có được không?'

Củng Viên trả lời:

'Vương tôi tuy nhỏ, nhưng theo thứ tự đứng đầu các nước chư hầu.'

Lập Đạo trả lời:

'Vương các ngươi cũng do triều đình ta đặt ra mà thôi.'

Rồi ngồi theo hướng đông tây, cùng uống rượu đàm thọai. Thế tử nói:

'Cha Cô (4) trước khi mất có dặn dò rằng phải kính trọng Thiên triều, không được khiếm khuyết việc tuế cống. Mấy năm trước Sứ thần Thiên Triều không đến có sai sứ hàng năm sang cống, không hiểu ý trên có bằng lòng không? Sản vật tại tiểu quốc không có gì qui hiếm, chỉ đem hết lòng thành mà thôi; hôm nay được Sứ thần đến thực hân hạnh.'

Lại nói:

'Sứ giả tiểu quốc trở về cho biết Thiên tử tuổi cao nhưng long nhan rất tráng kiện, Cô nghe vậy có lời chúc lành.'

Lập Đạo trả lời:

'Thiên tử tóc bạc trắng nhưng sắc diện như đồng niên.'

Thế tử chấp tay lên trán rồi ân cần nói:

'Thiên hạ hưởng phúc, tiểu quốc cũng được phúc lây.'

Lại nói thêm:

'Mấy năm trước đây Thiên Triều sao không sai sứ tới?

Lập Đạo trả lời:

'Thiên tử giận Tiên Quốc vương (5) không sang chầu nên không cho sứ tới . Nay nhận được tờ tâu biết rằng Tiên Quốc

vương đã mất; Thánh ý nghĩ rằng tội của Quốc vương xưa không di lụy đến con , nên cho chúng tôi sang đây.

Thế tử nói:

'Thiên tử hiếu sinh , ghét chém giết là điều may cho tiểu quốc không gì lớn hơn; Thiên tử vạn vạn tuế !

Lập Đạo trả lời:

'Thiên tử cai trị cả bốn biển, lòng nhân như Nghiêu Thuấn, đâu nỡ gia binh ! Chỉ bảo phải làm lễ sang chầu, tiên Quốc vương không nghe, nên gây sự hấn khích khiến dân tàn quốc phá, nông nỗi nầy đều do các ngươi tự gây ra cả. Triều đình không ham đất đai và đồ tuế cống của các ngươi, chỉ do việc không chịu sang chầu gây ra mà thôi.

Thế tử nói:

'Mấy năm trước đây đại quân đến; thiêu hủy nhà cửa, khai quật tiên nhân phần mộ, xương cốt bộc lộ rải rác khắp mọi nơi.'

Nói chưa dứt lời, thì đám quần thần ngồi xung quanh khóc ròng.

Lập Đạo trả lời:

'Mấy năm trước đây Thiên tử ra lệnh cho Vân Nam vương Dã Tiên Thiếp Mộc Nhi đánh Miến Điện, dụ rằng không đốt chùa chiền cung thất, không khai quật phần mộ. Khi đại quân đến vua Miến Điện chạy trốn, Vân Nam vương không giết một ai, tự quán cung thất đều không bị thiêu hủy; vua Miến cảm ân đức xin hàng, hàng năm sai người đến triều cống .Vậy ngày

Trấn Nam vương xuất quân sang đây , chẳng lẽ Thiên tử không dặn dò như vậy sao ? Nếu không, thì cung thất nầy làm sao còn được!'

Hàn lâm Đinh Củng Viên tiếp lời:

'Thiên tử nhân từ như vậy, nếu người không dùng đến can qua (6) là điều hay nhất!'

Lập Đạo nạt lớn:

'Nước An Nam mắc họa há chẳng do bọn người như ngươi gây ra hay sao ? Ngươi làm sao có đủ bản lãnh để biết được ý Thiên tử?'

Lập Đạo cùng phái đoàn giận dữ phất tay áo đứng dậy, Đinh Củng Viên bèn xin nhận lỗi.

Thế tử lúc mới đến sứ quán có tâm sự rằng:

'Chịu tang phụ thân giử trai giới năm năm, mặc áo vải ăn rau quả, đến nay mới được hai năm.'

Ngày 24 [3/5/1282], Thế tử đáp xe loan đến sứ quán làm lễ đón chiếu thư, quần thần mặc triều phục đi bộ tháp tùng. Giờ Ngọ [12 giờ trưa] rước chiếu thư đến Thành Hòang thánh cung , qua cầu Ngọan Nguyệt , lầu Trường Minh , rồi đến cửa Chính Dương . Tại đây Lập Đạo xuống ngựa, kính cẩn bưng tờ chiếu qua cửa Dương Minh, đám tùy tùng qua cửa Vân Hội, các quan An Nam qua cửa Nhật Tân . Đám rước đến dưới gác Minh Hà, vừa đi vừa đốt hương trên đường trải thảm. Thế tử cùng chú là viên tiếm Thái sư (7) Chiêu minh vương , em là Tả thiên vương

, Thiếu bảo , Ngự sử , Hàn lâm tất cả tám người lên điện Thọ Quang làm lễ . Trước long ỷ đặt sẵn hương án, Thế tử bái chiếu. Lễ xong, tuyên đọc rồi nói:

'Được thấy tận mắt chiếu thư, vô cùng sung sướng! Hòang đế vạn vạn tuế!'

Lễ xong ra gác Triều Thiên, rồi bước xuống điện Tập Hiền dự yến tiệc, chủ khách ngồi theo hướng đông tây. Chỉ có viên tiếm Thái sư ngồi bên cạnh Thế tử; các viên Thái úy , Thái bảo đứng hầu ; các quan lại khác ngồi tại điện dưới , không gọi không được tự tiện tiến lên . Đại nhạc tấu ở điện dưới, tế nhạc tấu ở điện trên. Yến tiệc gồm 8 bàn, rượu ngon, đủ các thứ sơn hào hải vị; thỉnh thỏang được mời ăn trầu têm vôi.Các Vương chuyện trò làm thơ tặng, Lập Đạo cũng ứng khẩu làm thơ họa lại.

Yến tiệc xong, mời Lập Đạo vào trong trướng, cả hai thân mật ngồi trên sàn nhà ; Thế tử nói :

'Bản quốc qui phụ Thiên triều đã ba mươi năm nay, lòng thành thờ bề trên không bao giờ quên, hàng năm tuế cống chưa bao giờ thiếu, từ đời ông cha đến nay vẫn theo đúng một đường. Thường nhận chiếu thư bắt phải sang chầu, vì tật bệnh không thể đi được nên Thiên tử giận mang binh thảo phạt, sinh linh bị giết, khai quật lăng tẩm, thiêu hủy chùa chiền, chặt phá cây cối, đau đớn không thể kể xiết! Tiểu quốc vô tội, mắc phải đại nạn. Chiếu thư của Thiên tử kết tội bản quốc giết Quốc thúc (8), đuổi Sứ thần, chống lại Vương sư (9) nên chưa xá tội. Quốc thúc do cha Cô sai sang chầu Thiên tử, Thiên tử phong Quốc thúc

tước Vương, Quốc thúc sợ hãi không biết đi đâu, chứ không phải do nước Cô giết. Sự việc do Quốc thúc tự ý bỏ trốn xuống biển nam, người trong họ lại cầm quân chống lại Vương sư, Quốc vương hoàn toàn không biết điều đó. Chỉ có lỗi duy nhất là không sang chầu, thực tình do tham sống sợ chết. Xa xôi vạn dặm, đường sá gian hiểm, lam sơn chướng khí, lại không quen thủy thổ; lỡ bị chết dọc đường thì có ích lợi gì cho Thiên triều? Tuy tại đây nhưng hàng năm vẫn lo việc tiến cống, cẩn thận thờ bề trên, có làm điều gì hại cho Thiên triều đâu? Nếu lòng kẻ dưới chưa bộc bạch được với bề trên, nay có Thiên sứ tới, được nói nỗi oan của mình, chẳng khác gì đến để trình bày trước cung khuyết vậy. Xưa có câu "Ở dưới cõi trời nầy, chẳng có đất nào không phải là đất của Thiên tử; chẳng có dân nào không phải là dân của Thiên tử"; vậy dân nước An Nam là dân của Thiên tử , không có chí hướng nào khác. Bởi vậy bốn biển là nhà của Thiên tử, tuy Cô không đến chầu nhưng cũng là thần dân của Thiên tử vậy; lòng thành chỉ có trời đất biết mà thôi.'

Lập Đạo nói:

'Trong buổi lễ cáo từ Thiên tử, Thừa tướng nhắc nhở rằng:

'Các Sứ giả trước đây không tuyên dương được ý của Thiên tử, khiến cho tiểu quốc nghi ngờ; nay sai các ngươi đi , chớ noi theo sự sai lầm cũ.'

Nay chúng tôi đến đây cùng Thế tử hội diện, chỉ dùng lời nói mà thôi sợ không diễn tả được hết ý, nên soạn một văn kiện mang tên là " ***Giảng Nghĩa Thư*** *"để trình bày cho hết lý, thư sẽ thấy sau."*

Nguyên văn Trương Thượng Thư Hành Lục.

(附張尚書行録

至元辛卯十二月自大都起程歷湖廣溪洞抵安南界八千餘里杭海梯山不能盡述明年三月十八日至丘温彼國遣其私臣持酒食來迎渡瀘江至使館翌日世子就館舍先詣詔書前瞻仰然平揖世子問聖躬立道等云聖躬萬福繼問大臣立道云宰相平安問天使道路驅馳立道云天子不以越南為遠何以驅馳言畢有輸長丁拱垣御史大夫杜國計言往年定禮王者面南使者面西相坐請客就位立道曰大國卿相與國君同豈有面南之禮東鄉西鄉不亦可乎拱垣曰王人雖微序於諸之上予謂王人之説正為我輩説也遂東西坐酌談話世子曰先人臨終時囑敬奉天使囑毋缺歳貢比年天使不來故遣使送貢未審上意如何小國所産雖無異獻盡誠而已矣今天使來不勝欣幸本國使回説天子春秋高邁龍顔尤壯孤聞之甚喜信夫立道云天子龍鬚皓白面若童顔世子云天下有福小國亦有福舉手加額又曰比年天朝為何不遣使立道云天子為汝國累召不朝故不遣使至表奏為先父辭世天子聖意謂先國王之罪討不及嗣故我輩有此行也世子曰天子好生惡殺是小國莫大之幸皇帝萬萬歳立道云聖天子奄有四海仁如堯舜豈忍加兵蓋屢講會同之禮爾先國王竟不聽命成此釁隙民殘國破實有取也朝廷本非貪汝土地愛爾歳貢由爾不朝之罪故也世子曰往年大軍至此燒毀屋舍開發先人墳墓骸骨零落言未訖羣下皆哭立道云昔年天子命伊克特穆爾雲南王伐蒲日諭以毋燒寺舍毋焚宮室毋毀墳墓雲南王欽依上命大軍入境緬王竄避雲南王不行殺戮寺舍宮室悉無所毀緬王感德遂降遞年遣男依期送貢至如鎮南王出師之日天子未嘗不如此教諭不然則此宮室豈有遺也於時私臣丁拱垣曰天子既意如是一向不動干戈更好立道叱之

曰成安南之禍者未必不由若等為之也天道爾何足以知之立道等拂袖而起丁拱垣請罪其世子造館時自謂居父喪服緇布食蔬菜戒以五年今纔二歲二十四日世子乘鸞車伏就舍館迎詔臣朝服徒行自日午迎入城隍聖宮過翫月橋長明樓抵正陽門立道下馬捧詔從明陽門從者入雲會門安南僚屬入日新門至明霞閣下褥道焚香世子與僭太師國叔昭明王太尉國弟佐天王少保史大夫翰林等八人登壽光殿龍椅前置香案世子拜詔禮畢自宣讀世子曰恭覩天子詔書不勝喜口稱皇帝萬萬歲既而出朝天閣下集賢殿設晏東西相向而坐惟僭太師獨在王側地坐太尉少保等侍儀立殿上羣僚皆立殿下非召不敢升殿大樂奏於殿下細樂奏殿上羅列杯陳異果備食八盤魚肉海味之饌每勸於蛤灰荖芙口檳榔之禮王者時時接言話賦詩相贈立道即席賦詩以達將至席終請立道入帳中皆地坐世子曰本國歸附天朝三十年事上之心無日少怠歲貢之禮未嘗少缺始於祖繼於父至於今前後一轍屢常入貢被詔以疾不能入朝至令聖怒興師討伐生靈殺戮開發山陵燒毀寺舍斫伐樹木不可勝計本國無辜而遭大難天子詔書每謂本國叔逐天使拒王師之罪尚猶未捨本國叔先王遣入朝天子代訴天子封國叔為王國叔自懼不知所往非本國殺國叔叔自逃竄海南宗族握兵逆旅國王實不知之也惟有不朝一事無他實為畏死貪生萬里之外道路艱險山嵐瘴氣不服水土倘死於道路何益於上國但比年不缺貢小心事上何預於上國乎此下情不得上達今天使望得訴本國之寃與詣闕面陳也普天之下莫非王土率土之濵莫非王臣安南一國已為天子人民更無異志天子以四海為家雖不造朝且在邦域之中是社稷之臣也惟天地知之立道等云陛辭之日丞相大臣復教於前使不能宣揚聖意以至小國涉疑今遣汝輩毋效前人我等至此與世子面會其言未能盡述故修講議書請窮其理書見後. (**An Nam Chí Lược**, quyển 3, **Đại**

Nguyên phụng sứ)

Chú thích:

1. Đại Đô: Bắc Kinh ngày nay .

2. Sông Lô: tức sông Hồng ngày nay .

3. Nam diện: Theo lễ, chổ ngồi của Đế Vương hướng nam . **Kinh Dịch** có câu *" Thánh nhân nam diện nhi thính thiên hạ , hướng minh nhi trị "* ; ý nói bậc thánh nhân ngồi hướng nam nghe thiên hạ là quay mặt về phía sáng để cai trị dân .

4. Cô: Vua thường tự xưng là Cô , hay Quả .

5. Tiên Quốc vương : tức vua đã mất , chỉ vua Trần Thánh Tông .

6. Can qua : là hai thứ vũ khí , ý chỉ chiến tranh .

7. Tiếm Thái sư : Ý nói đây là tiếm chức , chưa thực sự xứng chức Thái sư như tại Trung Quốc .

8. Quốc thúc là chú của vua , tức Trần Di Ái . Di Ái được vua Trần Thánh Tông cho sang chầu nhà Nguyên . Vua Nguyên phong Di Ái tước Vương , rồi cho người đưa về nước để thay vua Trần Thánh Tông .

9. Vương sư: Quân đội nhà vua , ý chỉ quân Nguyên .

5

CHU ĐẠT QUAN ĐẾN THĂM ĐẤT MIỀN NAM VIỆT NAM VÀ CAMBODIA

Vào thời Vua Trần Anh Tông, Hưng Long năm thứ 3 [17/1/1295-4/2/1296] , bấy giờ đất miền nam Việt Nam thuộc Chân Lạp; Chu Đạt Quan, tác giả **Chân Lạp Phong Thổ Ký** [真臘風土記] đáp thuyền ngược dòng Cửu Long thăm Đế Thiên Đế Thích.

Ông người châu Ôn, Phúc Kiến; đời vua Thành Tông Nguyên Trinh năm thứ nhất [17/1/1295-4/2/1296] được tham dự sứ đoàn chiêu dụ nước Chân Lạp, đến năm Đại Đức thứ nhất [23/21297-11/2/1298] mới trở về nước. Trong vòng 2 năm tại Chân Lạp, ông có dịp quan sát khá tường tận, lúc về hoàn thành tập hồi ký mang tên **Chân Lạp Phong Thổ Ký** [真臘風土記]. **Nguyên Sử Kỷ Sự Bản Mạt** đã dùng tư liệu trong sách ông để viết về Chân Lạp.

Trong phần 1, **Tổng Tự**, Chu Đạt Quan viết về hành trình từ Trung Quốc đến Chân Lạp như sau:

"Từ châu Ôn ra biển, thuyền khởi hành theo hướng Đinh Mùi, qua vùng biển Phúc Kiến, Quảng Đông đến biển Thất Châu, rồi qua biển Giao Chỉ đến Chiêm Thành. Lại từ Chiêm Thành theo hướng gió, thuyền đi nửa tháng đến Chân Bồ, thuộc lãnh thổ nước này."

[自溫州開洋，行丁未針。歷閩、廣海外諸州港口，過七洲洋，經交趾洋到占城。又自占城順風可半月到真蒲，乃其境也]

Hãy sử dụng bản đồ Googles; từ cửa biển châu Ôn, Phúc Kiến tại tọa độ 27.901953,120.929841, thuyền đi theo hướng Đinh Mùi, nếu đổi qua [decode] địa bàn ngày nay tức 202.5 độ; như vậy có thể đi qua Thất Châu Liệt Đảo [qizhou liedao] tức Thất Châu Đảo tại tọa độ 19.957679,111.255097.

Chu Đạt Quan kể tiếp cuộc hành trình:

" Lại từ Chân Bồ theo hướng Khôn Thân, qua biển Côn Lôn, thì vào cửa sông. Cửa sông có hàng chục, nhưng chỉ có cửa thứ 4 có thể vào, kỳ dư cạn và nhiều cát nên thuyền lớn không thông được. Nhưng nhìn từ đằng xa thì cây cổ thụ, mây tre lau lách che lấp, trong lúc thảng thốt khó nhận ra đúng sông mà vào, bởi vậy việc tìm cửa sông rất khó. Từ cửa sông thuyền đi lên hướng bắc, thuận con nước khoảng nửa tháng đến vùng đất gọi là Tra Nam, đây là một quận trực thuộc. Rồi từ Tra Nam phải đổi sang

thuyền nhỏ, thuận nước có thể đi hơn 10 ngày, đến thôn Bán Lộ, thôn Phật, qua biển Đạm, đến vùng đất gọi là Can Bàng, đi 50 lý sẽ đến thành."

[又自真蒲行坤申針，過崑崙洋，入港。港凡數十，惟第四港可入，其餘悉以沙淺故不通巨舟。然而彌望皆修藤古木，黃沙白葦，倉卒未易辨認，故舟人以尋港為難事。自港口北行，順水可半月，抵其地曰查南，乃其屬郡也。又自查南換小舟，順水可十餘日，過半路村、佛村，渡淡洋，可抵其地曰干傍，取城五十里]

Theo sự ước đoán ngày nay, Chân Bồ tức vùng địa đầu Chân Lạp giáp giới Chiêm Thành, thuộc phía nam tỉnh Bình Thuận. Từ đó thuyền đi theo hướng Khôn Thân [232.5 độ] qua biển Côn Lôn tức vùng biển từ Côn Đảo đến bờ biển phía đông Nam Phần, đến cửa thứ 4 sông Cửu Long [tính từ bắc xuống nam] tại tọa độ 9.954357,106.633598, tức sông Hàm Luông. Từ một vùng đất tại huyện Hàm Tân, dùng địa bàn nhắm theo hướng 232.5, có thể tới cửa sông Hàm Luông; hơn nữa Hàm Luông là sông có lưu lượng nước mạnh nhất trong 9 nhánh sông Cửu Long, có khả năng dùng thuyền lớn. Thuyền theo hướng bắc, từ sông Hàm Luông, ngược sông Tiền Giang, đến sông Mekong đi nữa tháng đến Tra Nam; chỗ này phải từ bỏ sông Mekong lớn sang sông Tonle Sap nhỏ, nên bắt buộc phải đổi sang thuyền nhỏ, vị trí ứng vào thủ phủ Nam Vang ngày nay, tại tọa độ 11.564781,104.938461. Xin lưu ý vào thời đó kinh đô Chân Lạp tại Đế Thiên Đế Thích, còn Nam Vang tức Tra Nam chỉ là một quận trực thuộc thôi.

Từ Nam Vang hay Tra Nam ngược dòng Tonle Sap, đi 10 ngày, qua Biển Đạm tức Biển Hồ Tonle Sap, rồi đến Can Bàng thì rời thuyền, nơi này có thể là Phnom Krom tại tọa độ 13.270983,103.819336 , thuộc vùng phụ cận phía nam Siem Reap, cách Đế Thiên Đế Thích khoảng 50 lý [25 km].

Về Đế Thiên Đế Thích sách **Chân Lạp Phong Thổ Ký** mô tả khá tỷ mỹ; khách thưởng ngoạn kỳ quan thế giới ngày nay, có thể chia sẽ những hiểu biết với tác giả Chu Đạt Quan, qua những điều tai nghe mắt thấy hơn 700 về trước. Họ Chu phân chia thắng cảnh này thành 2 phần: thành quách tại phía nam và cung điện ở phía bắc.

Thành quách có hai thành tiêu biểu: thành lớn nhất chu vi 20 lý [1 lý tương đường 0.5 km] có 5 cửa; theo sự mô tả vị trí ứng vào Angkor Thom, tại tọa độ 13.441273,103.859086. Thành thứ 2, tại phía nam Angkor Thom, chu vi 10 lý; vị trí ứng vào Angkor Watt , tại tọa độ 13.412453,103.867013.

Angkor Thom

Thành Angkor Thom, Chu Đạt Quan gọi là châu thành, ông mô tả như sau:

"Châu thành chu vi độ 20 lý, có 5 cửa, cửa có 2 lớp; duy hướng đông có 2 cửa, các hướng khác chỉ có một mà thôi. Ngoài thành có hào lớn, ngoài hào có đường giao thông và cầu bắc qua. Hai bên cầu đặt 54 vị thần bằng đá, to lớn uy nghiêm như thạch tướng quân; cả 5 cửa đều thiết trí như vậy. Lan can cầu đều bằng đá, tạc hình rắn có 9 đầu; 54 vị thần vươn tay chặn vào

đầu rắn, ở vào vị thế không cho chúng chạy khỏi. Trên mỗi cửa thành có đầu Phật lớn; 5 đầu, mỗi đầu có 4 mặt nhìn 4 phương. Bên trong đặt một tượng Phật, trang sức bằng vàng; hai bên cửa tạc đá thành hình voi. Thành lũy xây bằng đá, cao 2 trượng (1) [1 trượng=3.3 mét], đá xây rất kiến cố chu mật, cỏ không mọc được, không có nữ tường (2). Tại thành có vài chổ trồng cây quang lang; nhà trống san sát, mái nhà nghiêng nghiêng, sâu đến hành chục trượng; trước có cửa lớn, ban đêm đóng, ban ngày mở, đặt người coi cửa, cấm không cho chó vào. Thành vuông, 4 phương đều có tòa tháp bằng đá, những người phạm tội hình bị chặt ngón chân, không được vào.

Trong thành một tòa tháp bằng vàng, gần quanh có hơn 20 tháp đá, hơn 100 ngôi nhà đá, tất cả đều hướng đến cầu vàng phía đông. Hai phía tả hữu cầu có 2 tượng sư tử vàng; 8 vị Phật vàng tại phía dưới dãy nhà đá. Phía bắc tòa tháp vàng khoảng 1 lý, có tòa tháp đồng so với tháp vàng cao hơn; xem ra vẻ to lớn, phía dưới có mấy chục căn nhà đá. Lại phía bắc khoảng 1 lý là tòa nhà Quốc chúa, chỗ ngủ lại có tháp vàng. Thuyền buôn các nơi đến, có lời khen "Phú quí Chân Lạp", ý chỉ về chốn này."

[州城周圍可二十里，有五門，門各兩重。惟東向開二門，餘向皆一門。城之外皆巨濠，濠之外皆通衢大橋。橋之兩傍共有石神五十四枚，如石將軍之狀，甚巨而獰，五門皆相似。橋之闌皆石為之，鑿為蛇形，蛇皆九頭。五十四神皆以手拔蛇，有不容其走逸之勢。城門之上有大石佛頭五，面向四方。中置其一，飾之以金。門之兩旁，鑿石為象形。城皆疊石為之，高可二丈。石甚周密堅固，且不生繁草，卻無女墻。城之上，間或種桄榔木，比比皆空

屋。其內向如坡子，厚可十餘丈。坡上皆有大門，夜閉早開，亦有監門者，惟狗不許入門。其城甚方整，四方各有石塔一座，曾受斬趾刑人亦不許入門。

當國之中有金塔一座，傍有石塔二十餘座。石屋百餘間，東向金橋一所。金獅子二枚，列於橋之左右。金佛八身，列於石屋之下。金塔之北可一里許，有銅塔一座，比金塔更高，望之鬱然。其下亦有石屋數十間。又其北一里許，則國主之廬也。其寢室又有金塔一座焉。所以舶商自來有「富貴真臘」之褒者，想為此也。]

Angkor Watt

Riêng Angkor Watt tại phía nam Angkor Thom; chu vi 10 lý, bằng một nữa Ankor Thom, nhìn qua bản đồ Google thấy tương đối đúng với kích thước hiện tại. Chu Đạt Quan mô tả thành này như sau:

"Tháp đá tại ngoài cửa nam [Angkor Thom] hơn nữa lý; truyền thuyết do Lỗ Ban xây 1 đêm thành. Mộ Lỗ Ban tại cửa nam khoảng 1 lý, chu vi thành 10 lý. Nhà bằng đá có đến hàng trăm gian.

Ao phía đông cách phía đông thành 10 lý, chu vi hàng 100 lý; trong đó có tháp đá, nhà đá. Trong tháp có Phật nằm bằng đồng, tại rốn thường có nước chảy ra, mùi vị giống rượu, dễ làm say người.

Ao phía bắc tại phía bắc thành 5 lý, trong có tòa tháp vàng hình vuông, mấy chục gian nhà đá. Lại có sư tử vàng, Phật vàng; các loại tượng, voi, ngựa bằng đồng."

[石塔在南門外半里餘，俗傳魯般一夜造成。魯般墓在南門外一里許，周圍可十里，石屋數百間。

東池在城東十里，周圍可百里，中有石塔、石屋。塔之中有臥銅佛一身，臍中常有水流出。味如中國酒，易醉人。

北池在城北五里，中有金方塔一座，石屋數十間。金獅子、金佛、銅象、銅牛、銅馬之屬，皆有之.]

Cung điện

Cung điện tại phía bắc thành, ứng với vị trí đền Preah Khan tại tọa độ 13.461898, 103.871868, tác giả **Chân Lạp Phong Thổ Ký** mô tả như sau:

"Cung điện và phủ đệ các quan đều theo hướng đông. Cung điện tại phía bắc tháp vàng, cầu vàng; gần cửa bắc, chu vi khoảng 5,6 lý. Những ngôi nhà chính làm bằng ngói và chì; kỳ dư là ngói đất màu vàng. Cột và rường rất lớn, đều điêu khắc hình Phật. Nhà trông hùng tráng, hành lang đường ngang lối dọc, đột ngột sâm si, trông rất qui mô. Nơi công sự việc quan có cửa song vàng, cột cửa hình vuông, trên có mấy chục kính chiếu xuống, ở dưới có hình voi. Nghe rằng ở trong có nhiều nơi kỳ lạ; nhưng phòng cấm rất nghiêm, không thể vào xem được.

Ở trong tháp vàng, ban đêm Quốc chúa nằm nghĩ trong đó. Dân bản xứ nói trong tháp có xà tinh 9 đầu, là con gái, chủ thổ địa; mỗi đêm đều gặp Quốc chúa. Trước hết Quốc chúa phải ngủ và giao cấu với tinh này; tuy vợ cũng không được vào. Đến canh hai mới ra, sau đó ngủ với vợ. Nếu con tinh này một đêm không đến, tức Quốc chúa đã đến ngày chết; nếu Quốc chúa một đêm không đến, ắt phải gặp tai họa.

Thứ đến nhà cửa của Tôn thất, đại thần, theo chế độ rộng hẹp, đối với thường dân có sự sai biệt. Chu vi che bằng cỏ, riêng miếu và nhà chính cho phép lợp bằng ngói; lại tùy theo chức quan được phép có nhà cửa rộng hẹp theo qui chế. Loại thấp như nhà dân thường, chỉ lợp bằng lá, không dám lợp ngói; nhà rộng hẹp tùy theo nghèo giàu, nhưng không được bắt chước qui cách phủ đệ quan."

[國宮及官舍府第皆面東。國宮在金塔、金橋之北，近北門，周圍可五六里。其正室之瓦以鉛為之；餘皆土瓦，黃色。樑柱甚巨，皆雕畫佛形。屋頗壯觀，修廊複道，突兀參差，稍有規模。其蒞事處有金窗，欞左右方柱，上有鏡約有四五十面，列放於窗之旁。其下為象形。聞內中多有奇處，防禁甚嚴，不可得而見也。

其內中金塔，國主夜則臥其下，土人皆謂塔之中有九頭蛇精，乃一國之土地主也。係女身，每夜則見，國主則先與之同寢交媾，雖其妻亦不敢入。二鼓乃出，方可與妻妾同睡。若此精一夜不見，則番王死期至矣；若番王一夜不往，則必獲災禍。

其次如國戚大臣等屋，制度廣袤，與常人家迴別；周圍皆用草蓋，獨家廟及正寢二處許用瓦。亦各隨其官之等級，以為屋室廣狹之制。其下如百姓之家，止用草蓋，瓦片不敢上屋。其廣狹雖隨家之貧富，然終不敢傚府第制度也.]

Chú thích:

1. Trượng: 1 trượng = 3.3 mét.

2. Nữ tường: tường nhỏ, xây phụ bên trên tường chính của thành.

6

PHÍ TÍN ĐỜI MINH THĂM 5 VÙNG THUỘC LÃNH THỔ VIỆT NAM NGÀY NAY: CHIÊM THÀNH, LINH SƠN, TÂN ĐỒNG LONG, THUỶ CHÂN LẠP VÀ CÔN ĐẢO

Phí Tín, tác giả **Tinh Tra Thắng Lãm** [星槎勝覽], đảm nhiệm chức Thông sự [Phiên dịch], theo phái đoàn Trịnh Hoà 4 lần xuống Tây dương. Từng đi qua các quốc gia tại Đông Nam Á và Ấn Độ Dương; trong đó có 5 vùng thuộc lãnh thổ Việt Nam hiện nay, như Chiêm Thành, Linh Sơn [Phú Yên], Tân Đồng Long [Phan Rang, Bình Thuận], Thuỷ Chân Lạp [Nam phần], và Côn Đảo. Phí Tín mượn huyền thoại thời thịnh trị vua Nghiêu, ban đêm ngoài biển hiện lên chiếc bè [tra] có đèn thắp sáng như sao [tinh] dùng cho nhan đề sách; nên "**Tinh Tra Thắng Lãm**" có thể hiểu là "**Cuộc du ngoạn thắng cảnh trong thiên hạ bằng thuyền bè dưới thời thịnh trị**." Bốn chuyến viễn hành ông tham gia, khởi đầu vào các năm: Vĩnh Lạc thứ 7 [16/1/1409-3/2/1410], Vĩnh Lạc thứ 10 [12/2/1412-31/1/1413], Vĩnh Lạc thứ 13 [10/2/1415-29/1/1416], và Tuyên Đức năm thứ 6 [12/2/1431-1/2/1432]. Trải qua hơn 20 năm lịch lãm về phong tục, địa thế, nhân vật nơi đất lạ; tác giả đem những điều mắt thấy tai nghe viết thành sách, hoàn thành vào năm Anh Tông Chính Thống thứ nhất [18/1/1436-4/2/1437]; sách gồm 2 tập, đề cập đến 44 nước. Riêng những vùng đất liên quan đến Việt Nam nằm trong tập 1, xin lần lượt dịch như sau:

A. Nước Chiêm Thành.

Năm Kỷ Sửu Vĩnh Lạc thứ 7 [16/1/1409-3/2/1410], nhà vua sai Chánh sứ Thái giám Trịnh Hoà thống lãnh quan binh, sử dụng 48 chiếc hải thuyền, đến các nước Phiên tuyên đọc ban thưởng. Cùng năm đó, vào mùa thu tháng 9 [9/10-6/11/1409] xuất phát tại cảng Lưu Gia, huyện Thái Thương [Tô châu, tỉnh Giang Tô], đến tháng 10 [7/11-6/12/1409] ghé tại cảng Thái Bình, huyện Trường Lạc, tỉnh Phúc Kiến. Tháng 12 [5/1-3/2/1410], khởi hành tại Ngũ Hổ Môn, Phúc Kiến ra biển, trương 12 buồm thuận theo chiều gió, hàng hành 10 ngày đêm đến nước Chiêm Thành.

Đến cửa biển vào cảng Tân Châu [Thị Nại, Qui Nhơn], nơi này phía tây giáp Giao Chỉ, Bắc tiếp Trung Quốc, thuyền quí nước Phiên [Chiêm Thành] đến đón. Viên Tù trưởng đầu đội mũ Kim hoa dáng nhô lên như 3 ngọn núi, mình quấn khăn gấm hoa văn, tay chân đều đeo xuyến vàng, chân đi dày đồi mồi, eo thắt dây đai bát bửu, giống như pho tượng kim cương. Tù trưởng cưỡi voi; trước sau hộ tống có hơn 500 quân Phiên, hoặc cầm nhận nhọn, đoản thương; hoặc múa bài da, hoặc đánh trống, thổi sáo. Bộ hạ cưỡi ngựa ra ngoại thành tiếp chiếu thư và phần thưởng, kính cẩn xuống ngựa, đi bằng đầu gối, cảm động được tắm gội ơn Thiên tử và phụng cống phương vật.

Nước này sinh sản voi lớn, tê giác, trâu, rất nhiều; vì vậy nên ngà voi, tê giác, bán rộng ra các nước khác. Có một núi riêng sản xuất kỳ nam hương, Tù trưởng sai người coi sóc; dân không được lấy, nếu kẻ nào ăn trộm vật quí này, bắt được bị chặt tay. Riêng các loại gỗ như ô mộc, giáng hương; dân hạ xuống, chẻ thành củi! Khí hậu nơi đây thường nóng như mùa hè, không thấy sương tuyết, thảo mộc tươi tốt quanh năm, có loại khai hoa, có loại tàn tạ. Dân nấu nước biển làm muối, ruộng lúa rất xấu. Người nước này ăn trầu với cau bao bởi lá trầu quệt vôi lấy từ vỏ sò; ăn liên miên, lúc đi, lúc đứng, khi ngồi, khi nằm, không ngớt trong mồm. Cách định ngày, tháng; khi trăng non mới mọc là ngày đầu trong tháng, trăng lặn là ngày cuối; như vậy cứ 10 lần trăng mọc, trăng lặn là 1 năm. Ngày đêm chia làm 10 canh, dùng phép đánh trống báo mỗi canh.

Tù trưởng và dân thường ngủ chưa đúng Ngọ [12

giờ trưa] chưa dậy, đêm chưa đến giờ Tý, chưa đi ngủ; trăng lên thì uống rượu, ca hát làm vui. Tù trưởng sống trong nhà cao rộng, tường cửa xây bằng gạch nung, cùng gỗ cứng, trang sức bằng chạm khắc hình thú vật; chung quanh nhà xây tường gạch. Về vũ bị có thành quách, quân lính luyện tập chu đáo, vũ khi có tên tẩm thuốc độc, các loại gươm giáo. Nơi cư trú của bộ hạ cũng phân đẳng cấp, cửa cao tuỳ hạng. Dân dùng cỏ lợp nhà, cửa không cao quá 3 xích; kẻ làm quá qui định sẽ bị tội.

Cả nước dùng thức ăn, cá chưa thối chưa ăn, tương chưa sinh dòi chưa cho là tốt. Làm rượu đổ gạo và men vào trong ủng, bịt kín để lâu, chờ khi bã rượu sinh dòi. Lúc mở ra, dùng ống trúc dài khoảng 3, 4 xích cắm vào ủng; 5, 10 người ngồi xung quanh, tuỳ theo số người uống mà đổ nước vào nhiều hay it; thay phiên hút rượu từ ống trúc vào miệng, nếu hết nước thì đổ thêm, đến khi không còn vị rượu thì bỏ; nếu còn vị, thì có thể để dành lần sau uống tiếp. Tù trưởng thường năm chọn mật người sống ngâm vào rượu, cho người nhà cùng uống, lại tắm trên người để được "can đảm cùng mình" [thông thân thị đảm 通身是膽].Tương truyền có ma thi đầu, hình dáng một người đàn bà, chỉ khác là mắt không có con ngươi. Người đàn bà này cùng sống với gia đình, đêm đầu bay đi, ăn phân người, rồi trở về hợp đầu vào thân thể sống như cũ. Nếu như bịt cổ lại, hoặc dời thân đi chỗ khác sẽ chết. Trường hợp người bệnh bị ăn phân, yêu khí nhập vào, ắt phải chết. Loại này cũng ít thấy, dân gian biết mà không báo quan, bị trừng phạt cả nhà. Dân Phiên rất quí trọng cái đầu, nếu ai xúc phạm đầu, sẽ liều sinh tử để rửa hận.

Trai gái búi tóc phía sau ót, đầu chít khăn vải hoa, khoác áo ngắn, eo lưng quấn khăn có màu sắc. Nước này không có giấy, dùng da dê căng mỏng ra thui đen, lấy trúc tước ra làm bút, chế vôi làm mực viết lên. Gặp trường hợp khúc mắt, ngôn ngữ xa cách, toàn dựa vào Thông sự phiên dịch.

Nguyên văn:

占城國

永樂七年己丑，上命正使太監鄭和、王景弘等統領官兵二萬七千餘人，駕使海舶四十八號，往諸番國開讀賞賜。是歲秋九月，自太倉劉家港開船，十月到福建長樂太平港泊。十二月於福建五虎門開洋，張十二帆，順風十晝夜到占城國。其國臨海，有港曰新洲，西抵交趾，北連中國。他番寶船到彼，其酋長頭戴三山金花冠，身披錦花手巾，臂腿四腕，俱以金鐲，足穿玳瑁履，腰束八寶方帶，如粧塑金剛狀。乘象，前後擁隨番兵五百餘，或執鋒刃短鎗，或舞皮牌，搥善鼓，吹椰笛殼筒。其部領皆乘馬出郊迎接詔賞，下象膝行，匍匐感沐天恩，奉貢方物。

其國所產，巨象、犀牛甚多，所以象牙、犀角廣貿別國。棋楠香在一山所產，酋長差人看守採取，柰民下不可採取。如有私偷賣者，露犯則斷其手。烏木、降香，民下樵而爲薪。氣候常熱如夏，不見霜雪，草木長春，隨花隨謝。供民以煮海爲鹽，田禾甚薄。其國之人惟食檳榔裹荖葉包蠣殼灰，行住坐臥不絕於口。不解正朔，但看月生爲初，月晦爲盡，如此十次盈虧爲一歲。晝夜以善搥鼓十更爲法。酋長及民下非至午不起，非至子不睡。見月則飲酒歌舞爲樂。酋長所居高廣，屋宇門牆俱磚灰甃砌，及堅硬之木雕琢獸畜之形爲華飾，外周磚垣。亦有城郭之備，練兵之具，藥鏃刀標之屬。其部領所居，亦分等第，門高有限。民下編茅覆屋，門不過三尺，過者即罪之。一國之食，魚不腐爛不食，釀不生蛆不爲美。造酒以米和藥丸乾持入甕中，封固如法收藏，日久其糟生蛆爲佳醞。他日開封，用長節竹䈂三四尺者，插入糟甕中，或圍坐五人十人，量人入水多寡，輪次吸竹引酒入口，吸盡再入水，若無味則止，有味封留再用。

歲時縱人採生人之膽，鬻於官，其酋長或部領得膽入酒中，與家人同飲，又以浴身，謂之曰通身是膽。相傳屍頭蠻者，本是婦人也，但無瞳人爲異。其婦與家人同寢，夜深飛頭而去，食人糞尖，飛回復合其體，仍活如舊。若知而封固其項，或移體別處，則死矣。人有病者，臨糞時遭之，妖氣入腹，病者必死。此婦人亦罕有，民家有而不報官者，罪及一家。番人愛其頭，或有觸弄其頭者，必有生死之恨。

男女椎髻腦後，花布纏頭，上穿短衫，腰圍色布手巾。其國無紙筆之具，但將羊皮搥薄薰黑，削細竹爲筆，蘸白灰爲字，若蚯蚓委曲之狀。語言燕鴂，全憑通事傳譯.

Lời bàn:

Theo **Minh Thực Lục**, Quốc vương Chiêm Thành lúc bấy giờ là Chiêm Bà Đích Lại; vào giai đoạn này nước Đại Việt bị đô hộ, nhà Minh không cần đến ngoại giao; nên nước đầu tiên phái đoàn Trịnh Hoà đến phương nam là Chiêm Thành. Vị trí Chiêm Thành coi như trục bánh xe, nơi chuẩn bị hành trình để toả rộng ra các nước Đông Nam Á. Tác giả Phí Tín, với chức vụ Thông sự [Thông dịch viên], tiếp xúc nhiều với dân bản xứ, dựa vào những điều tai nghe mắt thấy, cung cấp rất nhiều tư liệu quí báu. Về triều đình Chiêm Thành, tác giả lưu ý đến cách ăn mặc và nghi vệ của Quốc vương; thành quách, binh bị, cách phòng thủ, cùng đẳng cấp xã hội qua hình thức xây dựng nhà ở. Về văn hoá, mô tả lịch pháp, cách định tháng, năm, ngày giờ; viết chữ lên da dê thay giấy. Tác giả chú ý sinh hoạt hàng ngày của dân chúng; giờ thực dậy, giờ ngủ; thú vui ca hát lúc trăng lên, tụ tập uống rượu cần, thói quen ăn trầu liên miên. Lại nêu lên những nét khái quát về kinh tế, như trên rừng nhiều gỗ quí, lắm thú lạ được bán sang các nước khác; nhưng ruộng lúa thì xấu.

B. Linh Sơn.

Xứ này đối với Chiêm Thành mạch núi liên tiếp; núi cao mà vuông, có suối chảy xung quanh như dây đai, Trên đỉnh núi có một khối đá, giống như hình Phật, nên có tên là Linh Sơn. Dân cư phân tán, làm nghề đan võng; ruộng tốt, mỗi năm trồng trọt, thu hoạch 2 mùa. Nói chung khí hậu và lễ tiết trai gái cũng gần giống Chiêm Thành. Vùng này sản xuất cây mây có văn đen dùng làm gậy; mỗi cây gậy có thể đổi 1 khối thiếc; nếu thô lớn, văn thưa, thì 3 cây đổi 1 khối. Còn có cây trầu, cau, lão diệp [một loại hồ tiêu]; ngoài ra không có sản phẩm gì khác. Các thuyền buôn qua lại phái ghé nơi này lấy củi và nước, cho nhu cầu hàng ngày. Người trên thuyền thường ăn chay tắm rửa 3 ngày, kẻ sùng Phật tụng kinh, thả thuyền giấy cắm đèn, để cầu mong thuyền tránh tại hoạ.

Nguyên văn:

靈山

其處峻嶺而方，石泉下帶。民居星散，結網為業。田土肥，耕種一年二收。氣候之節，男女之規，與占城大同小異。

地產黑紋相對藤杖，每條易斗錫一塊，若粗大而紋疏者，一錦易杖三條。次得檳榔、荖葉，餘無異物所產。其往來販舶，必於此汲水採薪，以濟曰用。舶人齋沐三曰，崇佛諷經，燃放水燈綵船，以禳人船之災。

Lời bàn:

Xứ Linh Sơn liên tiếp mạch núi với Chiêm Thành tức thành Đồ Bàn [Qui Nhơn], sách **Đông Tây Dương Khảo** của Trương Tiếp cho biết từ Tân Châu [Thị Nại, Qui Nhơn] đi đường thuỷ quanh co qua 7 canh [khoảng 200 km] đến Linh Sơn. Xét khoảng cách và vị trí có thể phỏng định vùng này thuộc tỉnh Phú Yên ngày nay.

C. Nước Tân Đồng Long.

Nước này với Chiêm Thành mạch núi liên tiếp, có 2 khe, nước trong xanh. Sách Phật chép khất thực tại Xá Vệ tức tại nơi này; nơi Mục Liên ở di chỉ vẫn còn. Nhân vật, đất đai, cây cối, thảo mộc phần lớn giống Chiêm Thành. Duy đám tang vẫn chít khăn sô, cúng Phật cầu cứu độ, chọn đất hoang vắng chôn cất; trai gái quen nhau rồi kết hôn, thực trái luân lý. Ma thi đầu gây nhiều chướng lệ bệnh hoạn cho người trong thành; dân lập miếu cúng tế cầu an. Tù trưởng ra vào, cưỡi voi hoặc ngựa; cũng giống như Vương Chiêm Thành. Tuỳ tùng hơn 100 người hộ vệ trước sau; kẻ cầm thuẩn, kẻ tung hô, được gọi là á, là bộc. Đất sản xuất kỳ nam hương, ngà voi; trao đổi hàng hoá dùng vàng, bạc, vải bố; dân thường dùng cỏ tranh lợp nhà, cũng giống như Chiêm Thành; riêng việc đi đứng ăn uống thì khác lạ, thực đáng cười!

Nguyên văn:

賓童龍國

其國隸與占城，山地接連。有雙溪澗，水澄清，佛書所云舍衛乞食，即其地也。目連所居遺址尚存。人物、風土、草木、氣候，與占城大同小異。惟喪禮之事，能持孝服，設佛事而度死者，擇僻地而葬之。婚姻遇合，情義不忘，終乖人倫理。尸頭蠻者，痺患城害之尤甚，民多置廟，牲血祭之求禳。酋長出入，或象或馬，一如占城。王扮略同，從者前後有百餘人，執盾贊唱，曰亞曰僕。地產棋楠香、象牙，貨用金銀、花布之屬。民下編茅覆屋而居，亦如占城。異其食啖行止狀貌，可笑可嗟矣！

Lời bàn:

Nước này tại phía nam cùng chung mạch núi với Chiêm Thành, tức phía nam dãy Trường Sơn; các nhà nghiên cứu cho rằng vị trí thuộc 3 tỉnh Khánh Hoà, Ninh Thuận, Bình Thuận hiện nay. Tuy là quốc gia riêng, nhưng Tân Đồng Long từ lâu vẫn lệ thuộc Chiêm Thành; thời Tống, Nguyên, Minh thường sai sứ sang cống Trung Quốc. Về phong tục nước này có phần khác với Chiêm Thành, tang lễ theo nghi thức Nho giáo, thân nhân chết chít khăn sô.

D. Nước Chân Lạp.

Từ Chiêm Thành thuyền thuận theo gió, 3 ngày đêm đến Chân Lạp. Phía nam là nơi đô hội, thành trì chu vi rộng 70 lý, sông có bờ đá rộng 2 trượng, cung điện trên 30 sở. Hàng năm có một lễ hội trưng bày la liệt trước vườn như vượn ngọc, chim công, voi trắng, tê giác, trâu, gọi là Bách Tháp Châu; thứ đến Tang Hương Phật Xá. Yến tiệc thì đồ ăn để trong mâm vàng, bát vàng; vì vậy ngạn ngữ có câu "*Phú quí như Chân Lạp*". Khí hậu thường nóng, ruộng lúa sung túc, nấu nước biển làm muối, phong cách giàu có. Trai gái búi tóc, mặc áo ngắn, hông quấn vải bố. Phép trị tội hình cắt mũi, thích vào da, hoặc đi đày; ăn trộm bị chặt tay, chân. Người Phiên giết người Đường [Trung Quốc] phải thường mệnh; người Đường giết người Phiên cho chuộc bằng vàng, không có vàng thì lấy thân chuộc tội. Đất sản xuất sáp vàng, tê giác, voi, chim công, trầm hương, tô mộc, dầu đại phong tử [Chaulmoogra seed oil], thuý mao. Hàng hoá trao đổi bằng vàng bạc, châu ngọc, gấm, các loại tơ, vải bố.

Nguyên văn:

真臘國

其國州南之門，為都會之所，有城周圍七十餘里，石河廣二十餘丈，殿宇三十餘所。凡歲時一會，則列玉猿、孔雀、白象、犀牛於前，名曰百塔洲。次桑香佛舍，飲饌必以金盤金碗盛食之。諺云：「富貴真臘也。」氣候常熱，田禾豐足。煮海為鹽，風俗富饒。男女椎髻，穿短衫而圍稍布。法有劓、刺、配，犯盜則斷手足，番人殺唐人則償其命，唐人殺番人則罰其金，無金賣身贖罪。地產黃臘、犀、象、孔雀、沉香、蘇木、大風子油、翠毛。貨用金銀、燒珠、錦段、絲布之屬。

Lời bàn:

Nước Chân Lạp xưa chia làm 2 phần: Lục Chân Lạp, Campuchia hiện nay; và Thuỷ Chân Lạp tức miền nam Việt Nam. Trong **Tinh Tra Thắng Lãm**, Phí Tín mô tả thành trì tại phía nam, tức Thuỷ Chân Lạp. Tác giả cho biết ruộng lúa sung túc, hình dung vựa ruộng lúa miền nam Việt Nam; còn câu nói " *Phú quí như Chân Lạp*" cũng là hình ảnh công tử Bạc Liêu vào đầu thế kỷ thư 20. Lúc bấy giờ đã có án lệ về việc xử người Trung quốc hoặc dân bản xứ giết người, chứng tỏ thời Minh đã có nhiều người Trung Quốc đến đất này buôn bán.

E. Núi Côn Lôn.

Núi này đứng giữa biển rộng, làm tiêu chuẩn cho Chiêm Thành, Đông Tây Trúc [Pulau Aur] cùng nhìn vào, núi cao mà vuông, gốc rễ sơn mạch rộng và xa, biển này gọi là biển Côn Lôn. Phàm thuyền bè đến Tây Dương phải chờ lúc thuận gió, đi 7 ngày đêm có thể qua nơi này. Tục ngữ rằng "*Phía trên thì sợ Thất Châu, phía dưới thì sợ Côn Lôn, cầm lái sai hướng, người và thuyền không còn.*" Núi này không có vật lạ, không có nhà ở; nhưng có thể dùng cá, tôm, trái cây để ăn, sống trên cây hoặc trong hang.

Nguyên văn:

崑崙山

其山節然瀛海之中，與占城及東、西竺鼎峙相望。山高而方，根盤曠遠，海之名曰崑崙洋。凡往西洋商販，必待順風，七晝夜可過。俗云：「上怕七洲，下怕崑崙，針迷舵夫，人船莫存。」此山產無異物，人無居室，而食山果魚蝦，穴居樹巢矣。

Lời bàn:

Hầu như mọi chuyến hàng hải từ Trung Quốc xuống Đông Nam Á vào thời Thanh trở về trước đều lấy núi Côn Lôn làm chuẩn; Côn Sơn với đỉnh cao 577mét, giúp tàu thuyền có thể thấy được từ xa. Sách **Dông Tây Dương Khảo** [東西洋考] của Trương Tiếp chỉ rõ hướng đi và thời gian đến Côn Lôn như sau :

"Từ Xích Khảm Sơn [Phan Rang] theo hướng đơn Mùi [210 độ], thời gian 15 canh đến núi Côn Lôn. Đây không phải địa danh Côn Lôn trên nguồn sông [chỉ núi Côn Lôn tại Trung Quốc], mà chính là thắng cảnh Côn Lôn trên biển cả."

7

TRƯƠNG TIẾP THỜI CUỐI MINH SOẠN SÁCH HƯỚNG DẪN HẢI HÀNH ĐẾN AN NAM, CHIÊM THÀNH, CHÂN LẠP

Vào gần cuối triều Minh, một bộ sách nổi tiếng về hàng hải ra đời vào năm Vạn Lịch thứ 45 [28/12/1617-25/1/1618], được đưa vào **Tứ Khố Toàn Thư;** sách mang tên **Đông Tây Dương Khảo** [東西洋考]. Tác giả là Trương Tiếp [張燮], người huyện Long Khê, Phúc Kiến; đậu Cử Nhân năm Vạn Lịch thứ 23 [31/12/1595-28/1/1596].

Về phần lịch sử tổng quát, lãnh thổ Việt Nam ngày nay được sách **Đông Tây Dương Khảo** đề cập trong 3 cuốn. Quyển 1 chép về Giao Chỉ, tên người Trung Quốc gọi nước Đại Việt một cách kỳ thị, ghi phía nam đến Tân Châu, tức Bình Định. Nước Chiêm Thành chép tại quyển

2; nước Đông Bộ Trại, tức Chân Lạp tại quyển 3.

Riêng quyển 9, **Châu Sư Khảo**, chỉ dẫn chi tiết hàng hải từ Quảng Đông đến các nước Đông Nam Á; đặc biệt qua các vùng thuộc Việt Nam hiện nay như: Giao Chỉ Dương, Ngoại La Sơn, Đề Di, Tân Châu, Bán Dự, Yên Đổng, Linh Sơn, Già Nam Mạo, La Loan Đầu, Xích Khảm Sơn, Côn Lôn.

Để hoàn thành tác phẩm, tác giả đã tham khảo hàng trăm bộ sách nổi tiếng, cùng nhiều loại **Hải Đạo Châm Kinh** [海道針經] tức tài liệu dẫn đạo hàng hải của các thuyền trưởng đầy kinh nghiệm; bao quát chi tiết về chỉ nam châm, thiên văn, và thủy văn các chuyến hải trình. Phần lớn tư liệu trong bộ sách này thiên về thực dụng, cung cấp các tài liệu hàng hành cho các thuyền Trung Quốc dưới thời nhà Minh hàng hải đến các nước vùng đông nam Á. Trương Tiếp cho biết trên mỗi thuyền phải có một Châu sư [navigator], căn cứ vào tài liệu có sẵn, hướng dẫn thuyền đi đúng hải trình. Tài liệu cung cấp 3 yếu tố căn bản, buộc các Châu sư phải lưu ý:

- Phương hướng: trên thuyền có kim chỉ nam, không dùng 360 độ như ngày nay, mà dùng 48 hướng, như vậy vào thời ấy khoảng cách giữa 2 hướng kế tiếp là 7.5 độ [360:48=7.5]. Tuy nhiên nếu chịu khó tìm hiểu, cũng có thể đổi [decode] ra được; ví như hướng Đơn Hợi=330 độ;

hướng Nhâm Tý=352.5 độ.

- Khoảng cách: không tính bằng dặm, mà tính bằng canh; một ngày một đêm có 10 canh. Mỗi canh nếu gặp gió trung bình, được ước tính là 60 lý [34 km].

- Độ sâu: không tính bằng thước mà tính bằng sải tay. Đây cũng thiên về thực dụng, lúc thủy thủ dòng dây từ thuyền xuống đáy biển, khi kéo dây lên dùng sải tay đo đếm dễ dàng, mỗi sải tay khoảng 1.6 m.

Trong quyển 9, Trương Tiếp mô tả các thuyền buôn Trung Quốc cũng đi qua biển Giao Chỉ với chi tiết như sau:

"Thuyền lớn rộng 3 trượng 5 hoặc 6 xích (1), *dài hơn 10 trượng; thuyền nhỏ rộng 2 trượng, dài khoảng 7,8 trượng. Trên thuyền trang bị vũ khí cung, tên, đao, thuẩn đầy đủ, gặp giặc đến mọi người cương quyết tự vệ; thuyền chắc như trường thành, không dễ gì bị hủy hoại. Khi tạo thuyền tốn phí hơn ngàn lượng vàng, hàng năm tu bổ không dưới 500 lượng; ngoài số tiền chủ thuyền bỏ ra, các con buôn đóng góp vào như kiến tha vào tổ; kinh phí lớn gấp 3 thuyền chiến, nên ắt phải chắc chắn hơn."*

Sau đây là tư liệu chi tiết về hải hành từ tỉnh Quảng Đông đến Chiêm Thành , qua miền nam Việt Nam, đến các nước Đông Nam Á như Tiêm La, Bành Hanh và Bột Nê, lần lượt như sau:

Bản đồ 1: Hàng hải từ Trung quốc đến các nước Đông Nam Á:

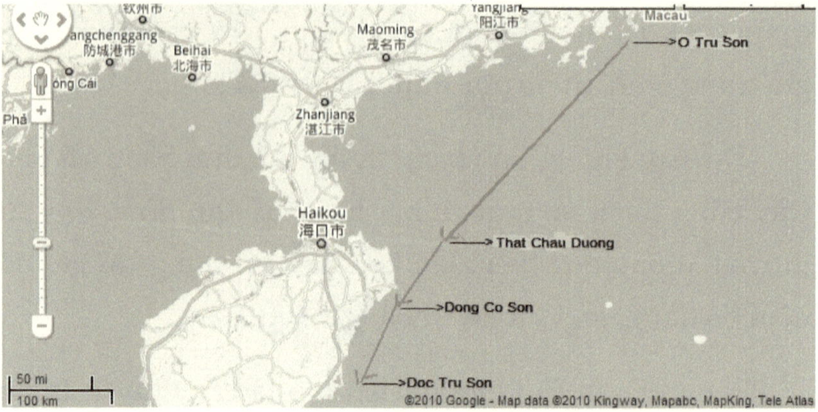

- ***Ô Trư sơn***: *[tại cửa sông Châu Giang tỉnh Quảng Đông] Trên có miếu Đô Công, khi thuyền qua biển này, mang lễ vật cúng lạy từ đằng xa, xin thần phối hưởng,dùng thuyền giấy rực rỡ tống tiễn thần.<u>Từ biển này theo dòng nước 10 sải tay, hướng đơn Thân [240 độ], đi 13 canh đến Thất Châu Dương.</u>*

- ***Núi Thất Châu, Thất Châu dương: Quỳnh Châu Chí*** *[瓊州志] chép Thất Châu Dương tại phía đông huyện Văn Xương 100 lý; trên biển có 7 ngọn núi nhô lên liên tiếp, trong có nước suối ngọt có thể uống được. Thời nhà Nguyên, Lưu Thâm truy kích Tống Trang Tông, bắt thân thuộc là Lưu Đình Khuê tại nơi này. Tục truyền thời xưa có 7 châu chìm xuống dưới biển; thuyền đến mang súc sinh và cháo cúng thần, không tuân sẽ biến thành ma đói.Thuyền đi qua rất nguy hiểm, lệch sang hướng đông phạm vào Vạn Lý Thạch Đường; nơi mà* ***Quỳnh Chí*** *[瓊志] chép là phía đông châu Vạn có biển Thạch Đường, thuyền đến đó ít có chiếc nào thoát hiểm. <u>Từ châu Thất Dương theo hướng Khôn Mùi [217.5 độ], thời gian 3 canh đến Đồng Cổ Sơn.</u>*

- *Đồng Cổ sơn*: ***Quảng Đông Thông Chí*** [廣東通志]*chép núi tại phía đông bắc huyện Văn Xương. Dân Liêu đúc đồng thành trống lớn, treo trước đình; gặp giặc thù đến thì đánh trống báo động, mọi người đến đông đúc. Sau đó vùi vào núi này, dân địa phương đào lấy được nên có tên như vậy;* ***Quỳnh Châu Chí*** *nói biển Đồng Cổ thực thâm hiểm. Theo hướng Khôn Mùi [217.5 độ], thuyền đi 4 canh đến Độc Châu Sơn.*

- **Độc Châu sơn**: *tên tục là Độc Trư sơn;* ***Quỳnh Châu Chí*** *chép Độc Châu sơn [*獨州山*] còn có tên là Độc Châu sơn [*獨珠山*], tại phía đông nam châu Vạn. Đỉnh núi cao trên biển, chu vi 5,6 chục lý; các nước phương Nam đến cống, thủy trình lấy núi này làm chuẩn, biển này gọi là Độc Châu dương; người đi thuyền nói trên núi có miếu Linh Bá, khách vãng lai thường tế hiến. Theo dòng nước 65 sải tay, hướng Khôn Mùi [217.5 độ], thời gian 10 canh đến biển Giao Chỉ.*

Bản đồ 2: Hàng hải từ Trung quốc đến các nước Đông Nam Á:

-Từ biển Giao Chỉ theo hướng Khôn Mùi [217.5 độ], thời gian 11 canh [1 canh= 2giờ 24 phút] đến núi Ngoại La. Núi này trông xa như một cửa thành, đến gần thấy phía đông cao, phía tây thấp, có hồ Liễu Tử, phía tây có hòn Cổ Lão.

Căn cứ vào khoảng cách, phương hướng và sự mô tả; Ngoại La Sơn có thể là cù lao Ré, tức huyện đảo Lý Sơn, vì tại đây có hòn lớn và hòn bé, ngoài biển từ xa nhìn vào như hai cột của cửa thành. Ngoài ra sách **Việt Sử Cương Giám Khảo Lược** [越史綱鑑考畧] của Nguyễn Thông chép về đảo Lý Sơn có câu 理山島又名外岣嶗 俗稱外嶗 Đảo Lý Sơn lại có tên là Ngoại Cù Lao,dân thường gọi là Ngoại Lao; phải chăng người Trung Quốc đọc chệch hai chữ "Ngoại Lao" thành "Ngoại La"?

-Từ Ngoại La Sơn thuyền men theo phía tây, theo luồng nước sâu 45 sải tay, hướng Bính Ngọ [172.5 độ], thời gian 3 canh đến cầu Mã Lăng, trong đó là Đề Di, một huyện của Giao Chỉ.

Sách **Đại Nam Nhất Thống Chí** [大南一統志] (2), của nước ta chép: *Tấn Đề Di ở phía đông bắc huyện Phù Cát [Bình Định], rộng 11 trượng, thủy triều lên sâu 6 thước, thủy triều xuống sâu 4 thước, phía tây có đầm nước ngọt, thuyền buôn thường đỗ tại đây, thủ sở tại địa phận thôn An Quang.*

Nơi đây thuộc lãnh thổ Việt Nam, nên cũng cần biết qua cách thức giao dịch giữa chủ thuyền buôn Trung Quốc cùng quan lại và dân chúng nước ta; sự việc được chép trong **Đông Tây Dương Khảo** mục **Giao dịch**, quyển

1 **Giao Chỉ**, [東西洋考]:

" Khi thuyền buôn ghé, mang lụa đến trình báo Tù trưởng. Sau đó viên chủ thuyền đến gặp Tù Trưởng, hành lễ 4 vái; dâng lễ cống phương vật, số lượng đã thành qui định. Tù trưởng đãi ăn và cấp cho bài gỗ, treo bài tại nhà lồng chợ để dân tự do mua bán. Viên Tù trưởng lên xe đi, giao cho viên quan lo việc mậu dịch trông coi. Tù trưởng tại Quảng Nam có thể ra hiệu lệnh cho các Tù trưởng địa phương tại Liệt Can, Đông Kinh, Đề Di, Tân Châu. Phàm thuyền buôn ghé tại Tân Châu, Đề Di phải đi mấy ngày đến Quảng Nam nhập cống; viên Tù trưởng Quảng Nam cấp bài gỗ giao cho. Dân thấy bài gỗ thì kính cẩn, không dám to tiếng. Tại Thuận Hóa có nhiều phụ nữ đến mua bán, phụ nữ để tóc trần gió bay phất phơ, đưa trầu cau mời ăn để tỏ vẻ ân cần. Riêng sĩ nhân yêu thích sách, đem nhiều tiền để mua.

Mở **Tống Sử** [宋史] *ra xem cũng chép rằng cống sứ An Nam đến kinh đô, xin được mua sách; quan phụ trách bảo rằng pháp luật không cho. Chiếu vua khen là biết mộ điều phải, chấp nhận; chứng tỏ rằng người nước đó thích sách không phải chỉ có một lần!"*

-Từ cầu Mã Lăng tại Đề Di theo luồng nước sâu 25 sải tay, bờ phía nam có đá ngầm, khi ra khỏi theo hướng Bính Ngọ [172.5 độ], thời gian 4 canh đến bán đảo Giao Bôi, tức cảng ***Tân Châu****. Tại đây hình thế 2 bán đảo như 2 chén giao nhau , nên có tên là Giao Bôi.*

Địa danh Tân Châu, được xác định trong **Minh Thực Lục** [明實錄]; khi tường thuật việc phái đoàn nhà Minh cầm đầu bởi Cấp sự trung Trần Tuấn đi sứ Chiêm Thành để phong Vương cho Bàn La Trà Duyệt, theo thông lệ ghé đến cảng Tân Châu [gần thành Chà Bàn, Qui Nhơn], thì được biết vùng này đã bị An Nam chiếm. Bèn hàng hải tiếp đến Linh Sơn thì được tin cả nhà Bàn La Trà Duyệt bị An Nam bắt. Vì trên thuyền chở nhiều hàng hóa nên phải hành trình tiếp đến Mãn Thứ Gia [thuộc vùng đất Mã Lai hiện nay] để bán hàng, rồi mới trở về Trung Quốc:

Ngày 14 tháng 12 năm Thành Hóa thứ 10 [21/1/1475]

*Công khoa Cấp sự trung Trần Tuấn đi sứ Chiêm Thành không vào được, bèn nạp trở lại những thứ đã mang đi như chiếu sắc, ấn mạ vàng bạc, các vật như lụa, đoạn. Bọn Tuấn đi sứ Chiêm Thành để phong cho Quốc vượng Bàn La Trà Duyệt, khi hàng hải đến cảng Tân Châu, Chiêm Thành; quân phòng thủ từ chối không cho vào, người Thông dịch cho biết đất này đã bị An Nam chiếm, còn Quốc vương Chiêm Thành tỵ nạn tại Linh Sơn. Khi đến Linh Sơn thì được biết cả nhà Bàn La Trà Duyệt bị An Nam bắt và đất Chiêm Thành bị đổi tên thành châu Giao Nam. Bọn Tuấn không dám ghé vào; nhưng thuyền chở hàng hóa tư, cùng nhiều thương nhân, nên giả lấy cớ bị gió bão rồi hàng hải tiếp đến Mãn Thứ Gia buôn bán, lại dụ Vương nước này sai sứ đến triều cống. Đến nay trở về tâu đầy đủ việc An Nam chiếm cứ Chiêm Thành, cùng việc Quốc vương Mãn Thứ Gia cung cấp thức ăn và các nhu yếu phẩm khác, đối đãi lễ nghi rất đầy đủ….. (***Minh Thực Lục** *v. 45, t. 2553-2554; Hiến Tông quyển 136, trang 6a-6b.)*

Bản đồ 3: Hàng hải từ Trung quốc đến các nước Đông Nam Á:

- Từ phía trong cảng Tân Châu theo dòng nước sâu 18 sải tay, nhắm hướng Bính Ngọ [172.5độ], thời gian 3 canh đến Bán Dự. Tại Bán Dự có tháp bằng đá, có thể ghé thuyền. Phía trong theo luồng nước sâu 8,9 sải tay, ngoài sâu 20 sải, phía nam có đá ngầm không thể đến gần, theo hướng Bính Ngọ [172.5 độ], thời gian 3 canh đến Yên Đổng. Đây là nơi phân giới giữa Giao Chỉ và Chiêm Thành, nhìn lên thấy mây như ống khói nên đặt tên như vậy; tuy trời tạnh nhìn lên núi vẫn thấy khí mây bao phủ.

Tuy hai địa danh Bán Dự và Yên Đổng không ghi trong **Đại Nam Nhất Thống Chí** [大南一統志], nhưng căn cứ thời gian hàng hải có thể đoán rằng Bán Dự tức bán đảo Hòa Lợi thuộc huyện Sông Cầu, Phú Yên; ngoài ra chữ "bán dự" cũng có nghĩa là bán đảo. Riêng Yên Đổng có thể là vịnh Xuân Đài, giáp giới huyện Tuy An, Phú Yên; nơi này gần núi cao , mây bao phủ nên gọi là Yên Đổng chữ này cũng có nghĩa là mây tuôn như ống khói. Ngoài ra theo văn bản **Minh Thực Lục** nêu trên, thì đất Tân Châu đã bị An Nam chiếm, vua Chiêm trốn về Linh Sơn, vậy thời gian cuối thế kỷ thứ 15, Yên Đổng có khả năng là nơi phân giới giữa An Nam và một phe Chiêm Thành (3). Riêng **Đại Nam Nhất Thống Chí** [大南一統志], xác nhận biên giới lúc bấy giờ tại núi Thạch Bi huyện Tuy Hòa; núi Thạch Bi cao, có chi nhánh chạy ra biển; vậy phải chăng các địa danh Yên Đổng, Thạch Bi đều chỉ chung một rặng núi.

- *Từ Yên Đổng theo hướng Bính Ngọ [172.5 độ], thời gian 3 canh đến Linh Sơn. Nơi đây là một thắng cảnh, núi đảo liên tiếp, dưới thì sông suối quanh co như dây đai, trên có núi hình như đầu Phật nên có tên là* ***Linh Sơn****. Thuyền bè vãng lai, người sùng đạo Phật tụng kinh, thả đèn hình giống thuyền trên sông, để cầu khỏi tai họa trên biển.*

Theo sự mô tả nêu trên, cùng **Minh Thực Lục** [明實錄], thì địa danh Linh Sơn có thể là thị xã Tuy Hòa, tỉnh Phú Yên ngày nay. Từ đó thuyền ra khỏi mũi Đại Lãnh, hướng kim nam châm thẳng đến đảo Côn Lôn, hoặc men theo bờ bể tiếp tục cuộc hải hành như sau:

- *Từ Linh Sơn theo luồng nước sâu 6o sải tay, nhắm hướng đơn Ngọ* [180 độ]*, thời gian 2 canh đến Già Nam Mạo. trong cảng này có 3 đảo nhỏ, lúc thủy triều lên thì không thấy. Qua núi, theo luồng nước sâu 15 sải tay, nhắm hướng Khôn Mùi* [217.5 độ] *thời gian 5 canh từ Khuê Long vào La Loan Đầu tức cảng Chiêm Thành.*

Căn cứ vào thời gian hàng hải phỏng đoán rằng Giả nam Mạo tức Mũi Gành tại phía bắc tỉnh Khánh Hòa, còn cảng Chiêm Thành tức thành phố Nha Trang.

- Từ La Loan Đầu theo luồng nước sâu 50 sải tay, nhắm hướng Khôn Thân [232.5 độ], thời gian 5 canh tới Xích Khảm Sơn. Đời Tống vua Chiêm Thành trốn Giao Chỉ thường dời đến ở đây.

Theo hướng kim chỉ nam được ghi nhận dưới đây, từ Xích Khảm Sơn theo hướng 210 độ đến đảo Côn Lôn; như vậy ngược lại từ đảo Côn Lôn đến Xích Khảm Sơn là [210-180=30] 30 độ. Trên bản đồ hãy dùng kim chỉ nam đặt tâm điểm tại Côn Sơn, theo hướng 30 độ sẽ dẫn tới Phan Rang; vậy Xích Khảm Sơn tức thị xã Phan Rang.

- Từ Xích Khảm Sơn theo hướng đơn Mùi [210 độ], thời gian 15 canh đến núi Côn Lôn. Đây không phải địa danh Côn Lôn trên nguồn sông [chỉ núi Côn Lôn tại Trung Quốc], mà chính là thắng cảnh Côn Lôn trên biển cả. Nơi đây núi cao mà vuông, chân núi rộng; tục ngữ cảnh báo dân đi biển rằng: thượng phạ Thất Châu, hạ phạ Côn Lôn (sợ nhất là Thất Châu, rồi đến Côn Lôn); vì qua những nơi này nếu không cẩn thận đi lệch hướng kim nam châm hoặc lạc tay lái, có thể đâm vào chốn nguy hiểm khó tồn tại. Tại Côn Lôn theo hướng đơn Canh [255 độ] và Canh Dậu [262.5 độ] sẽ đến Tiểu Côn Lôn.

Theo **Tập Bản Đồ Hành Chính 64 Tỉnh, Thành Phố Việt Nam** của Nhà Xuất Bản Bản Đồ, tại đảo Côn Sơn có núi An Hải cao 577 mét, từ đảo chính theo hướng 255 độ có đảo Hòn Bà.

Bản đồ 4: Hàng hải từ Trung quốc đến các nước Đông Nam Á:

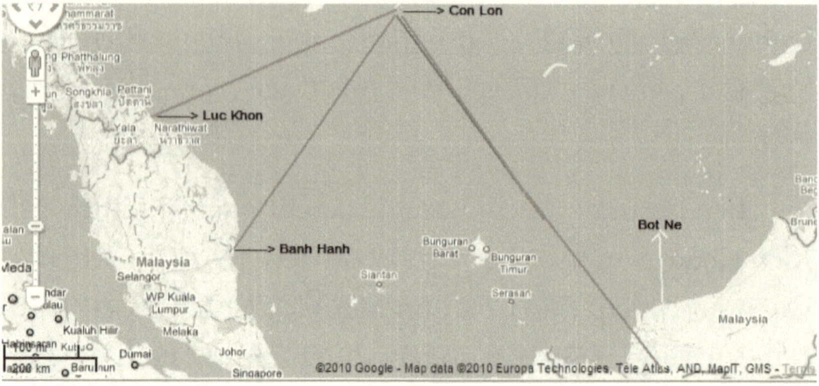

- Từ núi Côn Lôn theo hướng Khôn Thân? [232.5 độ] cùng Canh Dậu? [262.5 độ], thời gian 30 canh đến Cát Lan Châu. Cát Lan Châu là bến cảng của nước Đại Nê . Xưa gọi là Bột Nê [Borneo 渤泥], nước này thường đến triều cống Trung Quốc qua tỉnh Phúc Kiến.

- Từ núi Côn Lôn theo hướng Tân Dậu [277.5 độ] thời gian 26 canh đến Lục Khôn, đó là thuộc quốc của nước Tiêm La.

- Lại từ núi Côn Lôn theo hướng Khôn Mùi [217.5 độ] thời gian 30 canh đến Đấu Dự, lại theo hướng Đinh Ngọ [187.5 độ] đến nước Bành Hanh [tức Pahang thuộc Mã Lai].

Chú thích:

1. 1 trượng = 10 xích; 1 xích = 0.32 mét.

2. **Đại Nam Nhất Thống Chí**, bản dịch của Viện Sử Học, tập 3, trang 47.

3. Theo sử Việt, sau khi đánh bắt Trà Toàn, vua Lê Thánh Tông chia Chiêm Thành thành 3 nước nhỏ.

8

QUA HẢI NGOẠI KỶ SỰ 海外纪事, HÒA THƯỢNG THÍCH ĐẠI SÁN GHI VỀ CHUYẾN VIẾNG THĂM HUẾ ,QUẢNG NAM

A. Tiểu sử:

Hòa thượng Thích Đại Sán 釋大汕 [1633-1704], còn có tên là Thạch Liêm, họ Từ, hiệu là Thạch Đầu Đà, là vị tăng sĩ vào đầu triều Thanh. Hòa thượng người đất Cửu Giang, tỉnh Giang Tây; tinh thông thơ văn, hội họa, thư pháp, thiên văn, địa lý, toán thuật. Vào thời cuối Minh, quân Thanh vào quan ải, ngài cự tuyệt không ra làm quan, rồi cáo biệt mẹ, cạo đầu xuất gia, vân du thiên hạ, bái sư Giác Lãng Đạo Thịnh làm thầy. Sau khi sư Giác Lãng viên tịch, ngài tiếp tục tu hành, rồi làm trụ trì chùa

Trường Thọ tại Quảng Đông.

Bấy giờ Chúa Nguyễn Phúc Trăn sai nhà sư Tạ Nguyên Thiều đến Trung Quốc tìm cao tăng. Sư Nguyên Thiều đến Quảng Đông gặp Hòa thượng Thích Đại Sán, thấy ngài thông hiểu thiền học, bèn mời đến Thuận Hóa, nhưng ngài tạ từ. Đến năm 1694, lúc 61 tuổi, ngài nhận lời mời, Chúa kế nhiệm Nguyễn Phúc Chu rất hoan hỷ phong ngài làm Quốc sư, trú tại chùa Thiên Mụ [Huế].

Năm 1702 Chúa Nguyễn Phúc Chu cử Hòa thượng Thích Đại Sán làm sứ giả đến triều Thanh xin phong làm Quốc vương nước Đại Việt, nhưng bị Vua Khang Hy cự tuyệt. Bấy giờ Án sát Quảng Đông Hứa Tự Hưng ghét ngài, bắt tội, rồi đưa về nguyên quán; trên đường đi ngài mất tại Cống Châu tỉnh Giang Tây. Trước tác gồm: **Ly Lục Đường Tập** 離六堂集, **Hải Ngoại Kỷ Sự** 海外纪事.

B. Phần trích diễm tác phẩm:

Hải Ngoại Kỷ Sự gồm 6 quyển, xin trích những đoạn quan trọng lý thú; liên quan đến phong tục, lịch sử, địa lý nước ta thời bấy giờ:

- Hòa thượng Thích Đại Sán từ cửa biển Thuận An vào Huế:

Thuyền lướt gió một lúc đến vòng núi, đó là đảo Tiêm Bích La [Cù Lao Chàm]. Dần dần thấy gò cao rừng rậm, rồi nội cỏ đồng bằng, đó đây mấy nóc nhà tranh, phất phơ vài gốc cổ thụ. Bãi cát trắng xóa do nước biển dội sạch, xa trông một vòng bạc sáng ngời, giống như vành trăng khuyết.

Trên thuyền nổ mấy viên pháo lớn, báo tin cho trong bờ biết có hải thuyền đến. Cửa biển vẫn chưa động tĩnh, chỉ thấy trên mặt biển có làn sóng dợn xa xa. Bổng chốc một cánh buồm như lưỡi rìu từ phía mặt trời lặn chạy lại; lúc đến nơi trời đã hoàng hôn. Từ trên thuyền cúi nhìn xuống, thấy một người mình trần mang khố, đầu búi tóc dắt lông chim, răng đen, nói líu lo. Người này không phụng mệnh Vương [Chúa Nguyễn Phúc Chu] mà đến, nên không dám lên thuyền; trên thuyền có kẻ muốn xuống, cũng không chịu. Hai nhà sư người Việt, nguyên là người do Vương sai đi, ra hỏi chuyện. Người ấy bèn thi lễ, bèn lấy dây, giòng nhà sư xuống, để đi thông báo với Vương. Kế đó có một chiếc thuyền lại, trên thuyền cũng có viên quan, đầu búi tóc, đi chân không, chong đèn ngồi canh suốt đêm không rời.

Suốt đêm ồn ào, ta ngủ không yên giấc. Rạng sáng thuyền tứ phương chèo đến đông như kiến; người bản xứ chen lấn dành mua các thứ giày, mũ, vớ, quạt; không cần hỏi giá, cứ mang đi, thích nhất là dù che mưa.

Vào giờ Thìn [7-9 giờ sáng], có 2 chiến thuyền của Vương sai Quốc cửu [cậu Vương] ra đón. Hai nhà sư Việt cũng trở lại, thi lễ xong lập tức dục sang thuyền; nói Quốc cửu đang chờ bên thuyền. Vài chục thủy thủ võng ta xuống, rồi nổi trống đồng hò hét, thuyền đi. Thuyền sơn son trong ngoài láng bóng, có thể soi mặt được, tả hữu

25 tay chèo thủy quân rất mạnh mẽ. Cửa khoang thuyền chạm long vân sơn đỏ, trên gắn đằng văn, dưới trải chiếu màu xanh lục, đốt lò hương kỳ nam, hộp vàng bày trầu cau, có đủ các thứ gối. Đến công đường tại bờ biển, tức nhà thu thuế, chỉ có một gian nhà tranh. Quốc sư và Quốc cửu rước ta lên bờ; bày lễ vật của Quốc vương có các thứ kỳ nam, trân châu, vàng bạc; bái và nói:

"Vương vì việc nước, chưa có thể đi đón xa, nên có chút lễ mọn, khiến chúng tôi kính rước. Vương sẽ đi ra ngoài cung môn vài dặm để đón mừng, xin lão Hòa thượng lượng tình nhận lễ cho."

Rồi kiểm điểm hành lý xong, từ biệt chủ thuyền; tiếp tục một đoàn 4 chiếc thuyền chèo đi. Hai bên bờ ruộng lúa xanh xanh chờ trổ bông; hỏi thăm được biết ruộng lúa không bỏ phân, một năm 3 vụ, thu hoạch cũng khá. Rừng cây trông mút mắt; nhà tranh giậu tre chốn hương thôn. Cây trồng có tre, mít, dừa, cau; hoa thì có thạch lựu, đinh hương, lài, vì khí nóng nên hương bay thấu nơi bờ giậu; chỉ không thấy hoa đào, lý, mai mà thôi; tục quê, phong hóa rỡ ràng mới mẽ.

Bấy giờ ngày 28 tháng giêng [12/3/1695], người đi hai bên bờ sông nữ nhiều hơn nam, y phục chuộng màu hồng, màu xanh. Gần Vương phủ, thấy thành quách bao la, chung quanh trồng tre làm hàng rào, phía trong dựng trại lợp bằng tranh; đặt súng đồng nặng vài trăm cân đến vài ngàn cân; đúc rất tinh xảo, khảm hoa văn chu sa phỉ thúy sáng ngời, nhờ chùi đánh nhiều năm mới được như vậy. Số đồng này nếu dùng để đúc lư, bình, làm đồ gia dụng quí giá, thì chẳng biết bao nhiêu mà kể. Sau trại có vòng rào tre gai, phía trong có vòng tường thấp, vuông chừng một, hai dặm; vương phủ ở trong đó. Đi chẳng bao xa, phu thuyền báo thủy triều xuống cạn; Quốc sư đứng dậy bạch rằng:

"Tại đây xin lên đi bộ."

Bấy giờ quan dân trai gái tụ họp chen lấn nhau, võng khó đi tới được. Quanh co hai ba triền núi, nghe trong rừng tre có tiếng trống chuông. Quốc sư nghênh đón vào một ngôi đền ngồi một chốc, liên tiếp khách đến làm lễ, Thông sự giới thiệu quan chức từng người, phần đông ta không biết rõ, chỉ cúi đầu mà thôi. Mới bàn với Quốc sư định nghỉ ngơi vài hôm rồi sẽ yết kiến Quốc vương; thì viên Nội giám quỳ xuống thưa rằng:

"Vương ngưỡng mộ Lão sư không chỉ một ngày, nay chỉ trong gang tấc mà không được hội kiến, chắc trằn trọc suốt đêm. Huống ngày mai là ngày Mão [Tân Mão 29, 13/3/1695], *ngày mốt là tháng Mão* [mồng một tháng 2; 14/3/1695]; *Quốc vương không muốn cùng Lão sư gặp nhau lần đầu vào ngày Mão, tháng Mão; vì Mão vốn rất kỵ."*

Sứ giả tiếp tục qua lại trên đường, Quốc vương ép ta yết kiến một lần cho thỏa lòng mong ước. Võng lọng qua cửa giữa, đi thẳng vào điện. Vương đợi ta ở cửa phía đông; thoạt mới gặp nhau, như quen biết từ trước, dắt vào trong cung, có bài trí tượng Phật, tràng phướn chuông mõ, chẳng khác cảnh chùa. Ta bảo rằng:

"Có thể nói Vương chưa quên nghiệp cũ (1)."

Vương nhìn ta mà cười; ta lễ Phật, Vương đích thân gõ khánh, thắp hương. Rồi sai bày hương án, tôn ta làm thầy, bái làm đệ tử; đãi ta ngồi giữa, Quốc sư ngồi bên tả, Vương ngồi bên hữu. Sau mấy lời hàn huyên ủy lạo, bèn đứng dậy thưa rằng:

"Đệ tử hâm mộ đạo phong của Hòa thượng đã mấy năm nay, may mắn Hòa thượng chẳng vì xa xôi khước từ; cầu xin rủ lòng bảo cho con đường chánh để theo."

Ta bảo:

"Đạo của Vương ở chỗ trị nước, an dân; đạo chỉ có một, nhưng địa vị mỗi người khác nhau. Nếu một người nắm vận mệnh quốc gia, bỏ hết chính lệnh kỷ cương, để cưỡng cầu thanh tịnh, là không hiểu về thanh tịnh. Nếu trong lòng thành khẩn không dục vọng, đạm lạt không tham cầu; tâm hư linh, tùy việc xử lý, tùy vật ứng phó; thì tuy hàng ngày phải đối phó vạn việc cũng chẳng mảy may phiền nhiễu. Lấy thế nước, trị dân an, thấy được đầu mối, giữ đạo vô vi, thành vô thượng thanh tĩnh; Đế vương và Phật tổ nào có phân biệt gì đâu."

Vương có vẻ hơi hiểu, nói:

"Hôm nay mới được nghe, những điều chưa từng nghe!"

Chỉ tiếc vì khác tiếng nói, nên hai bên chưa hiểu một cách rõ ràng, những lý luận sâu xa chưa thật hiểu rõ ý; đó là điều ta ân hận. Trộm ngắm Vương ngoại quốc, tuổi trẻ nhưng trời phú thông mẫn, độ lượng khoan hòa, dung mạo đoan trang; thấy được việc hưởng phước giữ chức Vương đâu phải là chuyện ngẫu nhiên. Lại tìm tòi kinh điển, ngày ngày lưu tâm; nếu chẳng do duyên tiền kiếp đưa đến, thì làm sao được như thế.

Dọn cơm chay, nhiều món không biết tên; quá nữa dùng mật mía trộn với thức ăn nguội. Giữ đến quá nữa đêm, còn lưu luyến chưa từ biệt. Quốc sư nói:

"Lão Hòa thượng đi thuyền mệt nhọc, từ nay còn có nhiều thì giờ đàm đạo."

Khi về đến Thiền Lâm (2), thì đã sang canh ba [11 giờ tối-1 giờ sáng]. (**Hải Ngoại Kỷ Sự,** quyển 1, tờ 11 b-16a)

- Ngày truyền giới Sa Di:

Ngày mồng 1 tháng 4 [13/5/1695], truyền giới Sa Di, Vương mở đàn chay, đích thân đến thắp hương, mời ta thuyết pháp. Trước đó một ngày, đường sá được quyét dọn. Sáng sớm đội quân mũ đỏ đi dẹp đường, bắt người đi đường phải tránh xa 1,2 dặm. Người theo hầu hai bên đường đều cầm kim đao, kim thương dài 5,6 thước. Vương ngồi trên kiệu Luy Điền, giống như xe lừa kéo; quân khiêng kiệu gồm 16 người, vạm vỡ cao lớn, xõa tóc mình trần, chỉ quấn một dây thắt ngang lưng, đeo vuông vải che đằng trước, rồi cột chéo ra sau. Những tăng nhân người bản xứ cầu thụ giới, phủ phục tại dưới núi. Quốc sư đứng theo hai hàng, chầu chực tại cửa chùa; ta chờ tại phương trượng. Quốc vương đội mũ xung thiên, mặc đạo bào màu đen huyền, đi hài nhung, không mang tất; vào điện thắp hương, lễ Phật; rồi đi vòng xem thiết đàn chay, rất mừng tán thưởng rằng:

"May có lão Hòa thượng đến đây, mới thấy pháp môn quảng đại trang nghiêm, không còn nghi ngờ gì nữa!"

Vương tham quan phương trượng, Quốc cửu mặc áo mãng bào, cầm kim đao đứng hầu. Dâng trà, trái cây, cơm chay, đều không dùng, có Nội giám dâng trà riêng; trong câu chuyện phần lớn bàn đến Phật sự. Xung quanh chùa quân lính đứng vây hai lớp. Lớp ngoài quân cao lớn, hàm đầy râu, kẻ ít râu thì vẽ thêm râu giả; đội mũ gỗ đỏ thếp vàng, khoác áo lụa đỏ, khăn màu xanh rủ xuống bén gót, cầm kim thương. Lớp trong toàn thanh niên tinh tráng, chít khăn đà la ni đỏ, mặc áo nhung lục, tay cầm kim đao, đứng thị lập giống như vòng ngoài; cán đao và thương đều sơn màu anh đào. Mỗi khi Vương đi ra thì quay mặt nhìn vào, Vương đi vào thì đứng đối diện nhau rất thẳng. Ngoài dậu có mấy ngàn quân mà lặng thinh, chỉ nghe tiếng lá rụng, chim kêu mà thôi.

Sau khi Quốc vương lên đốt hương xong làm lễ xong, bèn ngồi xếp bằng hướng tây yên tĩnh nghe giảng, thỉnh thoảng cười mỉn ra vẻ lãnh hội. Đến khi đứng dậy bước xuống thấy tăng nhân Trung Quốc theo ta hai hàng làm lễ; bèn bảo các nhà sư bản quốc rằng:

"Các ngươi hàng ngày khoe khoang, tự phụ thông hiểu Phật Pháp đại sự; ngày nay đứng trước Trời Phật, công chúng, sao không có một người nào đăng đàn làm lễ; lại cứ trừng mắt há miệng như tượng gỗ; từ nay đừng khoe khoang nữa!"

Vương có ý giận, ta giải thích..... Vương nghe nên hết giận; ngồi nói chuyện đến quá giờ Ngọ [11-13 giờ]. Lại muốn xem truyền giới, Quốc cửu thúc dục hai ba lần Vương mới đứng dậy nói:

"Đệ tử từ nhỏ nghe hai chữ Phật Pháp sinh kính ngưỡng, mỗi khi gặp tu sĩ áo lam trong lòng sinh hoan hỷ. Không biết kiếp trước là ai, có phúc nghiệp gì, mà làm Vương ở nước lạ này? Xin Hòa thượng chỉ rõ cho, để biết rõ về kiếp trước, xin đội ơn."

Nói xong, cáo từ. **Hải Ngoại Kỷ Sự,** quyển 2, tờ 14 b-16b

- **Khai đàn ngày Phật Đản**:

Ngày Phật Đản mồng 8 tháng 4 [20/5/1695] Quốc vương thiết đàn tại nội viện; thân mẫu Vương, Công chúa, hậu cung, quyến thuộc cùng thụ giới Bồ Tát. Vương tự đặt một đàn. Ngày đó trời nóng, Vương mập, quì lâu mồ hôi ướt mấy tầng áo; người dẫn lễ khuyên Vương tạm ngồi nghỉ, lúc dâng lễ sẽ quì; Vương bảo:

"Ta còn trẻ, vui tuân theo giới luật, không cho là mệt nhọc."

Quì thụ giới xong, Vương đứng dậy làm lễ, cầu xin chỉ bảo. Lão tăng thấy căn bản niềm tin của Vương kiên cố, cầu đạo chân thành; bèn mừng rỡ chép quyển **Hộ Pháp Kim Thang** tặng cho. (**Hải Ngoại Kỷ Sự,** quyển 2, tờ 19a-19b)

- Voi tập trận:

Ngày 13 tháng 4 [25/5/1695] Quốc vương sai Thái giám đến đảnh lễ thưa rằng:

"Nay mai Vương đến trường Diễn Võ xem voi tập trận, nửa tháng mới về; muốn thỉnh lão Hòa thượng cùng đi xem, ngài có bằng lòng không?"

Ta nhận lời. Đến ngày 15 [27/5/1695], lúc trời sáng sớm, Thái giám rước lên thuyền. Dưới dòng sông in bóng mấy ngôi sao, xa xa trong rừng tiếng gà gáy sáng, sương mù sắp ngớt. Thuyền chèo quanh co khoảng 10 dặm, nghe trong sương khói có tiếng ồn ào, Thái giám bảo rằng:

"Đã đến nơi."

Người đi xem, đàn ông, đàn bà bao quanh đến 4, 5 dặm. Quân hầu hô tránh, dẫn Vương lên đài trung ương. Cạnh đó có xưởng voi của Vương, trong đó chứa toàn voi cao lớn. Hai bên tả hữu la liệt những đồn lính, xưởng voi, cỏ rơm và mía để chất đống.

Lúc dàn trận, tại phía tây voi xếp hàng 10 con, mỗi con trên lưng đặt chiếc yên bằng gỗ màu đỏ hình như cái hộc. Trong hộc có 3 người đứng, trên đầu đội mũ kim khôi, mặc áo nhung lục, tay cầm kim câu thương, phía trước một tên nài cầm câu liêm ngồi trên vai voi. Về phía đông khoảng cách 1, 2 dặm, 500 quân cầm đao thương và đuốc châm lửa, ngoảnh mặt về phía voi đứng. Lại đặt bù nhìn, hình dáng như quân lính, tại phía sau đài.

Cờ lệnh trên đài phất lên, quân cầm đao thương nhắm bầy voi xông tới. Hỏa khí đốt lên, khói bay mù mịt, voi vẫn đứng yên. Bổng chốc trống đánh liên hồi, các quân phấn dũng xông vào voi; nài bổ câu liêm vào đầu, võ sĩ lấy giáo đâm vào đùi; bầy voi chạy thẳng rượt đuổi. Quân lính lui tránh, mỗi con voi lấy vòi quấn một bù nhìn rơm đem trở về. Voi nào chạy hơi chậm, bị thương đâm, búa bổ, chảy máu đứt da; đến nỗi có con quá mệt, nằm quy không thể dậy nỗi. Tan trận căn cứ vào đó, phân hơn thua.

Vương kể chuyện rằng:

"Bản quốc tê ngưu và voi đi từng đàn trong núi. Muốn bắt voi sống, đem 2 con voi cái thuần đến dụ, voi cái kèm voi rừng đến gần, người ta lấy dây lớn cột chân vào gốc cây, bắt nhịn đói khát vài ngày, sau đó người nài đến gần cho ăn uống. Lâu dần quen, 2 voi cái bèn kèm về, giao cho viên quản tượng.

Dùng 50 quân lo việc diễn tập. Mấy năm gần đây những trận đánh với Đông Kinh (3), *Chiêm Thành; quân ta thắng trận phần lớn nhờ sức voi. Thời Vương trước một con voi xông ra đánh giặc, chủ tướng bị địch giết chết, bèn dùng vòi quấn thây mang vào hang núi giấu kín; rồi quay trở ra với vẻ giận dữ, chạy vào trận địch đánh phá tung hoành. Ba quân hùa theo, kết cuộc toàn thắng. Sau khi thâu quân, voi đến quì trước trướng, dẫn người đi tìm hài cốt chủ cũ đem về chôn cất, rồi nhịn ăn mà chết; hiện nay mả voi đang còn."* **Hải Ngoại Kỷ Sự,** quyển 2, tờ 24b-26a.

- Vương lo chữa cháy:

Ngày ấy Vương mở đàn cúng dường, treo bày cờ phan, bày biện trân báu, khói hương sực nức, hoa quả đẹp đẽ. Tăng chúng giữ thanh tịnh tiến đàn, khoác y phục mới từ đầu đến gót, ngân nga tụng niệm, dáng dấp khoan thai; người xem đều tỏ vẻ cung kính. Khi tăng chúng tiến đàn, Vương tại ngoài hàng làm lễ, cùng tăng chúng phủ phục, đứng lên, không một chút chậm trễ; riêng xin ta đứng tại nội viện chứng minh. Lúc rảnh bàn việc cổ kim, lý luận việc chính trị, nên hoãn hình pháp, chuộng đức ái, yêu quân, hậu đãi dân, thông thương, giảm thuế; đủ mọi lãnh vực, không phải một điều. Vương vui vẻ tin nghe, tự hận tuổi nhỏ hiểu biết nông cạn.

Đột nhiên một viên Nội giám từ bên ngoài bước vào, nói một vài câu bằng tiếng Việt, Vương bèn đứng dậy đi ra, nghe bên ngoài trống đánh ba hồi. Một lúc lâu, Vương trở vào, thở hổn hển; ta lấy làm lạ hỏi thăm, Vương nói:

"Vừa rồi doanh trại lính bị cháy, thảng thốt ra cứu, khiến thất lễ bồi tiếp."

Ta hỏi:

"Vương đích thân đi cứu?"

Vương nói:

"Không kịp dùng xa giá; tôi đến đốc thúc, quan quân hùa

vào cứu."

Ta nói:

"Sao lại nói như vậy! Đứa con ngàn vàng, không để rơi từ nhà cao, huống đứng thiên thặng (4) quân vương, trên thì gánh vác xã tắc nặng nề, dưới liên quan đến sự an nguy của dân chúng; không thể coi nhẹ thân vào chốn nước lửa. Vẫn biết đức trạch Vương thấm khắp trăm họ; nhưng biết đâu không có tên cuồng phu oán tốt dòm ngó đường đi nước bước, hoặc ngầm phóng hỏa để dụ Vương ra, rồi thừa cơ phạm giá, há chẳng nguy ư! Bởi vậy Vương vô ra cần cảnh giác, không phải là điều vô ích."

Vương nghe nói thất sắc đáp:

"Nhưng không biết phải làm sao, cả nước toàn nhà tranh, hàng năm hỏa hoạn cháy đến mấy dặm; nếu chẳng cứu thì thành tro tàn hết!"

Ta bảo:

"Có cách này; Vương cần đặt lệnh tiễn, khi trong nước có việc gấp, cần Vương đến thì sai Nội giám cùng quan quân mang lệnh tiễn đến. Lệnh tiễn đến cũng như Vương đến, nếu quan quân có người nào không tuân thì bắt tội chẳng tha; như vậy không có gì phương hại cả."

Vương vui vẻ nói:

"Nếu chẳng phải lão Hòa thượng thương ta, thì không được nghe lời này. Phàm những ngày đàm đạo, hoặc trong lúc nghe

thấy, những điều chính trị vì nước vì dân, xin trình bày cho hết, sẽ yết lên triều môn, để thần dân tuân theo." (**Hải Ngoại Kỷ Sự,** quyển 2, tờ 30b-31b)

- Lo tính đường về để khỏi lạc vào Hoàng Sa:

Bấy giờ vào khoảng đầu tháng 6 [11/7-9/8/1695] Hòa thượng Thích Đại Sán chuẩn bị về Quảng Đông; có người rành về hàng hải khuyên nên về vào khoảng tiết lập thu [tháng 8 dương lịch], nếu muộn gió bắc nỗi lên có thể dạt vào Vạn Lý Trường Sa [Hoàng Sa] sẽ gặp nhiều nguy hiểm:

"Khách có người bảo, mùa gió thuận trở về Quảng Đông chừng vào độ nửa tháng trước sau tiết Lập thu ; lúc ấy gió tây nam thổi mạnh, chạy một mạch gió xuôi chừng bốn năm ngày đêm có thể đến Hổ Môn [Humen, Quảng Đông]. *Nếu chờ đến sau mùa nắng, gió bắc dần dần thổi lên, nước chảy về hướng đông, sức gió nam yếu, không chống nổi dòng nước chảy mạnh về đông, lúc ấy sẽ khó giữ được thuận tiện. Bởi vì ở đó nơi đại dương có những cồn cát nằm thẳng, chạy dài từ đông bắc qua tây nam ; cao dựng đứng như vách tường, bãi thấp cũng ngang mặt nước biển ; mặt cát khô rắn như sắt, rủi thuyền chạm vào ắt tan tành ; bãi cát rộng cả trăm dặm, chiều dài thăm thẳm chẳng biết bao nhiêu mà kể, gọi là " vạn lý trường sa "* [Hoàng Sa], *mù mịt chẳng thấy cỏ cây khói bếp ; nếu thuyền bị trái gió trái nước tấp vào, dầu không tan nát, cũng không gạo không nước, trở thành ma đói mà thôi. Quãng ấy cách Đại Việt bảy canh đường, chừng bảy trăm dặm (5). Thời Quốc vương trước*

[Chúa Nguyễn Phúc Trăn 1687-1691], *hằng năm sai thuyền điện xá đi dọc theo bãi cát, lượm vàng bạc khí cụ của các thuyền hư tấp vào. Lại bảo mùa thu nước triều cạn, chảy rút về hướng đông, bị một ngọn sóng đưa đi thuyền có thể trôi xa cả trăm dặm ; sức gió chẳng mạnh, sợ có mối lo về Trường Sa."* **(Hải Ngoại Kỷ Sự,** quyển 3, tờ 23a-23b)

- Hòa thượng Thích Đại Sán tại Hội An:

Sáng ngày hôm sau [ngày 2 tháng 7 Âm Lịch, tức 11/8/1695] lên bờ, trú tại chùa Di Đà. Chùa hẹp không đủ chứa đại chúng, nên phân ra trú tại các nơi như Quan Âm đường. Nghĩ rằng chỉ tạm dừng đây vài ngày rồi lên thuyền, nên không cần làm thêm phòng ốc, gây phiền nhiễu cho quân dân. Nhưng Cai bá và Nội giám xem lệnh Quốc vương làm trọng, sáng hôm sau tre gỗ sẵn sàng, buổi sáng ra công, buổi chiều dựng xong 8, 9 gian, chính giữa có một phòng lớn tiếp khách.

Vì Hội An là một bến cảng cho khách buôn các nước, dọc con sông có một con đường lớn dài 3, 4 dặm gọi là "Đại Đường Cái", hai bên đường phố xá sát nhau; chủ phố là người Phúc Kiến, ăn mặc theo kiểu tiên triều [triều Minh], đàn bà lo việc buôn bán. Khách trú tại đây ưa lấy vợ người bản xứ để tiện việc buôn bán. Cuối đường là cầu Nhật Bản, tức Cẩm Phố; bên kia sông là Trà Nhiêu, nơi tàu ngoại quốc ghé đậu. Nhân dân đông đúc; cá tôm, rau quả, mua bán sáng chiều. Những vị thuốc hiếm, tại Thuận Hóa tìm mua không được, có bán tại đây. Đại thể tại Hội An, ba mặt đông, nam, bắc giáp biển; duy mặt tây núi liên tiếp, thông Tây Việt, Đông Kinh. Bởi vậy phía tây, cách mấy chục dặm đặt nha trấn thổ giống như Vương phủ, để lo đề phòng lân bang. (**Hải Ngoại Kỷ Sự,** quyển 2, tờ 8b-9a)

Chú thích:

1.Chưa quên nghiệp cũ: Ý khen kiếp trước Vương cũng quy y theo Phật.

2.Thiền Lâm: Chỉ chùa Thiên Mụ.

3. Đông Kinh: Chỉ Chúa Trịnh tại thành Thăng Long, miền bắc.

4.Thiên thặng: Ngàn cỗ xe, chỉ nước chư hầu có thể cung cấp ngàn cỗ xe.

5.Canh: Theo **Đông Tây Dương Khảo** của Trương Tiếp thì mỗi canh nếu gặp gió trung bình, được ước tính là 60 lý [34 km]; vậy 7 canh=238 km.

9

A VOYAGE TO COCHINCHINA, IN THE YEARS 1792 AND 1793

[Chuyến đi đến nước Việt Đàng Trong
vào các năm 1792 và 1793]

Tác giả: Sir John Barrow

Tiểu sử tác giả:

Sir John Barrow sinh ngày19 tháng 6 năm 1764 tại Dragley, Lancashire nước Anh, mất ngày 23 tháng 11 năm 1848; là nhà văn, nhà địa lý, ngôn ngữ học và công chức. Ông từng theo Đại sứ đặc mệnh toàn quyền Anh, George Lord Macartney, đến thăm Bắc Kinh, yết kiến Vua Càn Long. Sir John Barrow cho biết trong dịp này, từng làm quen với Phúc Khang An, nhân vật liên quan đến lịch sử Việt Nam thời Vua Quang Trung. Ông được biết đến nhiều nhất với chức vụ Bí thư thứ hai bộ hải quân Anh từ năm 1804 đến năm 1845.

Hạm đội chở sứ bộ Anh trên hải trình đến Bắc Kinh, thủy thủ bị bệnh nhiều; nên phải ghé vào đảo Côn Lôn, rồi đến Đà Nẵng vào mùa xuân năm 1793 để dưỡng bệnh. Dựa vào những điều mắt thấy tai nghe về nước Việt Đàng Trong, Sir John Barrow đã viết quyển sách mang tên **A Voyage to Cochinchina in the Years 1792 and 1793** *(Chuyến đi đến* nước *Việt Đàng Trong trong các năm 1792 và 1793).*

Lời người dịch:

Quyển sách nhan đề **A Voyage to Cochinchina in the Years 1792 and 1793** *(Chuyến đi đến* nước Việt Đàng Trong *trong các năm 1792 và 1793)* do Cambridge University Press xuất bản tại London năm 1806, gồm 11 chương; nhưng thực sự chỉ có 3 chương 9, 10,11 đề cập đến nước Việt Đàng Trong, còn các chương còn lại chép về các vùng khác trên thế giới; nên chúng tôi chỉ dịch 3 chương về nước Việt Đàng Trong mà thôi.

Như trên đã trình bày tác giả Sir John Barrow dựa vào nghe và nhìn để soạn quyển sách này. Về phần "nhìn", nhân tác giả từng tháp tùng hạm đội chở sứ bộ Macartney gồm 3 chiếc tàu, dẫn đầu là chiến ham Lion đến Đà Nẵng vào ngày 24 tháng 5 năm 1793, qua bờ biển Trung Quốc vào tháng 6, đến Bắc Kinh vào tháng 8, yết kiến Vua Càn Long vào tháng 9 năm 1793, đó là cơ hội bằng vàng để tác giả quan sát địa thế, phong tục, tập quán; và sự giao thiệp với chính quyền sở tại; bấy giờ Đà Nẵng, Hội An do nhà Tây Sơn, Nguyễn Quang Toản kiểm sóat.

Phần "nghe" về cuộc chiến nhà Nguyễn và Tây Sơn, bang giao giữa Vua Quang Trung và nhà Thanh, hiệp ước Việt Pháp năm 1787; đều dựa vào hồi ký viết tay của Barissy, Sĩ quan tình báo Pháp, từng chỉ huy một chiếc tàu khu trục giúp Nguyễn Vương Phúc Ánh; hoặc qua sự tiếp xúc với các vị Thừa sai. Tục ngữ ta có câu *"Trăm nghe, không bằng một thấy"*, thỉnh thoảng những lời "nghe" này có phần xa với chính sử, người dịch xin mạn phép có thêm phần chú thích.

Dịch giả cẩn chí,

Hồ Bạch Thảo

Chương 9

Cochinchina

(Nước Việt Đàng Trong)

1. Geografical outline Bays and Rivers- Suspicious conduct of the natives and cause of it.

(*Phác thảo địa lý Vịnh và Sông- Hành vi ngờ vực của người bản xứ và nguyên nhân***)**

Nấn ná lâu hơn tại vùng xung quanh xích đạo, trái với dự liệu; trong đoàn có lời khuyên nếu có thể tránh được thì nên lưu ý đến sức khỏe của thủy thủ; nên chúng tôi vui vẻ từ bỏ vùng bờ biển sình lầy Sumatra [Indonesia] và eo biển Banca [Indonesia]. Sau những cố gắng chịu đựng không kết quả tại vịnh đảo Pulo Lingin, vị trí ngay dưới đường xích đạo, chúng tôi không ân hận rời nó, vì rất ít người trong chúng tôi muốn đương đầu với khí hậu cực nóng trên đảo này. Bayer người hiểu về vùng này bảo rằng dòng giống tại đây lan truyền nhanh, không bởi sự giao hợp thường xuyên, nhưng nhờ khí hậu; riêng tôi cho là bởi thụ thai tự phát may mắn tạo thành *"niềm mong muốn mạnh mẽ trong thời điểm sinh sản"*.

Nhờ thuận lợi của gió mùa ít khi gặp được, và tình trạng đau ốm cần được phục hồi tại bờ, chúng tôi đến đậu tại vịnh trước một hòn đảo nhỏ tên là Pulo Condore [Côn Đảo], vị trí ngay chỗ có thể quan sát rõ đảo này. Những tàu lớn của chúng tôi, là dịp trọng đại xảy ra cho dân nghèo trên đảo, khiến họ sợ hãi chạy vào rừng, để lại những đồ vật ít ỏi phơi bày tại cửa lều và tờ giấy nhỏ viết bằng chữ Nho (1) cầu nguyện; khiến chúng tôi hài lòng cầm lấy và dung tha chỗ ở thấp hèn của họ. Từ đảo này chúng tôi vội vã khởi hành vào một lục địa Á Châu, bấy giờ ít được biết hơn giá trị của nó. Tôi mạo muội tiên đoán rằng thời gian gần sẽ đến, để một vài nước Âu Châu hiểu rõ, trước khi những năm tháng dài trôi qua.

Trong tư liệu sắp xếp về địa lý mới và đáng tin cậy nhất cung cấp cho công chúng về một phần châu Á bao gồm 20 triệu dân, diện tích từ 3 đến 4 trăm ngàn dặm Anh; phi thường về hình dáng, kéo dài giống như một vạch - trên ngòi bút. Ông Pinkerton bảo rằng:

"Các vương quốc Laos, Cambodia, Siampa [Thái Lan], *Cochinchina* [nước Việt Đàng Trong], *và Tung Quin* [Đông Kinh, Bắc Phần] *là những nước không quan trọng với chính họ và nguồn tài vật không hoàn hảo."*

Đối với phần sau của lời khẳng định hời hợt không đủ yếu tố mà tôi đã nêu danh, thực hảo huyền không phù hợp với những nước đã nêu. Hy vọng rằng những tài liệu xác thực tôi sắp sửa đưa ra trước công chúng cho thấy các nước này, hoặc một phần vùng đó, tài vật giá rất rẻ, không những quan trọng đối với chính họ, mà còn có giá trị cao trong thời hiện tại và tương lai của vùng Ấn Độ thuộc Anh. Để phác họa phần lịch sử trong chương này được tốt hơn, thiết tưởng không sai lầm khi đề cập trước nét tổng quát về hoàn cảnh địa lý và phân tích một phần đất lục địa châu Á thường được gọi là Cochinchina.

Vương quốc Trung Hoa về phía nam chấm dứt tại vĩ tuyến thứ 22; nhưng vùng đất nối liền tiếp tục tại phía tây cho đến bắc vĩ tuyến thứ 9. Dọc theo 13 vĩ tuyến này, tại phía giữa là rặng núi chạy dài từ bắc chí nam , chia vương quốc Birman [Miến Điện] về phía tây; và các vương quốc *Tung Quin* [Đông Kinh, Bắc Phần], *Cochinchina* [nước Việt Đàng Trong], Tsiompa [Champa, Chiêm Thành] và Cambodia về phía đông. Những tên này ghi trên bản đồ; tuy nhiên ngoại trừ *Tung Quin* [Đông Kinh, Bắc Phần], các tên khác dân bản xứ hoàn toàn không biết. Nhóm 3 tên còn được gọi là Annan [An Nam] và phân biệt bằng 3 phần phân cách lớn. Phần thứ nhất vào vùng cực nam, bắt đầu từ vịnh Xiam [Xiêm] nằm tại vĩ tuyến thứ 9 ngược lên đến vĩ tuyến 12 gọi là Don Nai [Đồng Nai]. Phần thứ hai kéo dài từ đó cho đến vĩ tuyến thứ 15, gọi là Chang [Quảng]. Phần thứ ba, giữa chỗ này cho đến vĩ tuyến thứ 17 là nơi Vương quốc *Tung Quin* [Đông Kinh] bắt đầu, được gọi là

Hué [Huế]. Vịnh và cảng thuộc bờ biển của 3 phần này đều an toàn và tiện lợi.

Sông lớn Don Nai [Đồng Nai] (trên bản đồ Cambodia) (2) tàu lớn có thể hàng hành ngược dòng lên đến 40 dặm Anh [1 dặm =1.609 mét], thành phố Sai Gong [Sài Gòn] đặt tại đó, có một bến cảng rộng rãi và tiện lợi và kho vũ khí lớn cho hải quân. Một người Anh đáp tàu Bồ Đào Nha ngược dòng sông này, trong chuyến hành trình từ Trung Quốc đến Ấn Độ; trình bày với tôi rằng có thể tưởng tượng được đó là một cảnh tượng lớn. Sông này có một vài nhánh, bề ngang ít khi lên đến 2 dặm, còn phần lớn nhỏ hơn 1 dặm, nhưng mọi nơi nước đều sâu, giây thừng trên tàu đôi khi vướng vào rễ cây rừng tỏa bóng trên bờ; hai bên sườn tàu lướt nhẹ bên bờ cỏ xanh tươi.

Vùng Chang [Quảng], tại vĩ độ 13.5 là vịnh và bến cảng Chin Cheo [Thị Nại]; vịnh này rộng rãi và che được mọi thứ gió, nhưng tàu lớn chỉ vào được lúc nước lên, và phải tính đến chướng ngại vật giăng ngang cửa vào hẹp ở phía trong hoặc phía ngoài vịnh. Thành phố Quin Nong [Qui Nhơn] nằm ở đầu vịnh.

Thành phố chính tại vùng Hué [Huế] cũng mang tên Hué [Huế], nằm trên bờ sông lớn, tàu lớn hơi nặng có thể vào được, nhưng có cồn cát ngăn trước cửa sông. Phía nam sông này không xa là vịnh Han San, trên bản đồ thường ghi là Turon [Tourane, Đà Nẵng], về an toàn và tiện nghi nó cung cấp tương đương với một ít bến cảng tại thế giới Đông Phương; nhưng chắc chắn vùng này cũng không có cảng nào vượt qua, nó nằm tại vĩ độ bắc 16.07 .

Chúng tôi hướng cuộc hành trình đến vịnh Turon [Tourane, Đà Nẵng] từ đảo Pulo Condore [Côn đảo]; rồi đến đó vào ngày 24 tháng 5 [1793]. Không có bất cứ đồ biểu nào để dựa vào, và nhận thấy có đông thuyền đánh cá giữa tàu chúng tôi và bờ, bèn đưa một chiếc thuyền đi kiếm người chỉ đường; nhưng những người đánh cá thấy thuyền bèn dương buồm chạy trốn. Cuối cùng thì một chiếc thuyền không buồm đi qua, mang theo một kẻ khốn khổ, mà tôi không dám coi là một đối tượng đáng thương. Cặp mắt anh ta sâu thẳm, da mặt màu nâu gỗ sồi, hốc hác, nhăn nhó; những lọn tóc màu xám nhô lên trong chiếc khăn bẩn quấn trên đầu. Y phục anh gồm một cái áo ngắn với mấy chục miếng vá đủ màu và một cái quần rách. Gặp một con người như vậy, chúng tôi không đánh giá cao mong đợi sự giúp đỡ. Bước vào tàu anh ta bị kích động mạnh, mắt liếc vòng quanh sân tàu, tại khẩu súng lớn; tuy không phiền nhiễu nhiều vì đông người xuất hiện, nhưng anh chú ý nhất là cây cột buồm cao lớn trên thân tàu. Anh ta thường quì xuống, bật khóc. Với vài sự khó khăn lúc đầu, cuối cùng anh cảm nhận được không khí hòa bình; qua tín hiệu bằng tay, hiểu được tại sao anh ta bị mang lên tàu và chỉ con đường vào cảng, không dễ khám phá đối với một kẻ lạ. Thời tiết bây giờ mưa gió, chúng tôi chờ đến chiều ngày hôm sau mới vào.

Tình trạng thương tâm vì đau ốm chuyển sang bệnh sởi mà chúng tôi mắc phải khi ở Batavia [Indonesia] đã lây truyền ra hầu hết các tàu là lý do chính tại sao phải tìm vào Turon [Tourane, Đà Nẵng], sau khi gặp cảnh thất vọng tại Côn Đảo. Hình dung sự thống khổ do viên Thuyền trưởng Bồ Đào Nha kể lại khi tàu ông ta đậu tại vịnh này, rằng phản loạn xảy ra, cả nước nước Việt Đàng Trong lâm vào vòng nội chiến, khiến nước này chịu thảm cảnh bi thương; ngăn chặn niềm hy vọng tìm được sự phục hồi mà chúng tôi cần đến. Do đó có nhiều sự khuyến cáo chúng tôi đến Macao [Quảng Đông, Trung Quốc] lập tức không chần chừ, còn hơn mong đợi không kết quả về nguồn cung cấp có thể có lời hứa hẹn, nhưng chúng tôi biết chắc rằng không thể đáp ứng.

Tình trạng khổ sở của tên đánh cá già, cùng quang cảnh tổng quát nơi này và những điều chúng tôi thấy, dường như có vẻ xác định nguồn tin không được chào đón của Thuyền trưởng người Bồ, Manuel Duomé. Ít dân bản xứ đến gần tàu, những người đến thì thái độ có vẻ rụt rè và nghi ngờ; khi chúng tôi lên bờ thì họ hình như muốn tránh. Không có đồ cung cấp nào có thể giúp cho sự phục hồi được mang lên tàu; khó khăn lắm chúng tôi mới tìm ra một vài gia cầm, ít trái cây và rau củ trên bờ. Ngày thứ hai thì chợ bày hàng tốt hơn; rồi trong vài ngày tới khi dân bản xứ biết rằng hàng hóa có thể bán với giá hời họ muốn và thu nhiều tiền; thì gia súc, rau, trái cây được cung cấp dồi dào. Người đứng đầu nơi này bắt đầu xuất hiện, có vẻ như một viên chức dân sự, chú ý đến lời yêu cầu của chúng tôi. Họ còn lên thăm tàu; trong ngày thứ tư, thứ năm tuyên bố do sự thuận tiện, bữa cơm tối hàng ngày được tổ chức trên bờ, các vị này và Sĩ quan chọn lựa thuộc hạm đội tham dự.

Sự giao dịch giữa chúng tôi trở nên liên tục và thoải mái, xây đắp sự tin cậy lẫn nhau, dọi ánh sáng về sự không đáng tin cậy ông bạn Manuel Duomé. Tay thương gia Bồ Đào Nha này, với tinh thần ghen tỵ con buôn, buông lời nghi ngờ dân nước Việt Đàng Trong, ngầm xui hạm đội Anh đến đó với thái độ cừu thù. Và dường như hắn ta không chút đau buồn để nghĩ rằng trong trường hợp đó dân bản xứ sẽ đóng cửa không buôn bán với tàu Anh, sẽ xúi chúng tôi khởi hành mau, để lại vùng bờ biển cho chính họ!

Để giải thích tình cho trạng gây nên sự nghi ngờ kể trên, cần kể lại nội tình chia rẽ của nước này trong vòng 30 năm nay. Tôi không nghĩ rằng bản phác họa kể về lịch sử này sẽ được xem xét, ngay đối với ông Pinkerton, cho rằng không quan trọng và không thích.

Chú thích:

1.Sách **Hải Quốc Văn Kiến Lục [海国闻见录] Trần Luân Quýnh [1687-1751]** xác nhận người Trung Quốc một đôi lần ở trên đảo.

2.Xin lưu ý, chữ trong ngoặc () là chú thích của tác giả Sir John Barrow; chữ trong ngoặc [ ] là chú thích ngắn của dịch giả.

2. A rebellion, and the murder of the king-Conquest of Tung Quin-Conduct of Chinese general.

(Cuộc nổi loạn và giết Vua-Chinh phục Đông Kinh-Hành vi của vị tướng Trung Quốc.)

Vào năm trị vì thứ 35, Tây lịch 1774, Chúa nước Việt Đàng Trong Caung-shung [Nguyễn Phúc Thuần] (1) bấy giờ 50 tuổi, thình lình có cuộc nỗi loạn tràn ngập thành phố Quin-nong [Qui Nhơn]. Đứng đầu cuộc nổi loạn bởi 3 anh em: Người anh trưởng tên là Yin-yac [Nguyễn Nhạc] là một tay buôn giàu có, buôn bán rộng rãi với người Trung Quốc và Nhật Bản; người em thứ hai là Long-niang [Nguyễn Huệ] (2) là một tướng lãnh cao cấp, bậc chỉ huy vỉ đại; người em thứ ba là một tu sĩ. Họ tạo nên một tình trạng nguy hiểm, kết nối bởi giàu có và quyền lực quân sự cùng ảnh hưởng trong lòng dân chúng. Nhưng về phía nhà Chúa thì chống cự yếu ớt bởi cơ chế bệnh hoạn và bản tính lười biếng, từ lâu ngai vàng chỉ dựa vào quyền thần mà phần lớn là hoạn quan. Ngoài ra hoàn cảnh lúc này có xu hướng thuận lợi cho lãnh tụ nổi dậy; sự áp đặt thuế khóa gây nên bất mãn trong lòng dân chúng. Bước đầu tiên chiếm được, là những dịp tịch thu tài sản của tay chân nhà Chúa, bảo đảm an ninh cho mọi thành viên gia đình hoàng gia, nhưng tất cả những kẻ rơi vào tay họ đều lập tức bị giết. Thành phố Sai gon [Sài Gòn]? (3) được cho là có lợi cho mục đích lật đổ chính quyền. Một đạo quân đến đó đánh, tường thành bị san bằng xuống đất, hơn 20.000 dân dùng gươm. Xét xử và hành quyết thi hành khắp mọi vùng đất nước, với tội giả vờ hoặc âm mưu thực chống lại kẻ bạo loạn. Những điều nêu trên, không có biện pháp nào chưa được thử nghiệm, không có dịp nào được bỏ qua và trở nên phổ biến. Những thương gia giải trí xa hoa, lễ hội, pháo hoa; tướng lãnh làm vui quân lính; nhà tu thắng thế Giáo sĩ tuyên bố sự bất cẩn của quần chúng; về sắc lệnh của tien [tiên] sẽ truyền cho ba ngôi quí, thành nhà cai trị tương lai.

Bọn chúng sắp xếp phạm vi cầm quyền tương lai cho đất nước. Yin-yac [Nguyễn Nhạc] cai trị hai vùng Chang [Quảng] và Don Nai [Đồng Nai]; Long-niang [Nguyễn Huệ] cai trị Huế là nơi biên thùy với Đông Kinh; người em út là tu sĩ đứng đầu cả nước Việt Đàng Trong. Qua sự sắp xếp này Yin-yac [Nguyễn Nhạc] đã khôn khéo đẩy người em Long-niang [Nguyễn Huệ] vào giữa y và Đông Kinh, nước này lúc bấy giờ khá cường thịnh. Long-niang [Nguyễn Huệ] mới đặt chân đến kinh thành Huế, lại tìm dịp gây chuyện với Vua Đông Kinh, nước này triều cống Vua Trung Quốc. Vua nước này thực tế sắp xếp giống như người Trung Quốc, thiếu khả năng đương đầu với đạo quân có kỷ luật cao và dũng cảm của phe nổi loạn. Vua bỏ quân lính trong cuộc giao tranh đầu tiên, rồi chạy sang Bắc Kinh cầu xin sự giúp đỡ của Vua Trung Quốc. Bấy giờ Vua Càn Long, Trung Quốc, mới thành công trong việc chinh phục Tây Tạng và đảo lớn Formosa [Đài Loan] tin rằng quân đội họ không thể chiến bại; với chút ít khó khăn, có thể đuổi quân phản loạn ra khỏi Đông Kinh, vãn hồi pháp luật, lấy lại chủ quyền cho ngai vàng.

Với cách nhìn trên, ông ta ra lệnh cho Phó vương Can ton [Quảng Châu] lập tức dẫn 10.000 quân chinh phạt. Long-niang [Nguyễn Huệ] dựa vào thám báo biết được tất cả hoạt động của đạo quân này. Xác định được tuyến đường quân địch tiến, y chia đội ngũ cướp bóc phá hủy làng phố dọc con đường sẽ đi qua, khiến đất nước bị tiêu hủy. Đạo quân Trung Quốc trước khi đến được Đông Kinh, đau khổ vì thiếu lương thực, buộc phải rút lui.

Chỉ huy quân nổi loạn là tướng lãnh giỏi hơn người bạn của chúng tôi, Foo Chang Yong [Phúc Khang An] (tôi đã gặp y tại triều đình Bắc Kinh) (4), người chỉ huy đạo quân Trung Quốc này. Y tiếp tục cho quấy rối tại phía sau khi quân Trung Quốc rút lui; ngoài ra cuộc hành quân thảm bại bởi mệt nhọc, đói khát; mất khoảng dưới 50.000 quân, tuy không đánh một trận tổng quát nào (5). Quân còn lại của Foo Chang Yong [Phúc Khang An] rút lui hàng trăm dặm trở về Can ton [Quảng Châu]; viên Phó vương này mất tiếng tăm và chắc chắn là sự ô nhục, y kết luận rằng bước khôn ngoan nhất là nên thương thảo với phe nổi loạn. Long niang [Nguyễn Huệ] ước tính cách ứng xử của kẻ chinh phục, bèn tuyên bố một cách hùng dũng rằng theo ước nguyện của trời và lòng dân đã lấy được ngai vàng Đông Kinh, quyết tâm duy trì quyền lực đến chỗ cực điểm cuối cùng; có 200 ngàn quân tại Đông Kinh và rất nhiều tại nước Việt Đàng Trong sẵn sàng hy sinh đến giọt máu cuối cùng. Tuyên bố thêm bây giờ ông ta không phải là Long niang [Nguyễn Huệ], kẻ nội loạn, vì đã dành được vương miện, niên hiệu là Quang Tung [Quang Trung],

Vua hai nước Đông Kinh và Việt Đàng Trong.

Viên Phó vương Quảng Châu kém chuẩn bị chống lại luận điệu đề cao của kẻ phản loạn, nhưng không để thời gian mất đi vì sự cân nhắc. Foo Chang Yong [Phúc Khang An] là một quân nhân tồi, bởi không đủ can đảm và tài ba về quân sự; nhưng y là tay đầy khôn ngoan. Tài sản và danh vọng của y đang bị đe dọa, y bèn xuống nước để chơi một ván bài tuyệt vọng. Y gửi sứ giả đến kinh thành Bắc Kinh phúc trình với nhà Vua về thành công tuyệt vời của chiến dịch, sau khi kể lại một vài trận đánh chưa hề xảy ra, chứng tỏ quân đội của Hoàng đế luôn được biểu thị là chiến thắng. Rồi làm chứng cho sự dũng cảm của kẻ thù; giả bộ công bằng, hợp lý trong việc nên trao vương miện mà Vua cũ [Chiêu Thống] đã từ bỏ, cho đối thủ phẩm chất xứng đáng hơn và được sự kính trọng mà mọi người dành cho y. Tóm lại, y đã đưa ra ý kiến rằng nên mời Quan-tung [Quang Trung] đến triều đình Bắc Kinh.

Như thường lệ y tỏ lòng tôn kính. Để trừng phạt Vua cũ giữ ngai vàng tại Đông Kinh [Chiêu Thống], đề nghị cùng lúc bắt làm quan nhỏ trong một tỉnh tại Trung Quốc để bồi thường cho việc mất Đông Kinh.

Triều đình nhà Thanh chấp nhận lời đề nghị của Phó vương. Vua chạy trốn Đông Kinh số phận cũng giống như trường hợp Federigo of Naples (6), khi Vua Louis nước Pháp tạo ra Duke of Anjou; phải từ bỏ vương miện, nhận chức quan nhỏ của Trung Quốc. Sau khi triều đình gửi văn thư mời Quang-tung [Quang Trung] đến Bắc Kinh;

tuy nhiên tướng Quang-tung cảnh giác nghĩ rằng có thể là trò lừa của viên Phó vương mưu bắt ông ta; đương nhiên không tin viên tướng đã bị đánh bại nhục nhã, vẫn còn ngờ mưu mô y đeo đuổi. Nhưng sau khi tham khảo với một trong những viên tướng tin cậy, họ đồng ý rằng viên tướng này sẽ đi sang kinh đô Trung Quốc, giả bộ là Vua Tung-quin [Đông Kinh] và Cochinchina [nước Việt Đàng Trong]. Ông ta nhận được danh dự xứng đáng tại sân đình Bắc Kinh, ban cho quà tặng, xác nhận là Vương Tung-quin [Đông Kinh] và Cochinchina [Việt Đàng Trong], trong tương lại được triều cống Vua Trung Quốc. Khi Vua giả trở về Huế, Quang-tung [Quang Trung] cảm thấy bối rối lớn cho việc phải làm sau này; nhưng biết rằng vụ việc không thể giữ bí mật vì có nhiều người chứng kiến, nên ông ta bày chuyện để giết người bạn và đồng bọn; đó là biện pháp duy nhất và chắc chắn để ngăn cấm trò lừa ông ta đã chơi hoàn toàn thành công, khỏi bị Vua Trung Quốc khám phá; sự việc xảy ra vào năm 1779 [chép sai năm, sự kiện thực sự xảy ra vào năm 1790].

Đối với những người quen với nhân vật Trung Quốc và cách làm việc của nhà nước này có chút ít ngạc nhiên rằng một vị chỉ huy quân đội có thể chuyển đến triều đình tối cao Bắc Kinh những báo cáo sai về tiến quân. Tại đây cơ hội có lợi cho sự giả dối thoát khỏi sự phát hiện; công trạng quân sự không có cách đo lường nào khác ngoài sự thành công; và hậu quả của một sự đảo ngược được xác định trên sợi dây cung; sự thật khó có thể được mong đợi đưa ra từ ngòi bút của người phải kể câu chuyện về thảm họa của chính mình. Vô ích khi Kien-lung [Càn Long] và Kia-king? thỉnh thoảng tuyên bố trừng phạt những tướng lãnh báo cáo láo những chiến trận chưa thực sự đánh, những chiến thắng chưa bao giờ thu hoạch được. Tòa án quân sự tại Bắc Kinh lúc bấy giờ xa xôi không nhận được sự thực, cũng như là tiền nhân họ 2000 năm về trước. Hèn chi Foo Chang Yong [Phúc Khang An] ở nơi xa cách 2.000 dặm, một quốc gia hoang dã ít thường xuyên lui tới; đã đặt điều với triều đình và sự lừa dối không bị phanh phui!

Chú thích:

1.Tác giả nhầm năm trị vì của Chúa Nguyễn Phúc Thuần với Vua Lê Hiển Tông miền Bắc. Vào năm 1774, Lê Hiển Tông trị vì 35 năm, riêng Chúa Nguyễn Phúc Thuần lên ngôi năm 1765, bấy giờ mới được 9 năm.

2.Theo chính sử, Nguyễn Lữ là em thứ hai, Nguyễn Huệ là em thứ ba.

3.Theo chính sử, thành phố phe nổi dậy đầu tiên chiếm được là Qui Nhơn.

4.Theo chính sử, Tổng đốc Lưỡng Quảng Tôn Sĩ Nghị mang quân sang đánh An Nam, còn Foo Chang Yong [Phúc Khang An] thay chức sau khi Tôn Sĩ Nghị thua. Tác giả Sir John Barrow tiết lộ đã gặp Phúc Khang An tại Bắc Kinh năm 1793.

5.So với chính sử đoạn này ghi thiếu chính xác, không

đề cập đến chiến thắng của Vua Quang Trung tại thành Thăng Long.

6. Federigo of Naples: là vị Vua cuối cùng của Naples, trị vì từ năm 1496 đến năm 1501.

3. Safety of the young Prince of the Cochinchina-His adventure-Bishop D'Adran carries the King'son to Paris-Treaty between him and Louis 16-Preparations for carrying the treaty into effect-De fetted by Madame de Vienne-Return of the legitimate king to Cochinchina

(An toàn cho Hoàng tử trẻ nước nước Việt Đàng Trong -Cuộc mạo hiểm của đức cha Bá Đa Lộc [百多祿] *mang con trai Vương đến Paris-Hiệp ước giữa Nguyễn Vương và Louis 16-Chuẩn bị thi hành hiệp ước cho hiệu quả-Hiệp ước thất bại bởi Madame de Vienne-Vị Vương hợp pháp trở về nước Việt Đàng Trong)*

Thời gian nội loạn tại nước Việt Đàng Trong, ba anh em [nhà Tây Sơn] gây cho Chúa Nguyễn; khiến một phần gia đình Hoàng gia và bộ thuộc rơi vào tay chúng, đều bị giết. Bấy giờ có một nhà truyền giáo người Pháp tên là Adran [Bá Đa Lộc] ngụ tại triều đình, người mà những thông tin khác nhau chép trong sách **Lettres edifiantes et curieuses** gọi ông ta là Apostolic Vica (1) of Cochichina. Nhà truyền giáo này có tình thân keo sơn với gia đình Hoàng gia, về phía Hoàng gia cũng rất kính trọng ngài. Thay vì đàn áp nhóm người theo đạo Thiên chúa nhỏ do nhà truyền giáo gây dựng trong nước, vị Chúa này đã bảo vệ họ; và ông không lo lắng nhiều về mối nguy hiểm từ một người theo một tôn giáo khác với tôn giáo của mình; nên ông không ngần ngại giao con trai duy nhất và cũng là người thừa kế ngai vàng của mình cho nhà truyền giáo kèm cặp. Về phía Giáo sĩ Bá Đa Lộc trong giai đoạn đầu tiên của cuộc nổi loạn, thấy rằng mối hy vọng an toàn cho ông ta và con chiên là phải bỏ chạy. Chúa [Nguyễn Phúc Thuần] đã vào trong tay quân nổi loạn, còn Hoàng hậu, Chúa trẻ [Nguyễn Phúc Ánh], vợ, con nhỏ, một người chị, nhờ sự giúp đỡ của Giáo sĩ Bá Đa Lộc, được trốn thoát. Lợi dụng bóng đêm, họ chạy ra khỏi kinh thành tương đối xa, rồi trốn trong rừng. Sống tại đây trong vài tháng, vị Chúa trẻ giống như Vua Charles nước Anh, dấu mình và tàn dư gia đình bất hạnh, không phải dưới gốc cây sồi [oak] (2), mà dưới gốc cây đa lớn, được đứng thiêng liêng sắp xếp ước lượng an toàn. Trong hoàn cảnh này họ nhận được sự nuôi dưỡng hàng ngày từ tay một Giáo sĩ Thiên Chúa tên Paul, người đã liều mình mang đồ ăn, cho đến khi cuộc lục soát không còn tiếp tục, quân lính rút đi.

Ngay sau khi quân địch bỏ đi, kẻ chạy trốn thiếu may mắn tìm cách về Sai-gong [Sài Gòn]; tại đây dân chúng đổ xô tôn phù chủ quyền hợp pháp, gắn vương miện cho Chúa trẻ [Nguyễn Phúc Ánh], dùng tên của người cha là Caung-shung [đúng hơn là Nguyễn Phúc Thuần, tên của người chú]. Điều xảy ra lúc này tại Sài gòn có một đạo thủy quân do người Pháp, Manuel, chỉ huy, cùng 7 thương gia Portugueze [Bồ Đào Nha] và một số đáng kể thuyền buồm và thuyền chèo. Nhờ cố vấn của Giáo sĩ Adran [Bá Đa Lộc], mua được một hạm đội, trang bị người và dụng cụ trong thời gian ngắn, với mục đích làm cuộc tấn công bất ngờ vào hạm đội quân nổi loạn, bấy giờ yên trí không ngờ xảy ra, đóng tại hải cảng Quin-nong [Qui Nhơn]. Gió mùa thuận lợi cho chiến dịch, họ tiến vào vịnh chỗ hạm đội quân địch đang thả neo lặng lẽ. Nhưng rồi báo động nổi lên, quân địch hành động ngay. Số phận hai bên chưa ngã ngũ; cho đến khi tàu Pháp, do người Pháp kể lại, chiến đấu rất tốt nhưng bị mắc cạn; chỉ huy 7 chiếc tàu Portugueze [Bồ Đào Nha] bỏ chạy, mang tàu đến Ma Cao [Quảng Đông]. Chúa trẻ [Nguyễn Vương Phúc Ánh] tỏ ra bình tĩnh và can trường, nhưng thế lực địch quá lớn bắt buộc phải tẩu thoát bằng cách vội vả rút lui.

Cuộc tấn công này xét ra có một phần hạm đội của Yin-yac [Nguyễn Nhạc] bị hư hoặc thiêu hủy, những không đáp ứng được mục tiêu; chỉ dấy lên sự chú ý của quân địch tại phương nam nước này. Caung-shung [Nguyễn Vương Phúc Ánh] thực sự sợ không trở về được Don-nai [Đồng Nai] vì gió mùa ngược chiều; trong khi thám báo cho biết đạo quân lớn của địch đang đuổi theo. Khi biết được sự chống cự trở nên vô vọng, Nguyễn Vương quyết định rời bỏ đất nước. Sau khi thu thập một phần gia đình còn lại, cùng với một số người trung thành, họ khởi hành từ sông Sai-gong [Sài Gòn] ra biển an toàn, đến một hòn đảo không người ở gọi là Pulo Wai [Cambodia] tại vịnh Siam [Thái Lan]. Tại đây, dần dần 1.200 dân gia nhập, sẵn sàng chiến đấu. Khi phe nổi loạn khám phá được chỗ Vương rút lui, quyết định đem quân đến đánh; Vương biết được ý định của địch, xử sự thận trọng bằng cách đi sang Xiêm, nhờ sự bảo vệ của Vua nước này, hơn là ngồi bó tay tại hòn đảo thiếu phòng thủ, thì sự tiêu diệt sẽ đến cho chính ông và bộ thuộc.

Bấy giờ Vua Xiêm đang giao tranh với Braamans [Miến Điện], lúc này nước Miến tiếp tục chiến thắng và xâm phạm một ít lãnh thổ. Caung-shung [Nguyễn Vương Phúc Ánh] vốn cao kiến, từ bỏ thái độ khúm núm không hành động chỉ dựa vào sự hào phóng của Vua Xiêm; bèn tình nguyện đi đánh giặc, dẫn đầu đạo quân thiện chiến 1.000 người. Vua Xiêm chấp nhận. Nhờ thu lượm được kiến thức về chiến thuật Âu Châu, do các thừa sai truyền cho, lần đầu tiên Nguyễn Vương đem thực hành. Thay vì nguy hiểm đánh vào chính diện, Vương chọn đánh bất ngờ một vài vị trí, dẹp chướng ngại vật, tiêu diệt chúng tại đơn vị lẻ; nói tóm tắt, sử dụng phép điều động không ngờ với người Miến, bắt buộc chúng phải giảng hòa theo điều kiện của Vương. Sau khi chiến thắng trở về kinh đô Xiêm, nhận được sự vui mừng và lòng tử tế của công chúng; riêng Vua Xiêm tặng Vương quà gồm vàng, bạc, và đá quí.

Trong thời gian Nguyễn Vương vắng mặt vì chinh chiến; Vua Xiêm đã yêu cầu mẹ Vương cho một người chị làm tỳ thiếp, lời yêu cầu bị bà ta khinh bỉ từ chối. Nhưng đang say mê vẻ đẹp của cô ấy, Vua Xiêm quyết định chiếm cho được với mọi giá; với mục đích này ông ta đề nghị chia ngai vàng, nhưng vẫn bị từ chối. Đến lượt Vua Xiêm cảm thấy bị xúc phạm, bèn khiển trách Hoàng tử di cư, tỏ ra ruồng bỏ, do đó ông ta và gia đình không được đánh giá cao; hai Vương gia vì việc này đâm ra cãi cọ. Và điều khác có khả năng hơn, là các tướng lãnh Xiêm ghen tị với Hoàng tử di cư, âm mưu thủ tiêu ngài; sự ghen tức đó cũng nằm trong tâm Vua Xiêm. Nhận thấy trận bão dấy lên chống ngài, Nguyễn Vương đem sự việc kể cho đám tùy tùng thân tín; họ khuyên ngài lập tức bỏ triều đình Xiêm, nếu chần chừ một đêm có thể nguy hiểm tính mệnh cho ngài. Rồi họ tính toán quyết định khởi hành vào chiều tối; với kiếm trong tay, đến bến cảng gần nhất, chiếm thuyền, lái thẳng đến đảo không người Pulo Wai [Cambodia]. Với số người đồng tâm từ nước Việt Đàng Trong và số người theo tại Xiêm tổng cộng lên đến 1500, chính Nguyễn vương và gia đình tiên phong trong đạo quân nhỏ, tấn công bằng vũ lực từ thủ đô Xiêm, vượt qua tất cả những kẻ ngăn cản, chiếm thuyền Xiêm và thuyền buồm Mã Lai đậu tại bến cảng, rong ruổi ra biển, đến an toàn tại đảo Pulo Wai [Cambodia]. Với súng và vũ khí lấy được trên thuyền, Nguyễn Vương củng cố nơi này, nhắm chống lại quân Vua Xiêm hoặc quân phe bạo loạn tại nước Việt Đàng Trong.

Adran [Bá Đa Lộc] trước đó mấy lần đi từ Xiêm đến các tỉnh miền nam nước Việt Đàng Trong nhắm thức tỉnh tình cảm dân chúng đối hoàng triều hợp pháp, thấy họ vẫn trung thành với người mình yêu thích và bất mãn tràn ngập đối với kẻ cướp ngôi. Ông ta hình thành chương trình xin Vua nước Pháp Louis thứ 16 giúp đỡ, nhắm đưa dòng hợp pháp lên ngai vàng; với những điều khoản mà bản thân ông không phản đối và cuối cùng có lợi lớn cho nước Pháp. Với quan điểm này, ông ta lên thuyền đi tìm vị Vương di cư [Nguyễn Vương Phúc Ánh]; trong một lá thư từ Podicherry [Ấn Độ] ông viết:

"Tôi gặp vị Vương thiếu may mắn này trong hoàn cảnh rất cơ cực, cùng một số ít bạn trung thành sống trên một trong những đảo nhỏ tại vịnh Xiêm La, gần ngã ba đến quốc vương Cambodia; quân lính ông đang sống bằng rễ cây đào dưới đất."

Dường như, ở đây Vương đã giao phó cho nhà truyền giáo chăm sóc con trai cả của mình; tha thiết cầu xin nhà truyền giáo trong trường hợp có bất kỳ tai nạn nào xảy ra với chính ngài, vẫn tiếp tục đưa lời khuyên và giúp đỡ con trai ngài như một người cha và một người bạn, và dạy cho y không quên mục tiêu thống trị ngai vàng hợp pháp, mà cha y đã bị tước đoạt vì bạo loạn.

Adran [Bá Đa Lộc] tỏ ra hài lòng Vương về vấn đề này, bèn cùng con Vương từ biệt, đáp thuyền đi Podicherry [Ấn Độ], rồi từ đó đi tàu Âu Châu đến Paris vào năm 1787. Tại đây Hoàng tử nhỏ tuổi trình diện tại sân đình, được chú ý và kính trọng; và chương trình của vị thừa sai được chấp thuận cao đến nỗi chỉ trong vài tháng một hiệp ước được soạn thảo xong xuôi giữa Vua Louis 16 và Vương nước nước Việt Đàng Trong và được ký tại Versailles giữa Comptes de Vergennes và Montmorin thay mặt Vua nước Pháp, và Hoàng tử trẻ tuổi thay mặt Vương nước nước Việt Đàng Trong. Sau đây là những điều khoản chính của hiệp ước đặc biệt này, mà tôi tin rằng lần đầu tiên được công bố:

1. Sẽ có một liên minh tấn công và phòng thủ giữa hai nhà vua Pháp quốc và nước Việt Đàng Trong, bằng cách đó họ thỏa thuận sẽ cung cấp cho nhau sự hỗ trợ để chống

lại tất cả những kẻ có thể gây chiến với một trong hai bên ký kết.

2. Để hoàn thành mục tiêu này, sẽ được đặt dưới quyền chỉ huy của Vương nước Việt Đàng Trong một hạm đội gồm 20 thuyền chiến của Pháp, với kích cỡ và hỏa lực phù hợp với nhu cầu công việc của Vương.

3. Năm trung đoàn lính châu Âu và hai trung đoàn lính thuộc địa sẽ được gửi ngay lập tức đến Vương nước Việt Đàng Trong .

4. Vua Louis XVI cam kết trong vòng bốn tháng sẽ cung cấp một khoản tiền 1 triệu đô la, trong đó 500.000 bằng tiền mặt, số còn lại bằng diêm sinh, đại bác, súng trường và những thiết bị quân sự khác.

5. Kể từ khi binh lính Pháp đặt chân lên lãnh thổ của Vương nước Việt Đàng Trong, họ và các tướng lĩnh bộ binh và hải quân sẽ nhận lệnh của Vương nước nước Việt Đàng Trong. Để đạt được mục đích này, các sĩ quan chỉ huy sẽ được cung cấp chỉ thị từ bề trên Thiên Chúa giáo để tuân thủ mọi việc và mọi nơi, ý muốn của đồng minh mới.

Mặt khác:

1. Vương nước Việt Đàng Trong cam kết ngay sau khi vương quốc được ổn định, sẽ cung cấp tất cả những thứ cần thiết về trang thiết bị, lương thực, để hạ thủy 14 tàu chiến, khi có yêu cầu của sứ giả Vua nước Pháp; và để thực hiện tốt mục tiêu này, một nhóm sĩ quan và hạ sĩ quan hải

quân sẽ được gởi từ châu Âu đến để xây dựng một cơ sở thường trực ở nước Việt Đàng Trong.

2. Hoàng thượng Louis 16 sẽ cử các lãnh sự thường trú tại các địa điểm ven bờ biển nước Việt Đàng Trong, ở những nơi mà Hoàng thượng thấy cần thiết. Các lãnh sự này sẽ được cấp đặc quyền đóng, hoặc nhờ người khác đóng các tàu, khu trục hạm và các loại phương tiện khác mà triều đình xứ Đàng Trong không được ngăn cản vì bất cứ duyên cớ gì.

3. Sứ giả của vua Louis 16 tại ở triều đình nước Việt Đàng Trong sẽ được cấp phép khai thác gỗ ở mọi khu rừng nào mà họ tìm được gỗ thích hợp cho việc đóng chiến hạm, khu trục các loại.

4. Vương nước nước Việt Đàng Trong và hội đồng vương quốc của ngài sẽ nhượng vĩnh viễn cho Hoàng thượng vô cùng mộ đạo, và những người kế tục vương nghiệp của ngài, hải cảng và vùng đất Han-san (vịnh Turon [Đà Nẵng]và bán đảo) và các đảo lân cận từ *Faifo* [Hội An] ở phía Nam đến *Hai-wen* [Hải Vân] ở phía Bắc.

5. Vương nước nước Việt Đàng Trong cam kết cung cấp người và vật tư cần thiết cho việc xây dựng các đồn lũy, cầu cống, đường xá, bồn chứa nước, vv. những thứ được cho là cần thiết trong việc bảo đảm an ninh và phòng thủ những nhượng địa dành cho đồng minh đáng tin cậy của ngài, tức vua nước Pháp.

6. Trong trường hợp dân bản xứ bất cứ lúc nào không

muốn ở lại trên phần nhượng địa, họ cũng sẽ có quyền tự do ra đi, giá trị tài sản mà họ để lại sẽ được đền bù. Luật lệ dân sự cũng như hình sự sẽ không thay đổi; mọi ý kiến tín ngưỡng sẽ được tự do; thuế khóa sẽ do người Pháp thu gom theo thông lệ nước này; và nhân viên thu thuế sẽ được cùng chỉ định bởi sứ giả Pháp và Vương nước nước Việt Đàng Trong; nhưng Vương sẽ không đòi hỏi phần nào trên tiền thuế thu được, nó sẽ thuộc về đức Vua rất mộ đạo Thiên Chúa để trang trải những chi phí ở nhượng địa.

7. Trong trường hợp mà đức Vua rất mộ đạo Thiên Chúa quyết định tham chiến ở nơi nào đó thuộc Ấn Độ, viên chỉ huy quân đội Pháp sẽ được phép tuyển 14.000 quân, và ông ta sẽ cho tập luyện theo cách như ở Pháp, và đào tạo họ theo kỷ luật quân đội Pháp.

8. Trong trường hợp một số cường quốc tấn công người Pháp trên lãnh thổ nước Việt Đàng Trong, Vương nước Việt Đàng Trong sẽ cung cấp 60.000 lính lục quân hoặc nhiều hơn, do Vương nước Việt Đàng Trong cung cấp áo quần và lương thực, vv...

Ngoài các điều khoản này, hiệp ước còn chứa vài điều khoản khác ít quan trọng hơn, nhưng người ta có thể tin rằng tất cả các điều khoản đều rất có lợi cho Pháp. Adran [Bá Đa Lộc] được thăng chức Giám mục, với nhiệm vụ Giám mục xứ nước Việt Đàng Trong và được chỉ định làm Đại sứ đặc biệt toàn quyền của triều đình. Chỉ huy đạo quân định khởi hành cuộc viễn chinh dưới sự quản lý và chỉ đạo duy nhất của Giám mục, có nghĩa là được trao cho M. Custin hoặc M. De Frêne lo toan. Giám mục mong muốn Conway, Thống đốc Podicherry [thuộc Ấn Độ] làm chỉ huy; nhưng Vua Louis dường như rất ghét vị sĩ quan này, theo ông ta Conway là kẻ vô đạo đức, không theo nguyên tắc, kiêu hãnh, một người đàn ông ám ảnh bồn chồn. Hãy quan sát lời vị Vua tốt này:

"Ngài Adran [Bá Đa Lộc], *ngài tự làm khổ mình, dẫn đến có lợi cho Conway. Hãy tin tôi, y sẽ gây cho ngài nhiều sự khó chịu làm hỏng cách nhìn về cuộc hành trình. Tôi đã đưa y làm Thống đốc tại India vì chỉ muốn ngăn y âm mưu tại đây và gây cho vấn đề trở nên hỗn loạn. Tôi biết rằng em y, chính y, và Dillon không chịu để yên ổn phút chốc nào. Y có thể là một quân nhân tốt, đủ sức để đóng tại Podicherry; nhưng không thể tin khi đứng đầu quân đội. Nhưng vì lợi ích của ngài, sẽ ban cho y 'red ribbon'* [ruy băng đỏ], *và cấp bậc Thiếu tướng."*

Vấn đề cho đến nay đã được kết luận tại Paris; vị Giám mục với bản hiệp ước trong túi áo, Hoàng tử do ông chăm sóc, hàng hành đến Podicherry [thuộc Ấn Độ], trên chiếc tàu khu trục Meduce, với trách nhiệm Đại sứ toàn quyền của Vua Louis đến gặp Vương nước nước Việt Đàng Trong. Ông ta viếng thăm Isle of France [Mauritius, Ấn Độ Dương], ông tìm được một tàu thủy với 15 khẩu súng, 7 khu trục, và vài tàu vận tải. Ông cũng tìm thấy một số quân lính sẵn sàng trên đảo và Bourbon, số lượng khoảng bốn hoặc năm ngàn người. Tàu được lệnh trang bị đầy đủ với khả năng điều động và quân lính sẵn sàng lên tàu. Thời điểm một chiếc thuyền cố vấn sẽ đến từ Pondicherry, mà ông dự định sẽ phái đi, khi nó đến thì lệnh có hiệu lực.

Vào thời gian Giám mục đến Pondicherry vào năm 1789, chuyện xảy ra liên quan đến một người đẹp nổi tiếng tên là Madame de Vienne, vợ viên Trợ lý tướng Conway, và là tình nhân của vị tướng này. Giám mục vốn kính trọng tất cả những phụ nữ nổi bật ở khu định cư, nên người ta gợi ý cho ngài phải đến thăm nàng. Ngài không những từ chối mà lại tỏ ra vô cùng phẫn nộ với việc nàng thân mật với vị tướng. Nhân dịp này ngài sử dụng nhiều từ ngữ nặng nề, lên án một cách nghiêm khắc hành vi gây tai tiếng của cả vị tướng và tình nhân. Những lời này, được người thân thiết với Madame de Vienne kể lại cho nàng nghe. Tức giận khi nghe những lời nhận xét, nàng cho là vô lễ; nên quyết định trả thù ngay. Madame de Vienne có được sự ảnh hưởng tuyệt đối đối với tướng Conway. Trong một buổi họp lớn, nàng đã nhân cơ hội này chế giễu dải ruy băng đỏ [do Giám mục đưa cho tướng Conway], nàng coi đó như một món đồ trang sức được tặng làm trò tiêu khiển hài hước vui vẽ, chứ không phải là sự tôn trọng đối với công lao của vị tướng lãnh này. Nàng tỏ vẻ khinh miệt cấp bậc Conway được thăng, và gọi đó là quân đội Giáo Hoàng, dưới quyền một Giám mục. Nói tóm lại người đẹp giận dữ rất giỏi lung lạc tâm tình tướng Conway, nàng thành công dùng quan điểm của mình chinh phục người tình, khiến ông ta tạm thời đình chỉ bước tiến cuộc viễn chinh. Để đạt mục đích này, ông ta điều một chiếc tàu tốc độ nhanh đến Mauritius, với mệnh lệnh đình chỉ cấp binh khí, chờ khi có lệnh khác từ tòa tại Versailles. Rồi vào lúc này, cuộc cách mệnh bùng nổ tại nước Pháp, chấm dứt hoàn toàn mọi sự tiến triển của chương trình. Nếu biến cố này không xảy ra, khó có thể bảo kết quả ra sao về hiệp ước chúng ta chiếm giữ ở Ấn Độ và việc buôn bán của Công Ty Đông Ấn tại Trung Quốc (3); nhưng có đủ bằng chứng rằng nó chống lại sự phá hủy của cả hai.

Hoàn cảnh bất lợi chấm dứt cuộc viễn chinh; nhưng không ngăn chặn nổi ý định đức Giám mục theo đuổi chương trình tái thiết lập một chính phủ Hoàng gia hợp pháp tại nước Việt Đàng Trong nếu vị Vương này còn sống; hoặc vị Hoàng tử trẻ tuổi lên ngôi báu của tổ tiên, nếu người cha đã mất. Ông ta đã đưa vị Hoàng tử này đến thăm một vài cơ quan tại Pháp, và họ đã hẹn nhau ở vùng đất mới. Một ít người này là kẻ tình nguyện, cùng đức Giám mục và Hoàng tử trẻ khởi hành trên chiếc tàu buôn đến Cap St. Jacques [Vũng Tàu], tại cửa con sông dẫn đến Sai-gong [Sài Gòn], nơi này họ hy vọng có thể gặp được quân thám báo của Nguyễn Vương.

Chú thích:

1. Apostolic Vica: Nhà tu đứng đầu phái bộ truyền giáo.

2. Vua Charles nước Anh trốn dưới gốc cây sồi vào năm 1651.

3. Công ty Đông Ấn do Anh thiết lập năm 1600 và giải thể năm 1874 buôn bán tại vùng Ấn độ Dương và nam Á Châu.

4. Return of the legitimate king to Cochinchina-His Warrious successes over the usurpers-

(Vị Vương hợp pháp trở về nước Việt Đàng Trong -Quân của ngài thành công dẹp bạo loạn)

Tại Cape St. Jacques [Vũng Tàu] Giám mục biết rằng sau khi bọn ông khởi hành đi Pondicherry [Ấn Độ], vị quân vương thiếu may mắn phải tiếp tục sống gần 2 năm trên đảo Pulo Wai [Cambodia], cùng bộ hạ chia sẻ rễ cây rừng. Còn hai anh em phe nỗi loạn thì đấu khẩu và cãi vã liên miên; nên những thần dân trung thành xin ngài có mặt tại Don-nai [Đồng Nai], lời khẩn khoản khiến ngài được thuyết phục mạo hiểm một lần nữa, đổ bộ vào lãnh địa cũ. Với mọi người trên dưới nhiệt tình đổ xô, Nguyễn Vương tiến quân một mạch đến Sai-gong [Sài Gòn]. Việc phòng thủ thành này lập tức tăng cường, mọi việc nằm trong vòng trật tự. Thời thế lúc ngài đổ bộ đặc biệt thuận lợi, hai anh em phe nỗi loạn đóng chặt cửa thành, chuẩn bị đánh nhau. Tin tức thuận lợi này thúc đẩy Giám mục, Hoàng tử tiến bước, họ gặp Nguyễn Vương vào năm 1790 (1). Bọn họ có một tàu nhỏ đi theo dùng để chở vũ khí, đạn dược; nhưng viên hạm trưởng Richerie bị kết tội đã bán một phần lớn hàng tại Malacca [Mã Lai] để tiêu riêng.

Cuộc gặp gỡ giữa Nguyễn Vương, con ngài và thầy dạy [Giám mục] vui mừng không diễn tả nổi! Không để phí thời gian, họ xếp đặt chương trình chiến đấu mạnh mẽ với phe nỗi loạn. Phần lớn của năm thứ nhất chiếm đóng là củng cố Sài Gòn, chiêu mộ và huấn luyện quân lính vào kỹ luật; thu thập trang bị một hạm đội.

Vào năm 1791(2), Quang Trung mất tại Huế, người con trai 12 tuổi nối ngôi, cai trị Đông Kinh và phía bắc nước Việt Đàng Trong. Sự việc xảy ra khiến Caung-shung [Nguyễn Vương Phúc Ánh] dường như thấy cần phải hợp pháp triển khai triều đại cho cả nước, bèn khởi sự hành quân đánh Yin-yac [Nguyễn Nhạc]. Riêng Yin-yac vốn ghét người em, nên không muốn cho người cháu tại Huế giữ vị trí cũ. Sự việc Vua Trung Quốc phê chuẩn cho cha y làm Vua Đông Kinh là nguyên nhân đầu tiên hận thù giữa hai anh em. Nhưng tất cả những trận đánh với người cháu, Yin-yac thua tồi tệ, mất nhiều đất. Không còn cách gì hơn, Yin-yac đành phải giảng hòa với Vua trẻ tuổi Đông Kinh. Với ý kiến rút ra từ kinh nghiệm, đức Giám mục ra sức thúc dục tấn công lập tức vào hạm đội của Yin-yac tại hải cảng Quin-nong [Qui Nhơn]; và lực lượng bộ cũng xét đến, về phương diện số lượng và kỹ luật có thể đánh bất cứ đạo quân nào lăm le từ trong nội địa. Nguyễn Vương có một vài tàu, còn quân phản loạn thì rất đông, nhưng nằm im trong cảng vì trái với gió mùa. Quân Nguyễn Vương thuận gió, khởi hành vào mùa xuân năm 1792, giao tất cả hạm đội dưới quyền chỉ huy của 2 Sĩ quan người Pháp, họ chỉ huy 2 tàu Pháp, trực chỉ đến Quin-nong [Qui Nhơn]. Ông D'Ayot nói rằng thuyền của họ trên đường tiến quân đã tàn phá hết thuyền đối phương; hoặc đốt, đánh chìm hoặc phá hủy; riêng thuyền ông tiến quá sâu, vị mắc cạn. Nguyễn Vương sau khi quan sát tai nạn xảy ra có lời nhận xét rằng mặc dù có sự tổn thất, nhưng ngài vui mừng vì chiếc tàu đã giúp ông thi thố khả năng, cũng như ông D'Ayot *"Ông ta đã có sự đóng góp, mà tôi không thể mong đợi gì hơn."*

Cuộc tấn công hầu như hoàn toàn bất ngờ đối với Yin-yac [Nguyễn Nhạc]; bấy giờ ông ta và các quan trong triều mãi vui thú săn bắn, đi sâu trong rừng khoảng 30 dặm [dặm Anh=1.6 km.]. Tham dự cuộc vui này không phải chỉ có một ít cận thần, số lượng phần lớn là quân lính, tương đương với một đạo quân nhỏ. Họ bao vây một khu rừng rậm, làm cho thú vật kinh sợ nhảy chồm lên; phần nhiều là voi lớn, cọp hung dữ, trâu rừng; rồi xiết chặt vòng vây hẹp lại, cho tụ lại tại một lỗ, dùng giáo đâm, hoặc bắt đem về. Báo động có địch truyền đến đám đông vui săn, tại bờ biển quân Nguyễn Nhạc tuy thành hàng, nhưng yểm trợ ít cho hạm đội, khiến hầu như bị tiêu diệt.

Trong một chốc nước lên, tàu của D'Ayot nổi trở lại; Nguyễn Vương ra lệnh rút lui. Thấy một ít thuyền buồm của quân nổi loạn còn lại nằm tại góc phía trên hải cảng, nhưng Nguyễn Vương cũng không muốn tiêu diệt thêm và mĩa mai bảo:

"Khi Nguyễn Nhạc hết thích săn bắn, hắn ta lại nuốn đi câu làm vui. Không cần tước đoạt hết thuyền kia, để cho y làm một nghề vô hại."

Vào mùa xuân năm sau (1793) khi hạm đội Anh trên đường đi Trung Quốc (3), đã từng đến đậu tại vịnh Turon [Tourane, Đà Nẵng]. Vào lúc này toàn bộ đất Don-nai

[Đồng Nai] do chính quyền hợp pháp [Nguyễn Vương] nắm giữ. Chang [Bình định, Quảng], phần giữa nước này do phản loạn Yin-yac [Nguyễn Nhạc] chiếm; và Hué [Huế], phần còn lại nước, và các đảo gần Turon [Tourane, Đà Nẵng] đều cai trị bởi con Quan-tung [Nguyễn Quang Toản], tên nhỏ tuổi đã đề cập ở trên, đặt triều đình tại Huế. Tuy nhiên chẳng, chút ngạc nhiên chúng tôi đã chứng kiến lúc tàu hiện diện tại nơi này đã gây nên một ít báo động và tình trạng thiếu tin cậy. Vì trước đó ông bạn người Bồ Đào Nha Manuel Duomé đã cho biết, bằng nỗ lực buông lời dèm pha có lợi cho y, để y không bị ngăn cản trong việc buôn bán độc quyền chiếm lợi nhuận trong vài lần giao dịch với dân bản xứ. Những điều này và sự kiện xuất hiện sau đó giúp kết luận ngay rằng chúng tôi đang phục vụ cho quốc vương hợp pháp, chúng tôi nên đến Sai-gong thương lượng chiếm hữu Turon [Tourane, Đà Nẵng]. Và thực sự tại đây lúc bấy giờ họ [phe Nguyễn Quang Toản] đang tập trung một lực lượng quân đáng kể có cả voi trận, tại vùng phụ cận; hiện tượng này kéo dài không chỉ một vài ngày mới biến mất.

Nhưng trước khi tiếp tục trình bày sự giao dịch của chúng tôi tại nước này, hoặc cách cư xử và bề ngoài của dân tại đây; tôi xin kể tiếp về sự tiến triển Vương Caung-shung [Nguyễn Vương Phúc Ánh] dành được trong công cuộc giải phóng cho vương triều. Và xin chọn lọc từ những tài liệu tôi thu thập được những đặc trưng hàng đầu về nhân vật xuất chúng này. Có thể đánh giá một cách công bằng rằng ông ta đứng ngang hàng với một số người thiên tài bẩm sinh cai trị trong thế giới này; những người thỉnh thoảng xuất hiện trong tất cả các nước, với vẻ lộng lẫy vượt trội hơn hẳn những người phàm khác. Cũng nên kể cho người đọc rằng một phần bản thảo tôi vừa trình bày và những điều tiếp theo là tư liệu trong hồi ký viết tay của ông Barissy, sĩ quan tình báo Pháp, chỉ huy một chiếc tàu khu trục phục vụ vương triều này. Và do phần trước rất phù hợp với những gì chúng tôi tìm hiểu được ở vịnh Turon [Tourane, Đà Nẵng], thông qua phiên dịch của chúng tôi, một thư ký người Trung Quốc của chính quyền nơi đó; và có sự liên hệ khác với các vị Thừa sai trú ngụ tại đó, tôi không ngần ngại ngầm tin tưởng mức độ chính xác ở phần sau. Sự kiện qua tư liệu được chứng thực qua sự hợp tác của hai người Anh, từng đến thăm Sai-gong [Sài Gòn] vào các năm 1799 và 1800.

Tên phản loạn Yin-yac [Nguyễn Nhạc] không làm sống lại được hạm đội đã bị thiêu hủy. Hắn mất năm 1793 do bệnh não, sau khi chúng tôi rời khỏi Turon [Tourane, Đà Nẵng] vài tháng. Nguồn tin nêu lên, được cho rằng cái chết gây ra bởi cơn thịnh nộ, cùng tuyệt vọng vì sự thành công của vị Vương hợp pháp. Nhưng cũng có nguồn tin khác cho rằng y điên loạn không kiểm soát được, nên kẻ âm mưu nhân dịp thủ tiêu y bằng thuốc độc. Con y lên nắm quyền bính, nhưng anh ta sẵn với tất cả sự tồi tệ, không có tài cán như người cha; độc ác, gian dối và đầy thù hận, bị mọi người ghét. Vào năm 1796, Caung-shung [Nguyễn Vương Phúc Ánh] đánh chiếm thủ đô của y bằng bộ binh. Bấy giờ y có 100 ngàn quân, nhưng Nguyễn

Vương với lực lượng ít hơn, đã đánh bại và chiếm thành Quin-nong [Qui Nhơn]. Trong dịp này, một trường hợp đã xảy ra về lòng độ lượng phi thường của Caung-shung [Nguyễn Vương Phúc Ánh]. Khi quân trong thành đầu hàng, Nguyễn Vương sau khi tham chiến suốt ngày, kiếm lăm lăm trong tay, mệt mỗi ngồi trên ghế kiệu để truyền lệnh vào thành. Khi kiệu băng qua phía trong cửa, bị một kẻ nấp trong thành lũy bắn. Lính hộ vệ lập tức bắt được thủ phạm, trói quặt tay sau lưng, lôi đến trước mặt Vương. Họ khám phá ra rằng y là sĩ quan cấp tướng, thân thuộc với bọn bạo loạn. Theo tục lệ Trung Quốc trong trường hợp muốn giảm nhẹ hình phạt tử hình; Nguyễn Vương bảo y, thay vì chém bay đầu; thể theo cấp bực của y sẽ đưa 3 vật giúp lựa chọn cách chết: một liều thuốc độc, một giải lụa dùng thắt cổ, hoặc một chiếc dao găm. Tên tướng phản loạn đáp:

"Nếu ông không sợ tôi, hãy lập tức thả tôi ra; tôi thề rằng không sống dưới sự che chở của ông hoặc tuân theo luật pháp của ông. Nếu ông dám theo lời yêu cầu, tôi sẽ trở về Huế; với cấp bực và tư cách, tôi sẽ được giao chỉ huy một đơn vị quân đội và sẽ rất hãnh diện được gặp ông!"

Lời nói táo bạo và thẳng thừng của viên tướng địch gây ấn tượng, khiến Nguyễn Vương ra lệnh cởi trói, đưa y đến biên thùy phía bắc. Rồi năm sau chính viên tướng này là cấp chỉ huy số hai trở lại vây thành Quin-nong [Qui Nhon], y chết tại đây.

Con của Yin-yac [Nguyễn Nhạc] hoàn toàn bị khuất

phục, đất nước của y cho đến vịnh Turon [Tourane, Đà Nẵng] đều nằm trong chính quyền hợp pháp. Tên thủ lãnh phản loạn trẻ [Nguyễn Quang Toản] vẫn còn đóng đô tại Huế chiếm giữ vùng đất Tung-quin [Đông Kinh] mong chống lại với Caung-sung [Nguyễn Vương Phúc Ánh], người đang chuẩn bị vũ khí đáng gờm để thôn tính. Mặc dù không có tường thuật xác thực nào, kể từ thời kỳ này tôi đã đến Anh; nhưng có căn cứ để tin rằng Nguyễn Vương đã chinh phục được toàn vẹn lãnh thổ.

Chú thích:

1. Chính sử ghi Giám mục Bá Đa Lộc và Hoàng tử Cảnh trở về nước vào tháng 6 năm Kỷ Dậu [22/7-20/8/1789].

2. Về ngày mất của Vua Quang Trung **Đại Nam Liệt Truyện** và **Thanh Thực Lục** đều ghi vào ngày 29 tháng 9 năm Nhâm Tý [13/11/1792]; riêng **Đại Nam Thực Lục** ghi vào tháng 7 năm Nhâm Tý [18/8-15/9/1792]

3. Hạm đội của sứ bộ Macartney gồm 3 chiếc tàu, dẫn đầu là chiến ham Lion đến Đà Nẵng vào ngày 24 tháng 5 năm 1793, qua bờ biển Trung Quốc vào tháng 6, đến Bắc Kinh vào tháng 8, yết kiến Vua Càn Long vào tháng 9 năm 1793.

5. His character-His attachment to the Bishop D'Adran-Extraordinary energy of his bodily and mental faculties-His land and marine forces. (*Tính cách và phẩm chất của Nguyễn Vương - Sự gắn bó giữa ngài với Giám mục Bá Đa Lộc - Năng lực phi thường của ngài về thể chất và tinh thần – Lực lượng bộ binh và hải quân của ngài.*)

Từ năm 1790 khi Caung-sung [Nguyễn Vương Phúc Ánh] trở về nước cho đến năm 1800; ông chỉ hưởng được 2 năm 1797,1798 hòa bình. Có lẽ đó là thời gian quan trọng kể từ thời kỳ triều đại gặp rắc rối cho đến lúc này. Dưới sự bảo trợ của Giám mục Bá Đa Lộc, nhân vật rất quan trọng như một nhà tiên tri trong việc thực hiện; Nguyễn Vương lưu ý cải cách đất nước. Ông ta mở xưởng chế diêm tiêu (1) tại Fen-tan; mở đường lập trạm thông tin giữa các đồn và thành phố, hai bên đường trồng cây che mát. Ông khuyến khích dân chúng trồng đậu và ớt tiêu trên những đồn điền trước đây bị tàn phá bởi quân phản loạn. Ông ban thưởng cho kẻ truyền bá tơ tằm; dành vùng đất rộng lớn để trồng mía; và lập xưởng chế hắc ín, nhựa đường. Ông thúc đẩy chế tạo hàng ngàn khẩu súng hỏa mai; khai các mỏ sắt, xây dựng lò luyện kim. Ông chia lực lượng bộ binh thành những trung đoàn chính qui; lập trường quân sự, tại nơi này huấn luyện viên Âu Châu dạy các sĩ quan lý thuyết về đạn dược, vũ khí. Giám mục Adran [Bá Đa Lộc] đã dịch sang chữ Hán hệ thống chiến thuật quân sự, dùng cho quân đội của Vương. Trong thời gian 2 năm ông đã đóng xong 300 thuyền sử dụng súng lớn, hoặc thuyền buồm; 5 thuyền chèo, 1 tàu khu trục theo kiểu Tây Phương. Ông xây dựng hệ thống chiến thuật hải quân; sĩ quan hải quân của ông đều được huấn luyện dùng tín hiệu. Một người Anh đến Sài Gòn năm 1800 mà tôi đã đề cập, thấy một hạm đội thuyền gồm 1.200 buồm, dưới sự trực tiếp điều khiển của vị Vương này, thả neo dọc theo sông rất trật tự, chia làm 3 sư đoàn tạo thành những thế trận, đóng hoặc mở, thao tác những cách khác nhau, tuân theo tín hiệu.

Trong thời gian hòa bình này ông ta biết cách cải cách hệ thống pháp luật, chắc chắn ông được sự giúp đỡ của Giám mục. Ông đã hủy bỏ một số cách hành hạ tội nhân, mà luật pháp nước này từ xưa đến bấy giờ vẫn làm, và giảm hình phạt xét ra không cân xứng với tội. Ông cho thiết lập trường công, bắt buộc bằng hình phạt, khiến cha mẹ phải cho con đi học vào năm 4 tuổi. Ông đặt ra một hệ thống luật lệ thu lợi tức buôn bán cho vương quốc, bắc cầu qua sông, đặt phao và dấu hiệu nơi nguy hiểm tại bờ biển; thực hiện khảo sát tại các vịnh và bến cảng. Ông đưa những toán đặc nhiệm đến các vùng núi non miền tây Vương quốc, tại nơi dân Lào và Mèo sinh sống, nhằm đưa họ vào văn minh và cai trị. Những người miền núi này bị người Trung Quốc kỳ thị gọi là *"Người có đuôi"*; nhưng thực ra họ có khả năng là hậu duệ dân tộc của một đế chế văn minh.

Nói vắn tắt, nước quân chủ này qua sự miệt mài ứng dụng nghệ thuật, sản xuất; giống như Peter nước Nga (2), không dùng sự tàn bạo, lấy sự trong sạch cá nhân làm mẫu mực gây niềm phấn khởi cho con dân trong nước;

và cũng giống như nhân vật bất tử Alfred (3) của chúng ta, đã không tiếc công sức để xây dựng đất nước. Với nỗ lực hành động và gắng sức, chỉ trong vòng chưa đầy 10 năm, ông đã hình thành từ bước đầu một tàu chiến, đã tích lũy được một hạm đội gồm 1200 tàu, trong đó có 3 chiếc được xây dựng theo kiểu tây phương, khoảng 20 ghe mành giống như của Trung Quốc, nhưng được trang bị đủ người, vũ khí; và số còn lại là thuyền vũ trang và vận tải.

Nói theo nghĩa chặt chẽ nhất của từ ngữ, Caung-sung [Nguyễn Vương Phúc Ánh] tượng trưng cho một quân nhân hoàn hảo. Ông ta được cho là vị tướng thân yêu và đáng kính hơn là nhà cai trị; vị tướng can đảm nhưng không liều lĩnh, dồi dào ý tưởng khi cần vượt qua khó khăn. Tư tưởng ông thường đúng, cách cư xử cứng rắn; không chán nản lúc gặp khó khăn, hoặc bỏ cuộc trước các chướng ngại. Ông thận trọng khi quyết định; một khi bắt tay vào giải quyết thì nhanh nhẹn và mạnh mẽ để thực hiện; trong chiến trận, ông luôn luôn sáng suốt phân biệt rõ ràng. Là người đứng đầu quân đội, ông tỏ ra vui vẻ hài hước; lịch sự và chú ý đối với kẻ dưới quyền; tránh tỏ ra ưu đãi một cá nhân nào hơn những người còn lại. Ký ức ông rất chính xác, nhớ tên hầu hết các thành phần trong quân. Ông vui vẻ trò chuyện với lính, thường nói về những thành tựu và mạo hiểm, hỏi thăm vợ con họ, nếu con còn đi học thì bàn việc xếp đặt cho nó trong tương lai. Nói tóm lại, ông đề cập đến những chi tiết nhỏ nhặt liên quan đến vấn đề trong nước.

Cách cư xử với người ngoại quốc, Nguyễn Vương tỏ ra dễ mến và khiêm nhường. Đối với những sĩ quan Pháp làm việc dưới quyền ông ta rất lưu ý; đối đãi với họ hết sức lễ phép, thân ái và vui vẻ. Trong các cuộc đi săn dã ngoại, tiệc tùng; một trong số sĩ quan này luôn luôn được mời tham dự. Ông công khai tuyên bố sự tôn kính lớn lao của mình đối với giáo lý của Cơ đốc giáo, chấp nhận tôn giáo này và thậm chí cả những tôn giáo khác trong lãnh thổ của mình. Ông tuân thủ nghiêm ngặt nhất các nguyên tắc về lòng hiếu thảo, như đã nêu trong tác phẩm của Khổng Tử, khiêm cung trước mặt mẹ mình (vẫn còn sống), như đứa trẻ đứng trước chủ nhân.

Ông rất quen thuộc với những công trình nổi bật của các tác giả Trung Quốc; lại thâu hoạch kiến thức trong **Bách Khoa Toàn Thư** do Giám mục Bá Đa Lộc dịch sang Hán văn; hiểu biết không hề tầm thường về nghệ thuật và khoa học châu Âu, trong đó ông gắn bó nhất về những kiến thức liên quan đến hàng hải và đóng tàu. Nắm chắc thu lượm hoàn chỉnh kiến thức lý thuyết và thực hành để kiến trúc tàu thuyền Âu Châu; ông ta mua một chiếc tàu Bồ Đào Nha, với mục đích tháo ra từng phần, từng tấm để riêng, rồi tự tay ráp lại với tấm khác giống y; cho đến khi mọi dầm, gỗ, đầu gối, ván đều thay thế bởi cái mới do ông chế tạo, và chiếc tàu được cải tạo hoàn toàn mới.

Năng lực về trí tuệ của Vương không kém phần thể chất. Thực sự ông như là chiếc lò xo chính cho mọi chuyển động diễn ra trong vương quốc rộng lớn và thịnh vượng này. Người quản lý cảng và kho vũ khí, thợ chính của xưởng đóng tàu và kỹ sư trưởng của mọi công tác, không có việc gì được thực hiện mà không có lời khuyên và chỉ dẫn của ông. Trong trường hợp đã đề cập ở trên, không một cái đinh nào đóng mà không hỏi ông; không một cỗ súng được đặt lên mà không có lệnh của ông. Ông không những đưa lời chỉ dẫn chi tiết; lại còn thực sự quan sát kẻ dưới làm.

Để có thể làm tốt hơn những điều quan tâm về chính phủ; cách sống của ông được quy định bởi thời khắc cố định. Từ chiếc ghế dài, ông thức dậy vào lúc 6 giờ sáng, rồi đi tắm bằng nước lạnh. Vào 7 giờ, giải quyết việc quan: đọc những giấy tờ nhận từ hôm trước, lần lượt ra lệnh, để người thư ký ghi lại đầy đủ. Rồi ông đến xưởng hải quân, xem xét công việc đã làm lúc ông vắng mặt; chèo thuyền trên bến cảng kiểm soát các tàu chiến. Ông đặc biệt chú ý đến cục quân nhu, lò đúc nhô lên trong xưởng, đúc đại bác nhiều cỡ.

Vào lúc 12 giờ hoặc 1 giờ chiều ông ăn sáng tại xưởng hải quân với chén nhỏ cơm và cá khô. Lúc 2 giờ trở về nghỉ tại phòng, rồi ngủ cho đến 5 giờ. Lại thức dậy, cho các sĩ quan bộ binh, hải quân, chánh tòa, cơ quan nhà nước gặp mặt; nghe lời đề nghị của họ, rồi đồng ý, hoặc chống lại hay sửa đổi. Ông lo công việc nhà nước cho đến nữa đêm, sau đó nghỉ tại phòng riêng; thực hiện xong những điều ghi nhớ phải làm trong ngày đã được gợi ý. Ông ăn tối, nghỉ ngơi với gia đình; vào khoảng 2 hoặc 3 giờ lại đi ngủ, như vậy 2 lần ngủ được 6 giờ trong, vòng 24 tiếng đồng hồ.

Ông ta không dùng rượu Trung Quốc, hoặc rượu mạnh. Một phần thịt, một ít cá, cơm, rau, trái cây, bánh ngọt nhẹ là thành phần thức ăn chính của ông. Giống như hậu duệ thực sự Trung Hoa, ông tự hào là người trong hoàng gia nhà Minh; ông luôn luôn ăn một mình; không cho phép vợ, hoặc thành viên trong gia đình cùng ngồi ăn chung bàn. Cũng do tự hào, trong năm 1799 ông không cho một vài người Anh đến thăm tại dinh thự riêng, và bảo rằng đất nước chưa ổn định không sẵn sàng đón tiếp khách lạ một cách trọng thể. Không lầm, cách thứ lỗi này, theo thói tục người Trung Quốc; nhưng không có vẻ gì là ghen tị hay cố ý tước đoạt phương tiện thỏa mãn sự tò mò của người lạ. Ngược lại, khách được tự do xem mọi nơi trong xưởng hải quân, thăm thành phố và các công sự. Ông ta không phản đối tiếp đãi họ với tư cách là một tướng lãnh, nhưng từ chối tiếp xúc với tư cách là vị lãnh chúa.

Vóc dáng ông có phần lớn hơn người bình thường; nét mặt đều đặn dễ coi, nước da hồng hào, có vẻ bị cháy nắng nhiều, bởi liên tục bôn ba trong mọi thời tiết. Ông ta lúc này (1806) vào khoảng 50 tuổi.

Về tiếng Anh, ông biết rất ít ngoại trừ tên nước; nhưng ông được cho là luôn luôn bày tỏ sự tôn kính lớn lao đối với tính cách dân nước này. Khi người Pháp nói điều này, thì họ cũng tin như vậy. Ông biểu lộ những bằng chứng có xu hướng tốt về nước Anh. Ông đã ban những sắc lệnh cho các tàu của chúng ta được ghé vào bến cảng bất cứ lúc nào, miễn mọi khoản thuế và lệ phí đậu tại cảng. Một trường hợp đã xảy thể hiện tính cách hào phóng của ông ấy, theo quan điểm công bằng. Một chiếc thuyền buôn người Anh từ Quảng Đông đến Sài Gòn; thuyền trưởng và Sĩ quan thứ nhất chết. Nhằm ngăn cản cướp bóc có thể xảy ra và thiệt hại không thể tránh được của chủ tàu bởi mất những người được giao phó quản lý; ông ra lệnh cho Thuyền trưởng Barissy [người Pháp] cùng thủy thủ cơ hữu trên tàu, lái tàu về Quảng Đông, phí tổn do chính ông chịu; giao an toàn cho chủ tàu hoặc người đại diện có thể tìm thấy tại Ma cao.

Dù rằng không có sự thay đổi rõ rệt trong hành vi của ông đối với Sĩ quan Pháp dưới quyền. Tuy nhiên, người ta bảo rằng người Pháp đã phải cam chịu rất nhiều về sự đánh giá của ông. Kể từ thời điểm ông phải chứng kiến sự đối xử vô nhân đạo và vô lý mà gia đình bất hạnh trên ngai vàng phải chịu đựng bởi một đám người man rợ và những kẻ buôn người. Một tâm hồn như Caung-shung [Nguyễn Vương Phúc Ánh], cũng không thể làm gì hơn là run rẩy sống. Bị đuổi ra khỏi lãnh thổ của mình, và bôn ba nhiều năm như một kẻ bị ruồng bỏ, lưu vong. Hèn chi, khi so sánh một nước đã xua đuổi gia đình Hoàng gia; với một nước khác giang tay đón nhận; thì ông ta ắt sẽ mong muốn trau dồi sự thân hữu với nước đề cập sau hơn là nước đề cập trước. Tuy nhiên chúng ta [nước Anh] đã không thực hiện những vụ việc liên quan đến nhân vật phi thường kia đến một tầm mức làm tăng sự giao ước thân thiện;

nhưng nó đã không làm mất nhiều sự thuận lợi về thương mãi. Công ty Đông Ấn (4) cuối cùng được thuyết phục về tình hữu nghị với Vua nước Việt Đàng Trong thực sự đã gửi một sứ giả từ Quảng Đông đến Sài Gòn vào năm 1804 hoàn toàn thất bại; nhưng sẽ nói thêm ở phần sau.

Đức Giám mục Bá Đa Lộc mất năm 1800; công tâm về cuộc đời Ngài cần xét rằng tâm tình nhà Vua, sự phục hưng của triều đại, thành công trong cuộc chiến, cải thiện quốc gia trong giai đoạn hòa bình, và trên hết sự phát triển nhanh về nghệ thuật, sản xuất, khoa học đều nhờ vào thiên tài, sự chỉ bảo và lòng trung thành của vị Thừa sai này. Về nhà Vua, yêu đến mức ngưỡng mộ, bằng lời văn bia chỉ dùng ban tặng một mình Khổng Tử *"Bậc thầy lừng lẫy"*. Bằng chứng về sự tôn kính, sau khi thi thể ngài được chôn cất theo lễ nghi tôn giáo La Mã bởi các vị Thừa sai khác; nhà Vua ra lệnh đem thi thể làm lễ tang trang trọng theo nghi thức tôn giáo nước Việt Đàng Trong. Ông cũng không thể từ bỏ dấu hiệu danh dự này trong ký ức của mình; tuy nhiên cần lưu ý đến những lời cầu xin và cáo buộc của các nhà truyền giáo Pháp, những người không thể không bối rối trước sự tiến hành không thiêng liêng như vậy.

Có thể nói rằng nhiệm vụ Giám mục không dễ thực hiện. Với trọng trách cố vấn cho Vua, thầy dạy của người con; tự nhiên ông bị tất cả các quan lại ghen ghét. Họ cấu kết chống đối ông ta, mạo hiểm đưa ra lời phản đối với nhà vua về sự vô đạo đức cũng như sự khiếm nhã khi giao phó việc giáo dục con thừa kế cho người nước ngoài. Những kẻ này không tôn trọng luật, không đếm xỉa đến tôn giáo của tổ tiên, nên điều cần thiết thúc dục đưa con thừa kế đặt dưới sự chỉ dẫn của học giả thông thạo về chính đạo ghi trong các tác phẩm của Khổng Tử. Trong trường hợp như vậy, nhà Vua với thái độ cứng rắn xua đuổi những ông quan đứng đầu bộ đến can gián; và đôi khi không dấu diếm quyết định chẳng thà hy sinh tình bạn với các quan đứng đầu bộ, còn hơn là từ bỏ đức Giám mục do đó ngài vẫn tiếp tục được ngầm tin cậy cho đến giây phút cuối cùng của cuộc đời.

Hoàng hậu là người đàn bà đức hạnh tuyệt vời, rất cứng rắn; yểm trợ và an ủi Vua trong nghịch cảnh. Họ có 7 người con; hai người con đầu được giao cho Giám mục Bá Đa Lộc dạy dỗ. Người con chính thức thừa kế, tức cậu bé được đức Giám mục đưa đến Paris, mất sau Giám mục không bao lâu. Anh là người mềm mỏng dễ mến, phong phú đạo đức xã hội; tài năng thích hợp với nội địa yên tĩnh hơn là cảnh nhộn nhịp của cuộc sống công cộng. Người em thứ hai, hiện nay được thừa kế, mang tính chất một quân nhân hoàn hảo. Làm cận vệ cho cha trong 3 năm; 5 năm làm Hạ sĩ và Trung sĩ; trong thời gian phục vụ anh đã tham gia nhiều trận đánh. Năm 1797 được thăng cấp bậc Trung tá; rồi năm sau được chỉ dịnh làm thống đốc một tỉnh miền Nam. Năm 1800, được thăng cấp tướng, giao chỉ huy 35.000 quân; trong năm này anh dành chiến thắng quân bạo loạn tại miền Bắc giết 9.000 quân địch, tịch thu tất cả voi chiến và đại bác (5).

Lực lượng quân sự của Vua nước nước Việt Đàng Trong vào năm 1800, theo sự tiết lộ của Hạm trưởng Barissy như sau:

Bộ binh:

-24 đội quân kỵ bò: 6.000 người.

-16 tiểu đoàn voi (200 con): 8.000 người.

-30 tiểu đoàn pháo binh: 15.000 người.

-25 trung đoàn, mỗi đơn vị 1.200 người (huấn luyện theo phép Âu châu):30.000.

- Bộ binh với súng hỏa mai, gươm, huấn luyện theo lối cổ của nước này: 42.000 người.

- Lính bảo vệ, huấn luyện theo chiến thuật Tây phương 12.000

Lực lương bộ binh: 113.000

Hải quân:

- Thợ chuyên nghiệp trong hải xưởng: 8.000 người.

- Thủy thủ các tàu tại bến cảng: 8.000.

- Thủy thủ phục vụ trên tàu kiểu Âu châu: 1.200.

- Thủy thủ trên ghe: 1.600.

- Thủy thủ trên 100 thuyền chèo: 8.000.

Công việc tại biển : 26.800

Tổng cộng: 139.800

Cochinchina soldier

(Lính nước Việt Đàng Trong)

Phẩm chất của quân đội này, nếu đánh giá theo tiêu chuẩn Âu châu, tôi không thể nói theo kiểu giả tưởng; nhưng qua quan sát một vài người thì họ trẻ tuổi, năng động, khỏe mạnh; không thiên về y phục, không có đồng phục thẳng nếp và màu sắc. Đặc biệt lễ phục cho lính đứng gác trong ngày lễ đón tiếp công khai chúng tôi, mũ có viền và tua như đuôi bò; riêng áo bông và quần thì hoàn toàn như Trung Quốc. Thông thường chít khăn đội đầu, giống như khăn xếp; khoác một chiếc áo lỏng lẻo, có 2 ngăn túi; thành phần quần áo của quân lính giống như hình phụ lục (6) lấy từ cuộc sống thực.

Tiểu sử của vị Vương này, tôi đã đưa ra những nét phác họa là bài học về tấm gương hữu ích cho những người rơi vào hoàn cảnh bất hạnh giống như vậy, nhằm hoàn thành nhờ sự kết hợp giữa tài năng, can đảm và sự chỉ đạo đúng đắn. Bị đuổi ra khỏi nước, phải chạy ra khỏi tay của kẻ bạo loạn giết người, chịu đựng nỗi đau đớn nhất; rồi trong vòng 10 hoặc 12 năm lấy lại lãnh thổ cũ, lại lấy thêm đất đai của Hoàng triều Tung-quin [Đông Kinh], đất này thời xưa thuộc về Vua nước Việt Đàng Trong. Có nguồn tin cho biết rằng ông ta đòi hỏi Vua nước Trung Quốc nhượng bộ đảo lớn Hải Nam, nhưng không đạt được mục đích mở rộng lãnh thổ của mình; chỉ để lại đằng sau ông danh tiếng khôi phục lại nước Việt Đàng Trong để thực hiện lời nguyền "Tiến", không ngồi lại để yên hưởng thành quả chinh phục, được minh họa qua câu thơ như sau:

Fame is the spur that the clear spirit doth raise
(That last infirmity of noble mind)
To scorn delights and live laborious days; (7)

Nổi tiếng thúc đẩy tinh thần dâng cao,

(Nhược điểm của đầu óc lớn)
Khinh bỉ hưởng lạc, sống những ngày phấn đấu.

Sự tiến triển về nỗ lực của Nguyễn Vương cũng cho thấy những điều đáng chú ý khác, không phải không phục vụ cho sự chú ý của chính phủ Anh ở Ấn Độ. Nếu Vương triều này giữa cuộc phấn đấu chống bạo loạn để dành lãnh thổ và trong hoàn cảnh xấu nhất, có thể trong thời gian ngắn 10 năm tìm được phương tiện để tạo ra và trang bị một hạm đội với 1200 chiến thuyền. Còn có bao nhiêu vũ khí đáng gờm hơn, chuẩn bị cho nước này dưới thời Louis 16, nếu hiệp ước Pháp Việt có hiệu lực? Và điều gì có thể xảy ra nếu không phải là chính phủ tích cực hơn hiện nay của Pháp bị cám dỗ để thử thời vận ở đất nước duy nhất còn lại tại phương đông này, nơi họ có thể khuây khỏa với hy vọng hợp lý thâu lượm được cơ sở vững chắc lâu dài?

Chú thích:

1. Diêm tiêu: Vật liệu chế thuốc súng.

2. Peter I nước Nga (Peter Đại đế) là Sa hoàng của Nga từ năm 1682-1721 và là Hoàng đế của Nga từ năm 1721-1725. Trong suốt thời gian trị vì lâu dài của mình, Peter có quyền lực tuyệt đối và mang lại sự thay đổi thực sự cho nước Nga, bao gồm việc xây dựng lực lượng hải quân đầu tiên, đưa công nghiệp hóa vào hoạt động, thành lập các tổ chức giáo dục và tạo ra thủ đô mới của Nga, St. Petersburg. Peter thích học hỏi từ người nước ngoài, đặc

biệt là trong chuyến đi dài của ông đến Tây Âu. Chuyến đi này cho phép ông hiện đại hóa nước Nga và đưa nước này ngang hàng với các quốc gia châu Âu hùng mạnh và hiện đại khác.

3. Alfred sinh năm 849 - mất năm 899; là vua của Wessex (871–899), một vương quốc Saxon ở tây nam nước Anh. Ông đã ngăn chặn nước Anh khỏi rơi vào tay người Đan Mạch và thúc đẩy việc học tập và xóa mù chữ.

4. Công ty Đông Ấn tức East India Company, một công ty lớn của nước Anh làm những thương vụ lớn tại châu Á; như bán nha phiến tại Trung Quốc, gây ra cuộc Chiến Tranh Nha Phiến lúc bấy giờ.

5. Người con thứ hai của Nguyễn Vương Phúc Ánh là Nguyễn Phúc Hy từng tham gia chiến trận, chỉ huy quân tại Phú Yên vào năm 1800; nhưng **Đại Nam Thực Lục** không nêu những thành tích như sách này chép.

6. Hình phụ lục: Hình lính nước Việt Đàng Trong ở trên.

7. Mấy câu thơ trích trong bài **Lycidas** của John Milton viết năm 1637.

Chương 10

General sketch of the manners, character, and condition of the natives of Tu-ron

(Phác thảo tổng quát về cách cư xử, tính cách và tình trạng của dân bản địa Tu-ron [Đà Nẵng])

1. Cochinchinese Dinners, communication with the young King of Tong-quin- Present sent by him to Ambassador-Entertainment given at Turon on the King of England's birthday-Play and other amusement.

(Buổi ăn tối tại nước Việt Đàng Trong -Thông tin đến với Vua trẻ Đông Kinh-Vua trẻ tặng quà sứ thần-Chiêu đãi tại Đà Nẵng nhân ngày sinh nhật của Vua nước Anh- Kịch và trò vui khác)

Trong chương cuối cho biết khi ghen tị và báo động lắng xuống, và sự xuất hiện của hạm đội chúng tôi, cùng những lời bóng gió vô căn cứ do Manual Duomé [Thuyền trưởng Bồ Đào Nha] tung ra đã bay đi; thực tế chợ mỗi ngày cung cấp đồ ăn tốt hơn, các quan chức nhà nước cũng bớt chế tài. Hỗ tương tin cậy và tiếp xúc không ngừng thiết lập giữa người dân trên cảng và nhân viên thuộc hạm đội. Các Sĩ quan trên hạm đội và những người làm việc tại đại sứ quán do công vụ hoặc tò mò đều muốn có ngày trên bờ thưởng thức buổi ăn tối chung. Về phía họ, một vài viên chỉ huy hàng ngày lên thăm tàu, tại đây họ tỏ ra có niềm thích thú nhỏ, dường như cảm nhận từ món ăn của chúng tôi mà họ thường dùng. Họ không thích rượu bia hoặc vang; nhưng khao khát rượu rum nguyên chất, brandy, hoặc bất cứ rượu mạnh nào; đến nỗi sau chuyến thăm đầu tiên không dám để số lượng lớn cho họ tùy tiện, vì sợ cả nhóm ra khỏi tàu trong tình trạng say xỉn.

Vì không có căn nhà nào trên phố đủ lớn để tổ chức một bữa tiệc đông người, nên viên Thống đốc ra lệnh cất một nhà rạp rộng rãi, dùng những cây tre có sẵn, hòan thành trong một vài giờ; vách và mái lấy chiếu dày che kín. Trong rạp có một dãy bàn nhỏ, ghế hai bên, với chỗ ngồi thuận tiện cho 20 hoặc 24 người. Theo tập tục Trung Quốc, các đĩa, bát đồ ăn, phủ đầy chiếc bàn vuông nhỏ nên không thấy mặt bàn; nhưng tại nước Việt Đàng Trong có sự cải tiến với phong cách tự do của nước láng giềng, không những bát đồ ăn phủ kín bàn, mà lại còn sắp chồng lên nhau đến ba bốn tầng. Tôi cho rằng chúng tôi hiếm khi ngồi xuống nơi có số lượng bát ít hơn 200, không kể những chén cơm được trao cho khách để thay thế bánh mì. Cơm gạo đối với nước này, cũng như Trung Quốc và các nước châu Á khác, là thức ăn để sống. Họ không dùng khăn trải bàn, dao, nĩa, chai, ly; nhưng trước mỗi người đặt một chiếc thìa bằng đồ gốm, một cặp lông nhím hoặc một đôi đũa bằng tre, hoặc gỗ hồng, đàn hương, mũi bọc bạc; loại như vậy dùng trong trường hợp tôn kính tại Trung Quốc, riêng người Anh gọi tên là chop-sticks. Thức ăn trong bát nấu từ thịt bò, thịt heo, gà vịt và cá, cắt nhỏ trộn với rau; chế biến thành xúp hoặc thịt hầm, bao gồm thêm các vật liệu khác nhau. Chúng tôi không được ăn các thức ăn nướng hoặc khô. Trong lúc ăn không phục vụ rượu vang, rượu mạnh, chất lỏng men nồng, và ngay cả nước uống. Nhưng khi ăn xong, được trao cho nước seau-cho của Trung Quốc, đựng trong những chén sứ nhỏ.

Vì cả hai bên không biết ngôn ngữ của nhau nên không trao đổi đàm thoại, bởi vậy chúng tôi cảm thấy không muốn ngồi lâu trên bàn. Riêng viên Thống đốc hoặc chỉ huy tổng quát Turon [Đà Nẵng] không chịu hạ mình ngồi chung với chúng tôi; thường trong dịp này nằm dài trên nệm đặt tại chiếu ở cuối phòng, hút thuốc, hoặc ăn trầu; trong khi đó 2 tên hầu cao lớn quạt suốt buổi với chiếc quạt lớn làm bằng lông gà lôi.

Từ chiếc bàn chúng tôi sửa thành rạp hát, cũng là một cái rạp bằng tre; ở đây cũng như ở Trung Quốc, chúng tôi thấy các diễn viên tham gia trình diễn hăng say suốt ngày, cả khi có hoặc không có khán giả. Do được mướn suốt ngày, khán giả đông hay ít không ảnh hưởng nhiều đến người trình diễn; cái mà họ lưu ý là số tiền nhận lúc công việc làm xong.

Là một thành phần của nước Việt Đàng Trong, vịnh Turon [Đà Nẵng] lúc này do Quang-tung trẻ [Nguyễn Quang Toản] nắm giữ, y là con viên tướng đánh bại Phó vương Quảng Đông, sau đó thành công trong việc đánh lừa Vua Trung Quốc, sự việc tôi đã kể trong chương trước. Y đóng đô tại thành phố Huế, khoảng 40 dặm phía bắc Turon [Đà Nẵng]. Ngay sau khi nhận được thông tin tình báo cho chúng tôi là bạn bè, hoặc theo nghĩa chặt chẽ nhất là phe trung lập đến nơi; thì một vị quan lại cao cấp được cử đến gặp đại sứ quán với lời mời của Vua [Nguyễn Quang Toản] đến triều đình. Vị quan này đã tìm ra những lý do thích hợp để từ chối nhiều điều và đặc biệt một số sự chậm trễ đã xảy ra. Tuy nhiên mong muốn cuộc hành trình đến một nơi có thể là thủ đô miền bắc nước Việt Đàng Trong, cung cấp cơ hội thấy được nội địa nước này. Điều này có thể là sự mất mát đáng hối tiếc mà sự tò mò phải chịu đựng, vì không được chứng kiến nghi thức và lễ hội của triều đình Huế; đặc biệt chúng tôi sắp có mặt tại Bắc Kinh, dù cũng giống như vậy, nhưng ắt huy hoàng hơn nước Việt Đàng Trong trưng bày.

Điều hài lòng hơn là có cơ hội sống một vài ngày tại phố nhỏ, làng và những thôn nhà tranh. Như Dr. Johnson (1) từng quan sát " *Tình trạng thực của mọi nước, là tình trạng chung của mọi người. Hạnh phúc chung không thể đánh giá bởi sự tụ hội của người đồng tính, hoặc tiệc tùng của người giàu. Số đông tại các quốc gia không phải là người giàu hoặc đồng tính.*" Đối với Đông Phương thì nhận định này rất đúng, nơi này chia ra hai hạng người: kẻ thống trị và người bị thống trị. Một cách giải trí chứng tỏ rất ưa thích mà kẻ cầm quyền nước Việt Đàng Trong thường chiêu đãi sứ thần ngoại quốc: đó là dạo trong rừng đi săn voi, cọp, bò rừng; trong dịp này họ thường tổ chức tiệc voi vương giả, do đó người ta bảo rằng người nước Việt Đàng Trong ăn thịt voi, nhưng độ lớn của vật thể này đánh dấu đa dạng của lễ hội, hơn là tinh tế của thức ăn, mà tôi tưởng chừng rất thô vụng. Trong rừng nước Việt Đàng Trong và những nước láng giềng, những con vật này có vẻ lớn hơn vùng khác trên thế giới. Con đầu tiên tôi thấy tại Turon [Đà Nẵng], hình dạng nó gây ấn tượng lớn trong đầu tôi. Tôi có thể nói một cách chắc chắn rằng con voi tại nước Việt Đàng Trong, đỉnh Teneriffe, và giông bão tại biển là 3 vật thể vượt ra ngoài sức tưởng tượng của tôi.

Lá thư của Vua trẻ diễn tả đầy những lời đánh giá cao về sự lưu ý đến quốc gia Anh; như được thấy bằng chứng về điều này ông ta dùng một sĩ quan của triều đình đưa đến "một món quà nhỏ" như ông ta nói cho các tàu dùng. Quà gồm có 10 con bò non, 50 con heo, khoảng 300 vịt gà; với trái cây, bầu, cà tím, hành và các thứ rau khác. Những đồ tươi này cung cấp theo mùa, được đưa đến bằng thuyền buồm; đi trước bởi sĩ quan diễn hành bằng thuyền chèo, sơn hào nhoáng có trang bị cờ. Sứ bộ đính kèm thư ông ta, phúc đáp với khẩu súng hai nòng đẹp mắt cùng đầy đủ phụ tùng, một cặp súng ngắn bằng đồng trang bị lưỡi lê lò xo, gươm chuôi thép, và một vài vải thêu và vải đỏ. Người mang thư mặc áo lụa dài, thêu hình voi và rồng, giống như những người mặc tại Trung Quốc; nhưng khi lên trên tàu Lion bèn cởi ra, mặc hai hoặc ba áo choàng bông trắng.

Giao hảo giữa chúng tôi và người bản xứ bị tạm thời ngăn trở, do phần lỗi bởi chúng tôi. Muốn thu hoạch chính xác các yếu tố về vịnh và cảng tuyệt vời này; một buổi sáng nhóm chúng tôi dùng thuyền vào bờ đo đường cơ sở của bãi cát, lấy góc độ cần thiết để quyết định vị trí của điểm quan trọng. Trong những giờ đầu tiên, nhóm đặc nhiệm đã hoàn thành được công tác, và trở về không bị cản trở. Nhưng rồi một sĩ quan của họ đã nhanh nhẹn theo lên tàu chuyển lời viên Thống đốc cho biết không hài lòng với việc làm của chúng tôi và yêu cầu không được đo nữa. Một sự vụng về khác đã xảy ra khẳng định sự nghi ngờ khác của họ, lớn hơn ta thừa nhận. Một sĩ quan trên tàu Lion với nhiệt tình muốn khám phá con sông ngược dòng Fai-foo [Hội An], gặp đối thủ cừ hơn sự thận trọng của viên này, nên bị bắt trong đêm, giam tại đồn nhỏ với thủy thủ và cả thuyền. Không nhận được tin tức về chiếc thuyền này, chúng tôi phỏng đoán nó bị đắm vào vũng lầy, và mọi người trên thuyền đều chết. Tuy nhiên cuối cùng tin tức đã đưa đến tàu Lion bởi các sĩ quan của nhà nước này, kèm với sự phàn nàn đau buồn rằng chúng tôi không cư xử công bằng với họ. Sứ bộ đã từ chối bất cứ hiểu biết nào về vấn đề này, xin thả ngay viên sĩ quan, đưa lên tàu để viên này trả lời về lỗi lầm không tuân mệnh lệnh của cấp chỉ huy; tội của viên này sẽ bị trừng trị xứng đáng. Trong khi đó viên sĩ quan này rơi vào tay viên quan lại bản xứ, y gần như liên tục trong tình trạng say sưa, thường ra lệnh đưa viên sĩ quan đến trước mặt, đôi khi tự giải trí bằng cách vung một lưỡi hái lớn trên đầu, và đeo quanh cổ khung gỗ hoặc sắt nặng, giống như chiếc cùm của Trung Quốc. Sự việc rồi được giải quyết thỏa đáng, và chúng tôi có mọi lý do tin rằng dù có sự nghi ngờ không thuận lợi, nhưng họ đã nhận chúng tôi làm khách vào vịnh Turon [Đà Nẵng] và tin rằng chúng tôi không có ý định dính dấp vào các phe tranh chấp. Trong một lá thư thứ hai từ Vua, đã bỏ một số đề nghị gián tiếp để thiết lập buôn bán tại phần phía bắc nước Việt Đàng Trong. Quà kèm theo lá thư gồm một cặp ngà voi, 10 rổ ớt cho ông Đại sứ, và 3.000 rổ gạo (mỗi rổ 20 pounds, tức trên 100 tấn) cho thủy thủ.

Ông Đại sứ chưa từng lên bờ thành phố Turon [Đà Nẵng], các sĩ quan chính của nơi này muốn biểu lộ sự kính trọng bèn tổ chức một buổi chiêu đãi chung vào ngày 4 tháng 6 với người nước Việt Đàng Trong trên bờ, nhân kỷ niệm ngày sinh nhật Vua nước Anh (2). Có thể là sự tình cờ, hoặc do sự nghi ngờ trước đó, hoặc muốn phô trương trong buổi chiêu đãi; trong buổi chiều hôm trước đó thấy cảnh nhộn nhịp khác thường, tăng cường quân lính trong thành phố, ngoài ra còn có vài voi chiến. Vì thế về phần chúng tôi cũng thận trọng, đưa 2 lữ đoàn võ trang lên con sông đối diện với thành phố, giữ an toàn khi rút lui, nếu cần. Tuy nhiên ngày đó trải qua vui vẻ và hòa hợp.

Chúng tôi tiến hành dựng một nhà tạm thời tại chỗ bến thuyền, với tầm mức lớn hơn những cái trước đó. Những hàng cột bằng tre chống đỡ hai mái nhà, chạy dài ở giữa, chia căn nhà thành hai phần. Vách và mái che bởi chiếu kép dày, và được lót bông vải Manchester thô với nhiều hoa văn khác nhau. Những hoa văn này tuy có vẻ mới, nhưng đã hư hỏng, và có lẽ bị thị trường Trung Quốc từ chối, nên thương nhân Bồ Đào Nha mang đến đây. Trong phòng thứ nhất có một bàn dài phủ khăn bàn linen; trên để đĩa, dao, nĩa theo kiểu Tây Phương. Người bạn Bồ Đào Nha của chúng tôi dường như muốn chuộc lỗi cho vết thương mà anh ta đã suýt gây ra, mặc dù có lẽ không ác ý gây cho chúng tôi; đã chiếm ưu thế đối với người nước Việt Đàng Trong để anh ta cai quản bữa tiệc. Anh ta kết luận rằng đối với chúng tôi ăn và uống là cách chiêu đãi tốt nhất; anh có thể làm phù hợp với khẩu vị chúng tôi hơn, so với người nước Việt Đàng Trong; với ấn tượng này, cư xử công bằng, anh ta đã không tiếc rắc rối cũng như chi phí để giúp cho bữa tối hoàn chỉnh như hoàn cảnh cho phép. Do sự nhiệt thành không đúng chỗ, một buổi chiêu đãi tốt tại nước Việt Đàng Trong bị hư hại bởi buổi ăn tối dở của người Bồ Đào Nha.

Lúc mới vào căn nhà, một tình huống nhỏ xảy ra, hơi làm lúng túng các sĩ quan nước Việt Đàng Trong. Những người này trong nhiều dịp như thế này thường khoác y phục Trung Quốc, mang một màn lụa màu vàng, ghi chữ lớn tên của nhà mạo hiểm trẻ tuổi ở Huế. Dù rằng họ cho việc này là điều hiển nhiên, hoặc theo lời của Manuel Duomé người Anh cũng coi vấn đề thường lệ tất nhiên phủ phục trước Đức vua; chúng tôi không hỏi, nhưng rõ ràng là họ mong đợi điều đó. vì khi Tướng chỉ huy tại

Turon ngồi để chân vắt chéo trên chiếc ghế dài với tư cách là người đại diện cho chủ nhân của mình, quan sát thấy chúng tôi đã cúi chào, rồi đi ra và ngồi vào chỗ của mình, bất chấp màn hình màu vàng, thì ông ta có vẻ rất bối rối và khó giữ bình tĩnh trong suốt phần ngày còn lại. Ông thất vọng khi không thực hiện được nghi thức chín lần lạy, dường như đang diễn ra trong tâm trí rằng ông đã bị đánh giá thấp rất bởi các sĩ quan đồng đội. Ông ta ít chú ý đến cấp bực được nêu lên, chỉ muốn biết làm việc gì cho sứ quán; cho đến khi viên thông dịch Trung Quốc giới thiệu Đại úy pháo binh Parish người chỉ huy tổng quát những khẩu súng lớn, thì sự lưu ý của ông dấy lên, suốt buổi hình như ông ta cho viên Đại úy là kẻ nguy hiểm đáng gờm.

Tại phần phía xa của căn nhà, khi chúng tôi đi vào đúng lúc diễn viên hài đang diễn vở tuồng lịch sử. Nhưng khi chúng tôi ngồi xuống, thì họ ngừng diễn, bước ra trước mặt chúng tôi khom mình và phủ phục chín lần; việc này chúng tôi đã rất cố ý bỏ qua trước vị quan và bức màn lụa vẽ tên. Sau nghi thức này, họ trở lại với công việc diễn kịch, liên tục duy trì tiếng ồn và nhộn nhịp suốt cả thời gian chúng tôi ở lại đó. Nhiệt độ lúc này 81 độ dưới bóng mát ngoài trời, và tối thiểu cao hơn 10 độ tại trong nhà. Đám đông tràn vào xem người lạ mặt; tiếng cồng, tiếng trống, tiếng kèn, sáo thổi âm thanh rộn rịp cấp bách; cũng không có gì đáng kể, ngoài sự mới lạ của cảnh tượng có thể khiến chúng ta dừng lại trong giây lát. Phần trình diễn ít ồn ào trên sân khấu là phụ diễn của 3 thiếu nữ trẻ; một người có vẻ là diễn viên chính, trang phục và tính cách như một nữ hoàng cổ đại; cùng với một hoạn quan già, ăn mặc rất kỳ quặc, diễn những trò hề dáng điệu như con bọ hung hoặc gã hề trong trò giải trí Harlequin (3). Đàm thoại trong phần này khác hoàn toàn với giọng than van và đơn điệu như đọc bài của Trung Quốc, nhẹ nhàng và hài hước, thỉnh thoảng ngắt bởi tiếng cười vui vẻ, thường kết luận bởi bài hát đồng thanh. những giai điệu này, thô lỗ và không được trau chuốt, có vẻ như là một sáng tác đều đặn và được hát đúng nhịp một lần đặc biệt thu hút sự chú ý của bạn, người có chuyển động buồn bã chậm rãi thổi vào đó sự dịu dàng buồn thảm đặc trưng của không khí bản địa của người Scotland, mà thực sự nó có sự giống nhau rất gần.

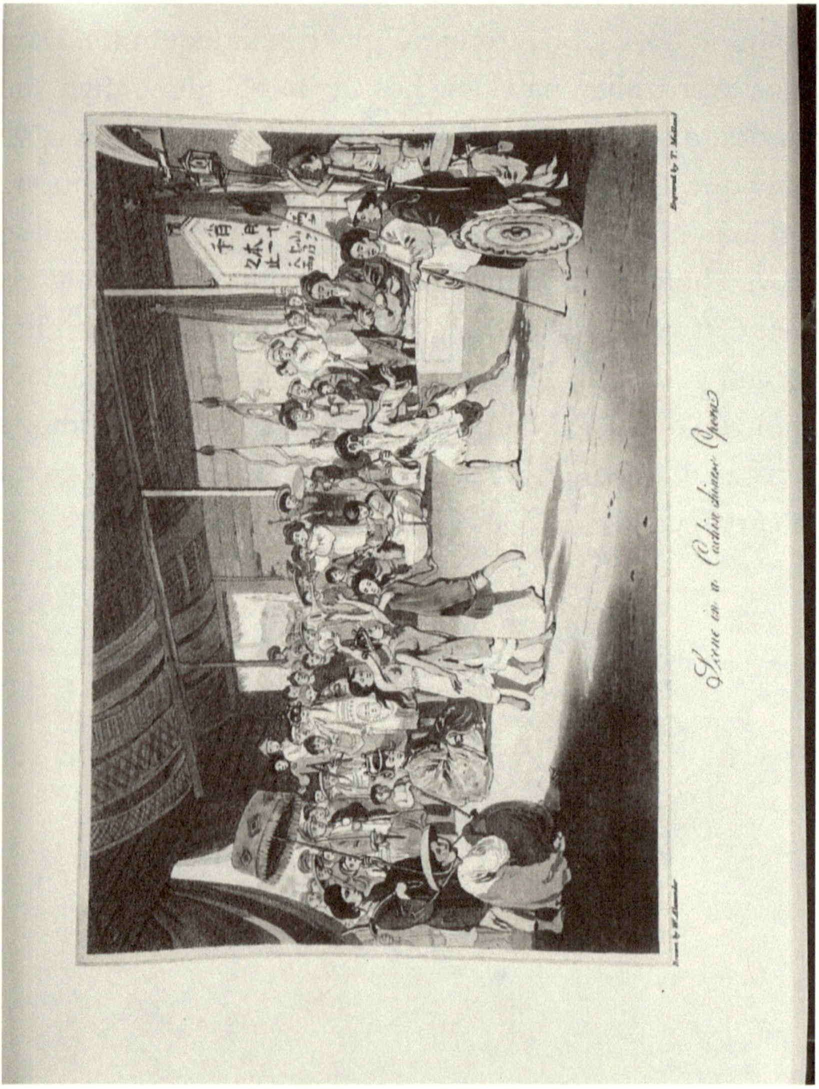

Scene in a Cochinchina opera

(Cảnh trong một vở kịch tại nước Việt Đàng Trong)

Chú thích:

1.Dr. Johnson: Samuel Johnson [18/9/1709-13/12/1784] thường được gọi là Dr. Johnson là nhà văn nỗi tiếng nước Anh.

2.**George III** (George William Frederick; 4 June 1738 – 29 January 1820) là Vua nước Anh và Ireland từ 10/ 25/1760 cho đến lúc chết năm 1820.

3. Harlequin: nam diễn viên sân khấu người , mặt đeo mạng, trang phục kiểu hình vẽ kim cương.

2. Activity of the Cochinchinese-How they agree and disagree with the Chinese-Treatment with their women-Consequences of it-Easy terms on which women are transferred to strangers- instances of it.

(Hoạt động của người dân nước Việt Đàng Trong -Họ đồng ý và phản đối Trung Quốc ra sao-Cách đối xử với phụ nữ-Hậu quả của việc này- Những điều khoản dễ dàng khi phụ nữ được chuyển cho người lạ- Những trường hợp này.)

Rời khỏi nơi trình diễn vào giữa vở kịch, đi bộ qua làng cây xanh, đây cũng là nơi buôn bán; chúng tôi giải trí với các loại thể thao và trò vui đùa. Ngày 4 tháng 6, đã có một lần là ngày hội trong phần đất của xứ nước Việt Đàng Trong; tại một nơi có hàng tá thiếu niên chơi túc cầu với trái banh như cái túi; nơi khác họ biểu diễn nhảy nhanh trên cây dài vắt ngang; chỗ này có đám chơi chọi gà ồn ào; nơi kia trẻ trai bắt chước người lớn dụ chim cút, hoặc chim khác, ngay cả cào cào cấu xé lẫn nhau; và mọi nơi dân cờ bạc chơi đen đỏ bằng quân bài, hoặc ném đồng tiền. Nhưng trò chơi mà chúng tôi lưu ý nhất là một đám thanh niên trẻ tuổi với trái cầu lông trên không, liên tục dùng chân đá. Thực sự không có nơi đâu, có thể vượt quá hoạt động và năng lượng của những người đàn ông Cochinchinese. Một thủy thủ của tàu Lion cãi cọ với một người trong bọn này; đòi hỏi làm một cái vòng, đánh bốc [boxing] (1) một cách công bằng. Trong khi viên thủy thủ gồng ngang tay, tìm chỗ nhược để đấm gục đối thủ; thì anh nước Việt Đàng Trong kia, miệng mĩm cười bất ngờ quay gót đá mạnh vào hàm đối phương, rồi bỏ đi một cách bình tĩnh; để mặc viên thủy thủ ngạc nhiên và đám đông cười nhạo vui vẻ; đôi chân họ năng động, khéo léo điều khiển không kém phần đáng chú ý. Người chơi tung hứng, làm trò ảo thuật, tạo dáng đứng; biểu diễn nghệ thuật tương ứng để làm vui đám đông và cho lợi ích riêng của họ. Và chúng tôi đã tìm thấy sự thiệt hại do bởi những người không làm nghề tung hứng, là những tay lành nghề móc túi. Thật đáng sợ, những người tham dự trong ngày, lúc trở về tàu phần lớn bị mất khăn tay bỏ túi, vật này hình như bọn chúng rất thích. Chúng tôi tìm thấy khắp nơi phần lớn những người ăn xin gây phiền nhiễu, thèm muốn không một chút hạn chế nào cho mọi thứ có thể phù hợp với sở thích của họ. Họ không hài lòng với lời từ chối, cũng không ngừng khi có được; đòi hỏi càng cấp bách hơn, khi người cho tỏ ra hào phóng hơn. Cái mà họ không lấy được bằng cách đi xin; họ cố gắng lấy được bằng cách ăn cắp. Họ không có đức tính giống như dân Sparta (2), đỏ mặt khi bị phát hiện; không thấy họ bị bắt vì tội ăn cắp hoặc bị phát hiện. Hoàn cảnh xảy ra ăn cắp rất phổ quát; ngay cả những sĩ quan nhà nước này đi lên tàu cũng phải coi chừng!

Cố gắng phác họa nét tổng quát về đặc tính của dân tộc này, tôi không thể không nhận thấy sự liều lĩnh bị lôi kéo vào sai lầm. Diễn tả một cách chính xác về cách thức và ý kiến của dân ngoại quốc; theo dấu động cơ hành động của họ, nguồn gốc sự thành kiến; xem xét những tác động do các thể chế dân sự và tôn giáo gây ra đối với tính khí và khuynh hướng của con người, tìm hiểu ý kiến đúng sai về luân lý; cần điều tra quan điểm của họ về hương vị, vẻ đẹp, vui sướng, và những vấn đề khác trước khi thu hoạch đầy đủ những hiểu biết. Tìm hiểu đặc tính và điều kiện thực không những đòi hỏi phải sống lâu tại nước đó, còn phải quen biết thân mật với các giai tầng trong xã hội; cuối cùng cũng khó mong đợi được một hình ảnh chính xác. Không gì lố bịch hơn một người Pháp mô tả tính cách của người Anh; lại càng vô lý hơn khi người Đức kịch tính hóa nhân vật người Anh. Tuy nhiên cũng còn một vài dấu ấn đặc trưng chiếm ưu thế ở nhiều người, ta có thể an toàn coi như đó là đặc tính của một quốc gia; và với cách làm như thế tôi cố gắng rút ra một vài nhận xét về nước Việt Đàng Trong. Những nhận xét này có lẽ mang tính cách địa phương cho phần đất bờ biển chúng tôi đổ bộ.

Cái mà tôi nhận biết về những hình ảnh tổng quát nước Việt Đàng Trong vào mấy thế kỷ sau Công nguyên là một thành phần của đế quốc Trung Hoa; hình ảnh chung của dân bản địa về phong tục, chữ viết, tôn giáo, lễ nghi vẫn giữ theo Trung Quốc; các tỉnh phía bắc ảnh hưởng mạnh hơn phía nam. Cũng có một tính chất khác ảnh hưởng nhẹ hơn có thể nhận ra tại Siam [Xiêm, Thái Lan], vùng dân tộc Se-yang, hoặc dân miền Tây; tại Pe-gu có lẽ là Pe-qua hoặc các tỉnh miền bắc, và tại Ava và phần còn lại thuộc đế quốc Birman [Miến Điện]. Tại nơi này có sự trộn lẫn giữa phong tục Malacca [Mã Lai] và phong tục Hindoos [Hin đu] tôn giáo phía đông Hindostan, khiến đặc tính Trung Quốc hầu như bị xóa sạch. Người nước Việt Đàng Trong tại Turon [Đà Nẵng] bất chấp những cách cư xử buông thả của phụ nữ mà tôi sẽ lưu ý và khuynh hướng tất cả các cuộc cách mệnh phải thay đổi trong mức độ lớn hoặc nhỏ, đặc tính của con người, bảo tồn phần lớn những mặt giống với nguồn gốc, nhưng cũng có vài điểm khác rất nhiều.

Chẳng hạn họ hoàn toàn thống nhất về các nghi lễ cưới xin, tang chế, phần lớn những tôn giáo thần quyền, trong việc dâng hiến thần tượng, tham khảo lời sấm truyền, và trong khuynh hướng chung của việc tìm hiểu về tương lai bằng cách đúc kết nhiều điều, như xua đuổi bệnh tật, trong các bài viết và cách thức chuẩn bị chúng, phong cách tự nhiên về giải trí công cộng và làm vui, trong việc cấu tạo và thành phần pháo bông, trong dụng cụ âm nhạc, trò chơi may rủi, đá gà và đá chim. Tiếng nói của dân nước Việt Đàng Trong dù rằng cùng một nguyên tắc, nhưng thay đổi nhiều so với nguồn gốc, nếu không là toàn thể thì cũng gần như không hiểu được đối với người Trung Quốc; nhưng chữ viết thì hoàn toàn giống nhau. Tất cả những đền miếu mà chúng tôi đã quan sát đều là những kiến trúc khiêm tốn, và không thấy những mẫu vật gắn tại mái cong, tại chùa có tháp, như thường gặp tại Trung Quốc. Nhưng hình như trong nhiều nơi của nước này các tu viện được trang bị đầy đủ; kiến trúc rộng rãi, bao quanh bởi tường để được an ninh hơn. Các nhà gần vịnh Turon [Đà Nẵng] thông thường có 4 vách đất, trên lợp lá, vị trí tại vùng đất trũng, gần sông; thường do 4 cột gỗ, hoặc cột vôi dựng lên, dự phòng tránh sâu bọ hoặc ngập lụt.

Cách ăn mặc của nước Việt Đàng Trong không những trải qua sự thay đổi mà lại còn cắt giảm. Họ không đi giày cao, vớ bông, giày bốt satin; không dùng váy lót nhồi bông, luôn luôn đi chân trần. Mái tóc dài đen, giống như người Mã Lai, thì thường kết nút, hoặc khum lên như vương miện. Thực sự theo cách thức thời xưa người Trung Quốc để tóc; cho đến khi người Mãn xâm chiếm nước này bắt làm một việc nhục nhã là cạo sạch đầu, chỉ để một lọn nhỏ đằng sau gáy.

Nước này cũng như Trung Quốc, lấy lời giáo huấn của Khổng Tử làm căn bản luân lý phẩm hạnh chính trực. Tuy nhiên tại đây hình thức bên ngoài của đạo đức dường như rất ít được quan tâm. Tại Trung Quốc lời giáo huấn đươc trưng bày một cách hào nhoáng bằng chữ vàng trước mỗi nhà, đường phố và nơi công cộng; nhưng ở đây thì ít thấy và không nghe nói. Thực sự thời xa xưa họ lặp lại nguyên mẫu ngôn ngữ, (hầu như không có người phiên dịch) nên họ không hiểu. Nói tổng quát hạnh kiểm của họ ít bị ảnh hưởng bởi giáo huấn nghiêm khắc của những thứ đạo đức tôn giáo. Người nước Việt Đàng Trong cũng như người Pháp luôn luôn vui vẻ, ưa nói; người Trung Quốc thì nghiêm khắc suy nghĩ; nhóm trước cởi mở và thân mật, nhóm sau thì khép kín, bảo thủ. Người Trung Quốc coi như điều lăng nhục khi phải giao phó bất kỳ công việc quan trọng nào cho người đàn bà. Theo ước tính về người nước Việt Đàng Trong, đàn bà rất phù hợp và được giao phó theo mối quan tâm chính của gia đình. Người Trung Quốc về phương diện lịch sự cấm đàn bà Trung Quốc nói ngoài việc trả lời, cười cho có lệ, hát khi bắt buộc, riêng khiêu vũ, nàng phải chịu hạn chế về mặt vật lý, khiến cho loại chuyển động này trở nên bất khả thi. Tại nước Việt Đàng Trong người đàn bà hoàn toàn vui và không bị ức chế, giống như nam giới; có thể kết luận một cách khá chính xác rằng việc này bắt nguồn từ tình trạng xã hội mà địa vị nữ được đặt vào, và sự cân nhắc mà tính cách nữ được giữ trong đó. Tôi sẽ cụ thể hơn trong việc mô tả tình huống được giao cho họ ở đây, ít nhất là trong chừng mực mà phương tiện hạn chế cho phép chúng tôi có cơ hội quan sát hơn là những điểm khác.

Trong một vài tỉnh ở Trung Quốc, người ta kết án đàn bà phải làm công việc nặng nhọc hạ thấp phẩm giá, như kéo cày và những công việc vất vả khác. Ở nước Việt Đàng Trong có vẻ như số phận của phái yếu phải gánh vác những công việc đòi hỏi, nếu không phải là sức lực thể chất lớn nhất, thì ít nhất cũng là sự chăm chỉ bền bỉ nhất. Chúng tôi thấy họ ngày lại ngày, từ sáng đến tối, đứng trên ruộng nước đến đầu gối để cấy lúa. Thực sự việc lao động cày xới, và tất cả các công việc khác liên quan đến canh nông, đều có sự đóng góp của phụ nữ nhà nông. Trong khi đó người phụ nữ tại Tu ron [Đà Nẵng] ngoài công việc nhà, còn cai quản thêm việc buôn bán. Họ còn phụ giúp xây dựng nhà, tiếp tục sửa chữa căn nhà lá vách đất; họ trông nom sản xuất bình sành; điều khiển thuyền trên sông và trong bến cảng; họ đem những đồ vật ra chợ bán; họ lột bông ra khỏi vỏ, lấy hạt ra, kéo thành sợi, dệt ra vải, nhuộm màu thích hợp, may quần áo cho chính họ và cả nhà. Hầu như tất cả đàn ông trẻ tuổi bị bắt buộc đăng lính; những kẻ được miễn thì đi đánh cá, hoặc thu thập tổ chim én tại các hòn đảo lân cận, tuy nhiên những người thuộc lớp trên chê công việc rẻ mạt. Đặc biệt có nhiều người làm những sản vật xuất khẩu sang Trung Quốc, đẵn gỗ, đóng sửa tàu thuyền và những nghề nghiệp khác. Tuy nhiên những việc này không chiếm hết thời gian, số còn lại hoặc không có việc làm, hoặc chỉ sử dụng để theo đuổi một số việc yêu thích, nhưng họ không hề có khuynh hướng nhàn rỗi. Nhưng sự chuyên cần của người đàn bà thì không hề suy giảm, họ đeo đuổi nhiều tình huống, sự mệt mỏi họ phải trải qua khốn khó đến nổi người nước Việt Đàng Trong thường ví họ trong một câu tục ngữ mà chúng ta dành cho một con mèo, cho rằng một người đàn bà, có chín sinh mệnh, phải chịu rất nhiều sự giết chóc. Thực sự có bằng cứ lời nói từ những người đàn ông thuộc giai cấp bình thường cho rằng định mệnh giao người khác phái cho họ dùng; còn những người thuộc đẳng cấp cao hơn thì cho rằng phục tùng theo ý thích của họ. Người đàn ông tùy tiện cưới một số lượng vợ và thê thiếp, không hạn chế bởi pháp luật hoặc qui định; nhưng ở đây cũng như ở Trung Quốc người vợ thứ nhất, căn cứ vào thời gian hôn phối lâu năm, đứng đầu trong việc nội trợ; các điều khoản mà hai bên thống nhất dễ dàng hơn các điều khoản mà họ có thể chia lìa. Việc bẻ đồng sáu xu giữa hai người yêu nhau chia tay, được coi là lời tuyên bố và cam kết không thay đổi trong giới nông dân ở một số quận của Anh. Tại nước Việt Đàng Trong, việc bẻ một đồng tiền, hoặc bẻ một đôi đũa giữa hai vợ chồng, trước người chứng có thẩm quyền, coi như là sự giải thể hôn ước với hành động chia lìa.

Tại Trung Quốc người đàn ông cần mẫn thấm nhuần học thuyết dạy rằng người con gái được nuôi dạy tốt không ra ngoài, nàng tự hạn chế trong phòng; ngay cả khi gặp bà con gần phái nam, nàng cẩn thận không để lộ bàn tay và cổ trần ra; để ngăn ngừa kẻ khác ngắm nhìn, nàng khoác áo choàng phía trên che đến cằm, phía dưới xuống tận đầu gối. Và học thuyết đã khéo léo nghĩ ra những điều răn để thực hiện, đến nỗi những người phụ nữ ngốc nghếch thực sự đã bị thuyết phục khi xem xét sự mất mát bồi dưỡng thể chất khiến họ phải ở trong nhà, lại cho là một thành tựu tuân theo luân lý thời thượng. Ở đây, xét về phương diện này, có sự khác biệt hoàn toàn về mặt giới tính.

Cho đến nay, phụ nữ Cochinchinese [nước Việt Đàng Trong] không bị tước đoạt quyền tự do sử dụng chân tay hoặc quyền tự do của họ, họ được hưởng cả hai quyền đó ở mức độ đầy đủ nhất. Chắc chắn không có sự ngăn cấm tại Cochinchinese [nước Việt Đàng Trong], tại nơi này trong một chuyến du lịch, Eudoxus nói rằng anh ta đã thấy chân trần phụ nữ, chúng có thể được phân biệt bằng tên "chân con đà điểu", những bước chân trần dồn dập có vẻ trở nên to lớn bất thường và lan rộng ra. Nhưng cái tên này có thể đủ khéo léo để áp dụng cho bàn chân của những người phụ nữ Trung Quốc, những người này bàn chân bị che khuất không xác định và cục mịch không giống như chân đà điểu.

Quan niệm cực đoan thường gần đúng; cùng một nguyên nhân mà ở Trung Quốc hoạt động với sự cô lập hoàn toàn của giới tính khỏi xã hội và sự hạn chế sức mạnh thể chất của họ, đã tạo ra ở nước Việt Đàng Trong một hiệu ứng hoàn toàn ngược lại, bằng cách cho phép họ tận hưởng không kiểm soát trong mọi loại phóng đãng. Nguyên nhân này là họ bị hạ thấp trong dư luận, và bị coi là có bản chất thấp kém hơn so với nam giới. Bản chất này trở nên không có giá trị gì đối với họ hoặc với người khác, và theo mọi lý lẽ, có vẻ như họ hoàn toàn nhận thức được sự không quan trọng của nó trong khía cạnh này. Hậu quả là những người phụ nữ ít cẩn thận hơn, hoặc những người đàn ông dễ tính hơn, chắc chắn sẽ không xuất hiện ở bất kỳ nơi nào trên thế giới ngoài những người ở vùng phụ cận vịnh Turon.

Tuy nhiên, hy vọng rằng tính cách chung của quốc gia có thể không hoàn toàn tương ứng với tính cách thịnh hành tại nơi này, một trong những thị trấn hải cảng đông đúc nhất. Sự khoan hồng đặc biệt, được ban hành theo luật pháp của Solon (3), cho phép phụ nữ trẻ xử lý các ân huệ cá nhân, với mục đích giúp họ có thể mua được những mặt hàng thiết yếu hàng đầu cho bản thân hoặc gia đình họ; được người nước Việt Đàng Trong chấp thuận mà không có bất kỳ giới hạn nào về độ tuổi, điều kiện hoặc mục đích. Không phải chồng, cũng không phải cha,có bất kỳ chút do dự nào khi bỏ rơi vợ hoặc con gái cho người đàn ông hào hoa của cô ta. Không phải Galba (4), khi ông ta lịch sự ngủ thiếp đi (chuyện do Plutarch (5) kể lại) vì sự náo loạn của Mecaenas, và khiển trách người hầu của mình vì đã vô lễ lắc lư các tấm đĩa để đánh thức ông ta, để ông có thể nhìn thấy những gì đang diễn ra. Có thể thoải mái hơn, một người chồng Cochinchinese [nước Việt Đàng Trong], người mà có thể áp dụng đúng những dòng sau của Horace, trong đó ông mô tả cách cư xử trụy lạc của người La Mã:

"The conscious husband bids her ride,
When some rich factor courts her charms,
And calls the wanton to his arms,
Then prodigal of the wealth and fame,
Profusely buy the costly shame."

"Người chồng chủ động mời cô ấy đi,
Khi một số nhân vật giàu có ve vãn cô ấy,
Và gọi những kẻ phóng đãng vào vòng tay của mình,
Sau đó hoang phí của cải và danh vọng,
Mua sự xấu hổ khá đắt giá."

Những nhận xét về sự thờ ơ của đàn ông đối với danh dự và sự trong trắng của phái nữ; cũng như bản chất buông thả và phóng đãng của phái nữ vốn là hậu quả tất yếu của nó, không chỉ giới hạn ở những người dân thường mà còn áp dụng mạnh mẽ hơn đối với những người ở hàng đầu trong xã hội, các viên chức chính phủ. Những người này hoàn toàn trụy lạc như quan lại Trung Quốc, thậm chí không để lại vẻ ngoài đàng hoàng mà họ cần phải tuân thủ. Về sự lợi ích mà họ có, để chuyển giao phụ nữ của họ cho người lạ, nhóm của chúng tôi đã thu thập được một số trường hợp kỳ cục. Sau đây trong số nhiều trường hợp khác, khái niệm khá tốt có thể được thu thập về giá trị được đặt vào họ theo quan điểm tiền tệ. Một hôm viên sĩ quan tàu Lion lên bờ để mua một cặp bò đực cho công ty trên tàu. Khi giá cả đã định 10 dollars một con, viên sĩ quan đếm tiền trước mặt viên quan địa phương rồi nhận bò. Viên quan nhận tiền rồi phái một vài người hầu của mình đi, chẳng mấy chốc họ quay trở lại với một cô gái trẻ xinh đẹp; rồi viên quan trao cô này cho viên sĩ quan. Cho dù viên sĩ quan khiêm tốn này có quá sốc trước giao dịch trắng trợn và khiếm nhã như vậy hay không; hoặc liệu ông ta có đủ tiền để trả giá cho những con bò đực hay không thì cũng không liên quan đến mục đích này. Sự kiện có thể thấy rằng anh ta thích bổn phận của mình hơn là mua người phụ nữ, và hơn là sự ngạc nhiên giả tạo của viên quan, người mà anh ta hiểu cô ấy là vợ hoặc là con gái. Một đàn ông khác, một hôm trên đường từ thành phố trở về đi dọc bờ sông, có một người đàn bà lớn tuổi theo anh ta, ra hiệu cho anh đi đến mái nhà tranh, đưa anh xem con gái mình, gần như lộ liễu cả tòa thiên nhiên (6); còn người đàn bà lớn tuổi thì mắt sáng lên với đồng dollar Tây Ban Nha.

Chú thích:

1.Đánh bốc: Quyền Anh [boxing], môn võ thuật từ Tây

phương.

2.Sparta: Tên thành phố cổ Hy Lạp.

3.Solon: Chính trị gia, luật gia, thi sĩ người Hy Lạp [630-560 BC] chủ trương cởi mở về luân lý.

4. Galba: Hoàng đế La Mã [12/24/3 BC-1/15/69]

5. Plutarch: Triết gia, sử gia Hy Lạp [46-119].

5. Horace: Thi sĩ nổi tiếng người Ý [65-8 BC] thọ 56 tuổi.

6.Hai sự kiện mà tác giả nêu lên, chỉ là trường hợp bán dâm cho người nước ngoài, nơi nào trên thế giới cũng có thể xảy ra; người dẫn mối thường bảo cô gái là con mình.

3. Dress-Buildings-Diet and means of subsistence-Extensive use of marine-Productions as articles of food-Low state of the arts and manufactures-

(Trang phục - Nhà cửa - Chế độ ăn uống và phương tiện sinh kế - Sử dụng rộng rãi hải sản - Sản phẩm làm thực phẩm - Trình độ nghệ thuật và sản xuất thấp)

Có rất ít sự hấp dẫn về bề ngoài và nét đẹp tổng quát của người Cochinchinese [nước Việt Đàng Trong]. Những người phụ nữ tại đây chỉ có chút vẻ đẹp mong manh; đúng là sự thiếu hụt nét quyến rũ cá nhân; ở một mức độ nào đó được bù đắp bằng tính khí vui vẻ và hoạt bát, hoàn toàn không giống người Trung Quốc buồn tẻ, ủ rũ và sống khép kín. Một khuôn mặt biểu cảm, là kết quả của sự giáo dục và tình cảm, cũng như tập hợp các đặc điểm tinh tế và sự hoàn thiện tốt đẹp của sức khỏe, sự thoải mái, miễn trừ khỏi sự lao động cực nhọc và tiếp xúc với những thay đổi của thời tiết, khó có thể mong đợi ở Cochichina [nước Việt Đàng Trong]. Trên thực tế, cả hai giới đều có đặc điểm thô, màu da thường đậm giống như dân Mã Lai , và phong tục cũng phổ biến nhai cau trầu giống như họ; khiến môi đỏ, hàm răng đen, bề ngoài trông khó coi hơn sắc đẹp thiên nhiên trời ban cho. Y phục phụ nữ không có vẻ quyến dũ mê hoặc. Y phục phổ thông bao gồm một áo vải rộng, màu nâu hoặc xanh dài xuống tận giữa đùi; quần Nam King hai ống rất rộng. Họ không quen dùng vớ hoặc giày; nhưng phái nữ lớp trên đi giày xăng đan hoặc dép. Y phục đặc biệt trong ngày lễ; một bà mặc ba, bốn áo một lần với các màu và kích thước khác nhau, chiếc ngắn nhất khoác lên trên. Một phụ nữ ăn mặc vậy, trong bản in phụ lục đính kèm (1), đại diện cho một nhóm người Cochinchinese [nước Việt Đàng Trong], có thể được coi là một vật mẫu công bằng về ngoại hình của họ. Mái tóc đen dài thường được thắt nút, tạo thành vương miện trên đầu, và một đôi khi thả lỏng qua lưng, thông thường xuống tận đất. Người để tóc ngắn không cho là thô tục, nhưng tỏ ra là thoái hóa.

Y phục nam giới có rất ít đặc điểm để phân biệt với phụ nữ; phần lớn hạn chế trong một tấm áo ngắn và chiếc quần. Một số người dùng khăn quấn xung quanh đầu theo kiểu khăn xếp; số khác đội nón hoặc mũ nhiều kiểu và vật liệu khác nhau; nhưng phần lớn nhắm che mặt khỏi tia nắng mặt trời. Cũng với mục đích này, họ dùng ô với giấy dày Trung Quốc; quạt che bằng lá cây Borassus, lá cọ, hoặc lông chim. Hòa điệu với quần áo xấu và ít ỏi, thường được ném lỏng lẻo qua vai để vừa với cơ thể, là những căn phòng tre thấp kém. Nói tóm lại, ánh mắt người lạ với quan niệm cao không thể gây ấn tượng về tình trạng hạnh phúc của những người này.

Tuy nhiên có một sự khác biệt lớn về hoàn cảnh giữa người châu Âu và người dân nhiệt đới; khiến người châu Âu lần đầu tiên đến gặp người vùng nhiệt đới, dễ bị sai lầm khi cố gắng so sánh điều kiện tương ứng hai bên. Đối với người Âu Châu thì nhiên liệu, y phục, chỗ ở không những cho họ tiện nghi mà còn giúp họ tồn tại. Đối với dân xứ nóng thì giá trị của lửa chỉ giúp họ ủ tro than nấu chín nồi cơm, hoặc châm lên đuốc để dâng cúng. Vải vóc huy hoàng chất đầy không gây cho họ ý vị mặn mà phải nghiêng lòng; quần áo chật và dày cảm thấy thiếu thoải mái, gây bất tiện trở ngại.

A group of Cochinchinese

(Một nhóm người Việt Đàng Trong)

Ngay cả một chút quần mà anh ta thấy thích hợp để sử dụng, cũng thường xuyên ném sang một bên; vì nơi này trần truồng không phải là nỗi ô nhục, anh ta có thể mọi lúc, và ở mọi nơi, điều chỉnh y phục của mình theo cảm xúc và hoàn cảnh, mà không xúc phạm đến người khác, hoặc xấu hổ với chính mình; đấy là một lợi thế bị từ chối đối với người Âu.

Tuy rằng chúng tôi không mong đợi được trông thấy thành phố lớn hoặc lâu đài tráng lệ tại vùng phụ cận vịnh Turon [Đà Nẵng], nhưng đây là nơi buôn bán nỗi tiếng với Trung Quốc, Nhật Bản; nên hơi thất vọng khi thấy một vài làng không quá một trăm nóc, và phần lớn là nhà tranh. Hậu quả phải chịu đựng do cuộc cách mệnh [Tây Sơn] đã xảy ra, để lại tàn dư những kiến trúc lớn hơn và tốt hơn; trong vùng đất đồi còn dấu tích tường và đồn cũ; theo lời kể của sĩ quan chúng tôi đã bị bắt làm tù binh cho biết vẫn còn nhiều đồn như vậy tại Fai-foo [Hội An]. Phần còn lại cũng thấy đồn điền và vườn trái cây, hoa thì trở nên hoang dại; nhưng không có dấu vết tỏ ra ngày xưa giàu có hoặc để lại ấn tượng về sự tráng lệ đã sụp đổ. Thực sự đây là dấu tích thành phố Đông phương, chịu sự hủy hoại rồi biến mất. Những căn nhà tốt nhất tại đây chỉ có một tầng, phần lớn bằng gỗ, và gạch phơi nắng; loại gạch này cần phải lưu ý liên tục để bảo vệ chúng khỏi bị mục nát biến thành đất. Những bức tường thành phố làm bằng vật liệu nhẹ không bền, nên chẳng bao lâu đổ sụm xuống thành đống đất, rồi bị chôn vùi gấp bởi cây cỏ dại. Hệ thống tường thành phố khi xây dựng đã bị tính toán sai về sức chịu đựng. Đống đất lớn giữa bức tường liên tục đẩy gạch hoặc đá ra để cho rơi xuống hào, khiến vài năm sau mặt bằng của tường bị hỏng. Nếu thành phố Bắc Kinh lớn và đông dân, một thành phố có lẽ lớn và đông dân nhất trên thế giới vì một sự tình cờ nào đó bị để hoang, thì một vài thế kỷ sau sẽ không xóa bỏ hết mọi dấu vết về tổng thể của nó. Tuy nhiên ít ngạc nhiên rằng vào thời Alexander, mọi dấu vết của những cung điện nguy nga tráng lệ được cho là của thành Troy đã biến mất, và thành phố Babylon kiêu hãnh, từng là chúa tể của thế giới trong nhiều thế kỷ qua, đã bị chôn vùi trong cát bụi.

Mái nhà tranh tại Turon [Đà Nẵng] nói chung sạch sẽ vừa vặn, trông chắc chắn đủ che chở cho dân chúng ánh mặt trời mùa nắng, mưa nặng hạt trong mùa kia. Trên thị trường dường như không thiếu các hàng vải hoặc lụa cho y phục; trong nước còn sản xuất số lượng lớn hàng hóa khác nhau đóng góp vào việc nuôi dưỡng đám đông, và sự xa hoa theo đòi hỏi của lớp trên. Hầu như mọi loài gia súc, ngoại trừ cừu, có rất nhiều; trong đó có những con vật ngắn sừng, heo chân ngắn, dê và rất nhiều gà, vịt. Họ ăn thịt chó giống như Trung Quốc, và ếch là món ăn phổ thông. Biển và đất liền không cạn nguồn cung cấp cho những người sống tại vùng ven biển. Ngoài các loại cá ngon, tối thiểu họ ăn ba lòai giống Balistes, và nhiều Chaetodon; lòai đề cập sau da có giải băng màu tím và vàng, vây có mắt, là loại cá đẹp. Phần lớn dùng lưới bắt cá; lại có loại rổ có nắp đậy, dùng mồi nhử cá vào rồi đóng nắp lại bắt. Chúng tôi quan sát họ bắt nhiều cá bay bằng cách dùng bình bằng đất nung cổ hẹp, nhử mồi bên trong bằng thịt heo hoặc ruột cá. Phần lớn động vật thân mềm được người Cochinchinese [nước Việt Đàng Trong] dùng làm thức ăn; chẳng hạn như sứa, holothuria, actinia, và doris. Họ còn bắt biches de mer đem chế biến làm thức ăn hạng sang hoặc đem bán. Dù rằng súc vật và rau được xem như thức ăn chính; tất cả những thức ăn có chất keo lấy từ biển và rong biển như fuci và ulva đều là cây ăn được.

Dân bản địa thuộc bờ biển các đảo tại Nhật dùng một phần thức ăn nuôi dưỡng là các loài rong biển, trong đó không có gì hơn là loài fucus được gọi là saccharinus. Xuất xứ từ lời kể của Mr. Thunberg lá nó còn dùng để trang sức tô điểm trên gói quà hoặc trái cây gửi cho người lạ. Cây này được đánh giá cao vì người ta cho rằng nó là nguồn tài nguyên nuôi dưỡng được cung cấp dồi dào, khiến các nước có thể lựa chọn, hoặc khi cần có thể tận dụng các sản phẩm khác nhau của nó. Món thạch Chinchou của Trung Quốc có thể được chế một phần bởi rong biển Fucus Saccharinus, khi xuất hiện qua hàng mẫu bán tại Anh cho thấy thạch này được chế, nguyên liệu lấy từ ba hoặc bốn loại rong; thực sự có lý do để tin rằng phần lớn hai loại Fuci và Ulva được dùng cho mục đích này. Từ bờ biển đảo Robben tại mũi Good Hope [Hảo Vọng Giác, Nam Phi] nô lệ thường mang những rổ rong biển Fucus, lá giống như gươm, dài khoảng 6 inches [0.15 mét]. Những lá này đem rửa sạch, phơi đủ nắng để khỏi thối, ngâm với nước sạch trong vòng 5, hoặc 6 ngày, thay nước mỗi buổi sáng; sau đó luộc trong vài giờ với ít nước, nó sẽ trở thành thạch trong, chế thêm ít đường và nước chanh hoặc cam thì hương vị trở nên dễ chịu và sảng khoái như bất kỳ loại thạch nào! Rất ít nước có thể khoe nhiều giống rong biển Fuci và Ulva hơn vùng bờ biển British Island; thế hệ sau có thể khám phá nó chứa đựng nhiều chất dinh dưỡng như một loại thực phẩm cho một số loài. Ngoại trừ Esculentus hoặc Tangle, Saccharinus nổi tiếng tại Iceland hơn tại nước Anh; còn Palmatus hoặc Dulse thì dân Scotch bảo rằng giàu chất keo, nhưng tiếp xúc với rau khác như trộn lẫn với mùi thơm của hoa Violet hoặc giống Ulva, còn có tên là Laver, nổi tiếng tại bờ biển Wale; riêng phần còn lại có vẻ như bị bỏ quên.

Nhưng Chin-chou tại Trung Quốc gọi chính xác hơn là Hai-Tsai hoặc rau biển không chỉ dùng riêng cho thức ăn; nó còn được sử dụng chất keo để tạo thêm độ trong suốt cho lớp giấy lớn hoặc vải lưới thô dùng cho cửa sổ hoặc đèn lồng; đèn này gồm những cành tre bắt chéo nhau, thường có hình thoi với những kẽ hở chứa đầy nhựa trong Hai-tsai.

Giống như vậy, người Cochinchinese [nước Việt Đàng Trong] thu hoạch những cây tươi mọng nước thường mọc tại đầm lầy cát muối như các loài Salicornia, Arenaria, Crithmum Maritimum, hoặc Samphire và các thứ khác làm thành món xúp, hầm hoặc ăn ở trạng thái thô để tạo độ thơm ngon cho gạo. Và từ hạt gạo này, với bàn tay khéo léo họ chế ra bún tàu, thường gọi là Lock-soy, hoàn toàn trong trắng, giữ nguyên phẩm chất cao tại các nước Nhật và Trung Quốc; nước đề cập sau đem xuất cảng với số lượng lớn. Dùng nó làm súp thì mềm dẻo; cũng có thể để nguyên với phẩm chất trong vắt nó, khiến người ta nghi ngờ rằng gạo là thành phần duy nhất tạo ra nó. Bún tàu Lock-soy của Trung Quốc thường mờ đục.

Đối với dân bản xứ vùng nhiệt đới, thức ăn súc vật không cho là vật cần thiết số một, nên ít khi dùng. Dù rằng cá là thức ăn nuôi dưỡng phổ thông cho người dân ven biển, nhưng một bữa ăn với cơm, ít muối, trái ớt hoặc tiêu, một ít rong biển đề cập ở trên, là bữa ăn thịnh soạn cho dân các nước Đông phương. Tất cả những thứ ngoài bài viết này và hình ảnh đính kèm; ngay cả trầu và cau, cũng như thuốc phiện, rượu mạnh, được xem như thuộc thành phần sang trọng. Về lúa gạo, tại Cochinchinese [nước Việt Đàng Trong] có hai mùa chính trong một năm; một mùa lúa chín vào tháng năm, vụ kia vào tháng mười. Trái cây các loại như cam, chuối, sung, táo, ổi, thạch lựu, và những thứ khác ít thích hơn, sản xuất rất nhiều tại mọi nơi trong nước. Họ có khoai mài ngon, và rất nhiều khoai lang ngọt. Gia súc không cho nhiều sữa; cũng giống như Trung Quốc, thứ này ít dùng, ngay cả cho trẻ con. Tại Turon [Đà Nẵng] trẻ con đông, trông khỏe mạnh; nhưng lên 7, hoặc 8 tuổi còn ở truồng. Thức ăn cho chúng dường như gồm có cơm, mía, dưa. Phần đông dân Cochinchina [nước Việt Đàng Trong], cũng giống như Trung Quốc, chỉ dùng 2 bữa ăn trong ngày; một bữa vào khoảng 9, hoặc 10 giờ sáng; một bữa vào lúc mặt trời lặn. Trong mùa nắng thường ăn trước cửa mái nhà tranh, trải chiếu ngoài trời; mọi người đều giống nhau, không cảm thấy xấu hổ vì bữa ăn tồi.

Tại vùng phụ cận Turon [Đà Nẵng] chúng tôi thấy một vài đồn điền trồng mía và thuốc lá. Nước mía sau khi qua thanh lọc, xuất cảng sang Trung Quốc với dạng như kẹo dày có màu, trông giống tầng ong; còn thuốc lá tiêu thụ trong nước; trai gái, đủ mọi hạng tuổi đều hút. Tuy nhiên, bộ mặt của đất nước vẫn còn dấu vết yếu ớt trong việc canh tác, và kỹ thuật cùng cách sản xuất rõ ràng đang suy yếu. Trong nhà tranh có ít đồ đạc, chế tạo thô sơ, dùng tạm mà thôi. Nệm bao phủ nền nhà, đan khéo léo bằng màu khác nhau; nhưng nghệ thuật làm nệm quá phổ thông trong nhiều nước tại phương Đông, đến nỗi những cái đẹp nhất hiếm khi được ngưỡng mộ. Những đồ vật trong nhà phần lớn là cái bếp lò đất, một nồi bằng kim loại để nấu cơm, một cái xoong bằng miếng kính đồng hồ để xào rau, và một vài chén, bát bằng đồ gốm. Những bình bằng gang phẩm chất ngang bằng Trung Quốc, trong khi đồ gốm thì kém hơn. Họ làm những đồ vật kim loại ở mức độ gọn gàng có thể chấp nhận được; cán gươm của các sĩ quan bằng bạc, không đến nỗi dở. Trên thực tế, cả hai nước đều sở hữu tài năng nhanh nhạy và toàn diện, nếu được khuyến khích đúng mức, sẵn sàng ở giai đoạn tiên tiến để đạt được tiến bộ rất nhanh trong nghệ thuật, khoa học và sản xuất. Dưới sự bất lợi của một chính phủ tồi, sự khéo léo của họ đôi khi bùng nổ một cách bất ngờ; người đàn ông ở Canton [Quảng Châu, Quảng Đông] có thể làm đồng hồ ngay từ cái nhìn đầu tiên không phải là người yếu đuối hay tay vụng về.

Tuy nhiên nghệ thuật và sản xuất chưa cải tiến; đó là khuyết điểm căn bản của tất cả chính phủ tại Đông Phương, mà đất đai, khí hậu và các tiện ích khác không thể bù đắp nỗi, nó chống lại không cho con người đạt được vĩ đại và hạnh phúc. Rào cản không thể vượt qua đối với sự vĩ đại và hạnh phúc của họ cũng do thiếu sự an toàn lâu dài về tài sản. Ở đây quyền thừa kế tài sản yếu hơn quyền chiếm hữu; nơi mà bàn tay quyền lực, không cần hình thức tố tụng pháp lý, có thể tước đoạt mảnh đất của tha nhân và gia đình họ dựa vào để sống, bất cứ lúc nào. Nơi mà người dân và tài sản không được che chở để tránh khỏi mưu mô thù hoặc sự tham lam của những người có quyền lực. Chủ thể có thể có sự khuyến khích nào để xây dựng một ngôi nhà thanh lịch, cải thiện việc canh tác đất đai của mình, hướng tới sự hoàn hảo trong bất kỳ ngành nghệ thuật nào, hoặc mở rộng sự khéo léo, cần cù của mình, vượt xa tầm mức chỉ cung cấp những thứ cần thiết cho cuộc sống. Một nhà hiền triết phương Đông đã nhận xét rằng:

"Bằng chứng của một chính phủ công bằng và cảnh sát quản lý tốt, khi một người phụ nữ xinh đẹp đeo đầy đồ trang sức có thể đi ra ngoài, trong sự an toàn tuyệt đối."

Nhà hiền triết này nói gì về chính phủ và cảnh sát, nơi một bà già yếu đuối và giàu có, bao quanh bởi một nhóm người hầu khỏe mạnh và nghèo khổ, giao phó bản thân và tài sản của mình cho họ và cho thế giới với thái độ bình tĩnh và tự tin, như thể sức mạnh thể chất của bà không hề thua kém họ; hoặc nơi mà tài sản của một đứa trẻ mồ côi còn yếu đuối hơn không chỉ được đảm bảo cho đến khi đứa trẻ đó đến tuổi biết suy xét, mà còn được nuôi dưỡng và cải thiện đôi khi gấp đôi giá trị ban đầu của nó. Mặc dù tình trạng này có vẻ kỳ lạ đối với người dân ở bán cầu phía Đông, nhưng chúng ta vẫn có thể hài lòng khi biết rằng nó hoàn toàn đúng ở nhiều nơi trên thế giới phương Tây và không nơi nào đúng hơn là hòn đảo ưa chuộng Great Bristain.

Chú thích:

1.Phụ lục **A group of Cochinchinese** [Một nhóm người Việt Đàng Trong] .

4. Excel most in naval architecture-Language-Religion-Laws of the same as those of China-Punishments not so frequent.

(Nổi trội nhất về kiến trúc hàng hải - Ngôn ngữ - Tôn giáo - Luật pháp giống như Trung Quốc - Hình phạt không quá thường xuyên)

Một bộ môn đặc biệt về nghệ thuật người Cochinchinese [nước Việt Đàng Trong] đứng vào hạng xuất sắc là kiến trúc hải thuyền, thành quả không phải không dựa ít nhiều vào gỗ lớn và tốt. Thuyền buồm giải trí của họ rất đáng lưu ý; loại thuyền này dài khoảng 50 đến 80 thước Anh [thước Anh=1 foot=1/3 mét], hoặc bằng 5 tấm ván kéo dài liên tiếp, kẹp viền bằng cách đóng chốt tại lỗ mộng và được buộc chặt bằng các sợi tre xoắn. Thân và đuôi tàu nhô lên, khắc hình quái vật như rồng, rắn; trang sức tranh mạ vàng. Một số cây cột và giáo mang cờ và sợi dây được trang trí bằng những búi đuôi bò sơn màu đỏ; đèn lồng, ô dù và các phù hiệu khác biểu thị cấp bậc của hành khách, được dựng lên ở mỗi đầu thuyền. Những người này, cũng giống như người Trung Quốc, khác nhau hầu hết các quan niệm với phần lớn nhân loại; để nhóm hành khách luôn ngồi ở phần trước con thuyền. Vì sợ vi phạm cách cư xử lịch sự nếu những người chèo thuyền quay lưng lại với hành khách, nên họ đứng đối mặt về phía mũi thuyền, đẩy mái chèo ra khỏi họ; chứ không kéo về phía họ, như thường làm ở thế giới phương Tây. Tôi tớ và hành lý chiếm giữ phần lái của con thuyền. Các loại tàu thuyền được sử dụng trong hoạt động thương mại ven biển, tàu đánh cá và tàu thu thập tổ chim én trong quần đảo Paracels [Hoàng Sa] có nhiều kiểu khác nhau: nhiều loại giống như thuyền tam bản của Trung Quốc được phủ bằng chiếu, bên dưới có cả một gia đình thường xuyên sinh sống; một số khác giống thuyền proas của người Mã Lai, kể cả thân tàu và dây buồm.

Các tay buôn bán ra nước ngoài xây dựng thuyền theo cùng một bản thiết kế như thuyền Junk của Trung Quốc, hình dáng và kết cấu của chúng không được coi là mô hình hoàn hảo của kiến trúc hải thuyền; tuy nhiên vì chúng tồn tại hàng ngàn năm mà không thay đổi, nên ít nhất chúng cũng có quyền được tôn trọng một chút vì tính cổ xưa của phát minh này. Những thuyền này không có ý định dùng cho chiến tranh, nên phẩm chất chính không phải là nhanh nhẹn khi xua đuổi hoặc trốn thoát, mục đích của chủ nhân coi an toàn hơn tốc độ. Vì cá nhân làm thương mại nên không có vốn nhiều, người buôn vừa là chủ thuyền và chỉ huy hải hành, chỉ cần trọng tải hạn chế đủ cho hàng hóa của riêng ông; sau đó thuyền được chia thành nhiều khoang, để tránh sự bất tiện thuyền có thể chứa hàng của nhiều thương gia riêng biệt. Vách chia các khoang là những ván gỗ dày 2 inches [0.05 mét], trét keo vào khe hở để hoàn toàn không ngấm nước. Bất kể phản đối nào có thể được đưa ra đối với việc phân chia khoang tàu và sự can thiệp vào việc xếp hàng, nhưng không thể phủ nhận về lãnh vực này giúp các tàu lớn nhiều lợi thế quan trọng. Một chiếc tàu được củng cố bằng vách ngăn chéo, có thể va vào đá mà không bị thương nghiêm trọng. Một vết rò rỉ xuất hiện ở một bộ phận của khoang sẽ không gây bất kỳ thiệt hại nào với vật được đặt ở bộ phận khác; và do con tàu được liên kết chặt chẽ như vậy nên nó đủ vững chắc và mạnh mẽ để chịu được cái sốc lớn hơn bình thường. Các thủy thủ đều biết rằng khi một con tàu lớn đâm vào đất liền, dấu hiệu đầu tiên cho thấy tàu bị vỡ là khi các cạnh của boong tàu bắt đầu tách ra khỏi hai bên; nhưng sự tách rời này không bao giờ có thể xảy ra khi hai bên và boong tàu được liên kết chặt chẽ với nhau bằng vách ngăn chéo. Thực vậy, phát minh xưa của Trung Quốc, nay được hải quân Anh thử, như một thí nghiêm mới. Các kế hoạch khác cũng đã được đề xuất từ đất nước này dùng để đẩy tàu trong trạng thái tĩnh lặng, bằng những mái chèo lớn, hoặc bằng bánh xe quạt nước đặt ở hai bên hoặc xuyên qua đáy và bằng nhiều phương thức khác; tất cả những phương pháp này mặc dù được gọi là phát minh nhưng đã được người Trung Quốc sử dụng phổ biến qua hơn hai nghìn năm.

Bức tranh đính kèm truyền đạt ý tưởng khá hay về thuyền bè Cochichinese [nước Việt Đàng Trong] thường lui tới tại nhánh sông Fai-fo [Hội An] đổ vào vịnh Tu ron [Đà Nẵng].

Cochinchinese shipping on the river Faifo

(Thuyền nước Việt Đàng Trong trên sông Hội An)

Dù rằng Vua hiện tại của nước này đã phá vỡ một vài xiềng xích của phong tục; tuy nhiên khi làm như vậy về việc đóng tàu chiến, ông không quên định kiến phổ biến; đặc biệt là ở các nước Châu Á, nơi họ hoàn toàn bị định kiến chi phối, được đóng dấu ấn bằng một bản chất quá thiêng liêng để có thể bị xóa bỏ ngay lập tức gốc rễ. Để tỏ lòng tôn trọng định kiến này, ông chỉ cho thay đổi phần thân tàu hoặc vỏ tàu bị ngập trong nước; tất cả các bộ phận phía trên như cột buồm, cánh buồm và dây buồm vẫn giữ nguyên kiểu Cochichinese [nước Việt Đàng Trong]. Thực sự người ta có thể đặt câu hỏi liệu tre mềm dẻo, tạo nên một phần vật chất của các công trình phía trên của tàu, có nên được thay thế bằng gỗ cứng với lợi thế nào không, vì nó nhẹ hơn và cũng chắc chắn như vậy. Nhưng không thể không ngưỡng mộ sự sáng suốt của vị cựu Hoàng tử thông thái và năng động này, người đã đạt được lợi thế thực sự khi điều khiển con đường trung dung, mà không tạo ra bất kỳ thay đổi hình thức có thể thấy rõ.

Sự kiên trì với phong tục cổ xưa, một ví dụ thú vị liên quan đến Hoàng đế Nhật Bản; vào thời gian cách đây vài năm, người Hà Lan từ Batavia [thuộc địa Hà Lan, Indonesia] mang đến cho Quốc vương này mô hình một con tàu chiến, cùng với những món quà khác. Vị Đại sứ tình cờ nhìn thấy Hoàng đế để mắt đến mô hình này, và cho rằng phải biến cơ hội thành lợi thế cho chủ của mình; nên đã mạnh dạn đưa ra đề xuất cử một số thợ thủ công lành nghề từ Hà Lan đến Nhật Bản để hướng dẫn thần dân của nhà Vua về nghệ thuật đóng tàu theo kiểu châu Âu. [Qua thông dịch] Vua Nhật muốn hỏi bao lâu thì người dân trong nước quen với nghệ thuật đóng tàu như mô hình vừa đem đến. Viên Đại sứ trả lời khoảng 300 năm. Nhà Vua bảo:

"Hãy nói với ông ta, dân nước tôi đã đóng những chiếc tàu như ông thấy trong cảng nhiều ngàn năm, mà tôi chưa từng nghe lời phàn nàn về sự hữu dụng của nó. Vì vậy, tôi sẽ không dành cho bản thân hoặc người dân của tôi một lời bình phẩm tệ hại đến mức gạt bỏ thử thách của thời gian, để theo đuổi một phát minh mới ngày hôm qua. Tàu Hà Lan có thể hợp với người Hà Lan, nhưng không hợp cho Nhật Bản; vì vậy, nói với ông ấy, ta muốn ông mang trở về phần quà mô hình này!"

Người Cochinchinese [nước Việt Đàng Trong] bảo trì hiệu quả chữ viết ngôn ngữ Trung Quốc, chúng tôi thấy không khó khăn khi truyền tin với họ về lãnh vực này qua môi giới các tu sĩ Trung Quốc. Tuy nhiên tiếng nói chịu sự thay đổi nhiều, điều này cũng ít ngạc nhiên, vì ngay cả tiếng nói dân miền bắc và miền nam Trung Quốc cũng không hiểu nhau. Nhưng mặc dù tiếng nói thay đổi, nó dường như không nhận được bất kỳ sự cải thiện nào: không có sự bổ sung của riêng họ, cũng không đưa các từ ngữ nước ngoài vào thay thế.

Sau đây xin làm bảng danh mục ngắn, âm ngữ Trung Quốc đối chiếu với âm ngữ Cochichinese [nước Việt Đàng Trong] và ý kiến về sự khác nhau xa, gần giữa các âm nghĩa:

Anh	Âm Trung Quốc	Âm Việt Đàng Trong [1792-1793]	Dịch giả bổ sung tiếng Việt hiện đại
The earth	Tee	Đia	Địa
The air	Kee	Bloei	Trời
Fire	Ho	whoa	Hỏa
The sea	Hai	Bae	Bể
A river	Ho	jeang	giang
A mountain	shan	noui	Núi
The sun	Jec-tor	Mat bloei (eye of heaven)	Mặt trời
The moon	Yué	Blang	Trăng
The stars	Sing	Sao	Sao
The clouds	Yun	Moo	Mây
Thunder	Luie	No-sang	Nổ Sấm
Lightning	Shan-tein	Choap	Chớp
Wind	Fung	Jeo	Gió
The day	Jee or tien	Ngai	Ngày
The night	Ye or van-shang	Teng	Tối
The sky or heaven	Tien	Tien	Thiên
The east	Tung	Doo	Đông
West	See	Tai	Tây
North	Pee	Pak	Bắc
South	Nan	Nang	Nam
Man	Jin	Dan-ou	Đàn ông
Woman	Foo-gin	Dan-ba	Đàn bà
A quadruped	Shoo	Kang	Thú rừng

A bird	Kin	Ching	Chim
A fish	Eu	Ka	Cá
A tree	shoo	kai	Cây
A fruit	Ko-tse	Blai	Trái
A flower	Wha	Wha	Hoa
A stone	Shee	Ta	Đá
Gold	Tchin	Whang	Vàng
Silver	In-tse	Bak	Bạc
Copper	Tung	Tow	Thau
Lead	Yuen	Chee	Chì
Iron	Tié	Tié	Sắt
The head	Too	Too	Đầu
The hand	Shoo	Tai	Tay
The heart	Sin	Blai	Tim
The foot	Tchiau	Tchen	Chân
The face	Mien	Mien	Mặt
The eyes	Yen-shing	Mat	Mắt
The ears	Eul-to	Tai	Tai
An ox	Nieu	Bo	Bò
A horse	Ma	Ma	Mã
An ass	Loo-tse	Looa	Lừa
A dog	Kioon	Koo	Cẩu
A sheep	Yang	Chien	Chiên
A cat	Miau	Miao	Mèo
A stag	Shan-loo	Hoo	Nai
A pigeon	Koo-tse	Bo-kau	Bồ câu
An egg	Kee-tan	Te-lung	Trứng
A goose	Goo	Ngoo	Ngỗng
Oil	Yeo	Taw	Dầu
Rice	Mee	Gao	Gạo
Vinegar	Tsoo	Jing	Giấm

Salt	Yen	Muoi	Muối
Silk	Tsoo	Looa	Lụa
Cotton	Mien-wha	Baou	Bông
Sugar	Tung	Dang	Đường
A house	Shia	Da	Nhà
A temple	Miau	Shooa	Miếu
A bed	Tchuang	Tchuang	Giường
A door	Men	Pan	Cửa
A knife	Tau	Tiau	Dao
A plough	Lee	Kai	Cày
An anchor	Mau	Dan	Neo dừng
A ship	Tchuan	Tau	Tàu
Money	Tsien	Tien	Tiền
One	Ye	Mot	Một
two	ul	hai	hai
three	san	teng	tam
four	Soo	bon	Bốn
Five	Ou	Lang	Năm, lăm
Six	Leu	Lak	Lục
Seven	Tchee	Bai	Bảy
Eight	Pa	Tang	Tám
Nine	Tcheu	Chin	Chín
Ten	shee	Taap	Thập
Eleven	Shee-ye	Moei-mot	Mười một
Twelve	Shee-ul	Moei-hai	Mười hai
Twenty	Ul-shee	Hai-moei	Hai mươi
Thirty	San-shee	Teng-moei	tam mươi
Thity-one	San-shee-ye	Teng-moei-mot	Tam mươi một
Thirty- two	San-shee-ul	Teng-moei-hai	tam mươi hai

One hundred	Pe	Klang	Trăm
One thousand	Tsien	Ngkin	Nghìn
Ten thousand	Van	Muon	Vạn
One hundred thousand	Shee van		Mười vạn

Có thể thấy rằng người Cochichinese [nước Việt Đàng Trong] đọc các phụ âm B,D và R không khó khăn chút nào; nhưng người Trung Quốc không thể làm như vậy, họ dùng bất kỳ nỗ lực nào, phát âm một âm tiết gần vào âm này. Khi cấu tạo một nhóm chữ, cũng có sự khác nhau giữa hai ngôn ngữ; ví như khi dùng đại danh tự số nhiều chỉ người, Trung Quốc dùng âm tiết muen để phía sau đại danh tự chỉ người số ít:

Anh	I	Thou	He
Trung Quốc	Ngo [ngã]	Ne [nĩ]	Ta [tha]
Anh	we	Ye	They
Trung Quốc	Ngo-muen	Ne-muen	Ta-muen

Nhưng người Cochichinese [nước Việt Đàng Trong] dùng âm tiết chung [chúng] để phía trước đại danh tự chỉ người số ít:

Anh	I	Thou	He
Việt Đàng Trong	Tooi [tôi]	Bai [bay]	No [nó]

Anh	we	Ye	They
Việt Đàng Trong	Chung-tooi [chúng tôi]	Chung-bai [chúng bay]	Chung-no [chúng-nó]

Chúng ta phải giao tiếp tương lai với người Trung Quốc nghiêm trang và trang trọng, những người mà phẩm giá của họ sẽ bị hạ thấp khi họ hạ mình sử dụng bút chì để mô tả các đối tượng, bất chấp sự liên kết của nó với cách viết của họ; chúng ta cảm thấy thấy dễ dàng hơn trong việc làm cho mình dễ hiểu, hoặc bằng cách cố gắng chỉ ra bằng ký hiệu và cử chỉ, những ý tưởng có thể được trao đổi mà không cần sự trợ giúp của ngôn ngữ. Những người này hoàn toàn không giống với người Cochinchinese [nước Việt Đàng Trong], họ luôn luôn có vẻ muốn đồng tình với quan điểm của chúng ta là tạo điều kiện cho sự hiểu biết lẫn nhau. Tuy nhiên, những người Trung Quốc buôn bán hoặc làm kẻ hầu cho người châu Âu ở Canton [Quảng Châu, Quảng Đông] cũng sẵn sàng, khéo léo và sáng tạo để làm cho chủ nhân của họ hiểu mình và đáp ứng được những ý tưởng mà họ quan tâm, giống như bất kỳ người nào khác có thể làm được. Chẳng hạn như một hạm trưởng tàu của công ty East Indea, một hôm chỉ vào đĩa đồ ăn tại bàn mà ông cho là vịt băm nhỏ, bèn bảo người hầu Trung Quốc, người chỉ được học một chút thuật ngữ về cách mô tả do chủ nhân dạy, lấy cho ông một ít quaak-quaak. Người hầu, sau khi nhìn vào đĩa, đã lắc đầu và để sửa lỗi cho chủ nhân, nhận xét một cách đáng chú ý rằng đó không phải là quaak-quaak, mà là bow-bow, tức món thịt chó thay vì thịt vịt!

Khó có thể nhận thấy rằng tôn giáo của người Việt

Đàng Trong giống như hầu hết các quốc gia phương Đông khác, là một biến thể của học thuyết Phật giáo rộng rãi. Tuy nhiên theo những gì chúng ta có cơ hội thấy về mặt sùng đạo, nó đơn giản và ít được che giấu bằng những điều huyền bí và nghi lễ thờ cúng thần thánh, hơn là những gì được thực hành phổ biến ở Trung Quốc. Từ một tình cảm biết ơn đối với tinh thần nhân từ và hào phóng của thần linh, người Cochinchinese [nước Việt Đàng Trong] giống như người Do Thái thời xưa, thể hiện lòng thành kính của họ bằng cách dâng lên hình ảnh của vị thần bảo vệ, những con vật đầu lòng trong đàn gia súc còn sống của họ và những loại cây trái. Như một nhánh lúa đầu tiên, một trái cau mới chín, một chén đường đầu tiên, bất cứ cái gì thiên nhiên sinh ra đều được đưa đến đền thờ, nơi chứa hình ảnh thiêng liêng và được đặt ở đó với mục đích khiêm nhường biết ơn về lòng tốt của thần thánh. Tôi rất vui mừng khi có cơ hội được tham dự một buổi lễ mang tính chất này.

Một buổi chiều thanh thản rời thuyền đến một khe núi tại bờ phía bắc vịnh Turon [Đà Nẵng], tôi thấy một người mặc áo dài màu vàng chấm đất, đầu trọc cạo tóc sát da; đi từng bước đến một cây lớn tỏa bóng, theo sau một vài người nông dân. Khi đến dưới cây tất cả đều dừng lại. Phía trên đầu thân cây (đây là loại cây Fieus indica hoặc Banyan tree, người Cochichinese [nước Việt Đàng Trong] gọi là cây đa, cành có rễ phụ), tôi thấy một cái lồng lớn lưới đan xung quanh, phía trước có 2 cửa đặt giữa 2 cành cây, một phần bị lá che; ở trong có tượng gỗ Budha hoặc Fo [Phật], với dáng mập mạp, tư thế ngồi, giống như hình dáng tại đền chùa Trung Quốc. Một đứa trẻ nhỏ hầu vị Tu sĩ, đứng bên cạnh ông ta, bâng chiếc đĩa bằng đồng trên đặt than nóng. Một nông dân mang chiếc thang tre, đặt dựa vào thân cây; người khác trèo thang đến lồng trước tượng Phật, dâng 2 bát gạo, 1 chén đường, 1 chén muối. Lúc này vị Tu sĩ vung tay ra, mắt nhìn lên trời, lẩm nhẩm khấn, trong khi người đàn ông mang thang, quì mọp, lạy sát đất 9 lạy, theo phong tục của người Trung Quốc. Vài phụ nữ và trẻ em vẫn đứng ở đằng xa, dường như họ bị cấm đến gần; dù rằng người ta bảo Ni sư phổ biến ở nước này, không có sự hạn chế nào về giới tính. Cái thang kia là sở hữu của vị Tu sĩ, đúng giờ định ông sẽ dùng nó để lấy những đồ cúng để ông ta dùng; giống như vị Tu sĩ của thần tượng Bel thời xưa, như đã kể trong các văn bản giả tưởng, không có nhiều chỗ để nghi ngờ. Nhưng việc dâng hiến như đã trình bày, biểu hiện không ít lòng mộ đạo và biết ơn. Với phong cách đường hoàng, vị Tu sĩ nhận các phẩm vật một cách công bằng và công khai. Vâng, có lẽ không có bất kỳ nhóm người nào có quyền được trả công cho các dịch vụ của họ tốt hơn những người dành thời gian để duy trì các nghĩa vụ tôn giáo. Mọi thời đại và ở mọi quốc gia, việc xử lý các loại trái cây đầu mùa dường như đã được trao cho các vị Tu sĩ. Từ lịch sử thiêng liêng, rõ ràng nó đã hình thành nên một phần của sự phân phát của người Do Thái; và chúng ta được Pliny thông báo rằng không ai từng nghĩ đến việc nếm trái cây mới hoặc rượu mới trước khi Tu sĩ thực hiện nghi lễ dâng rượu theo thông lệ.

An offering of first fruits to the God Fo

(Dâng trái cây đầu mùa lên Phật)

Trên rìa của mỗi lùm cây nhỏ gần vịnh Toron [Đà Nẵng], có những chiếc hộp gỗ nhỏ hoặc giỏ mây treo hoặc gắn cố định giữa các cành cây; một số chứa hình ảnh làm từ nhiều vật liệu khác nhau, giấy sơn son hoặc mạ vàng được cắt thành nhiều hình dạng, dòng chữ khắc trên mảnh gỗ bằng Hán văn và nhiều dấu hiệu khác về điểm linh thiêng. Trên thực tế, cây cối dường như nằm trong số những ngôi đền đầu tiên được thánh hiến cho các vị thần. Đối với con người, ít tiến bộ hơn trạng thái tự nhiên; vật thể vĩ đại nhất hiện diện là những vật có khả năng thu hút sự tôn thờ nhất. trên đồng bằng có những cây cổ thụ đáng kính, và trên núi có những đỉnh cao chót vót bằng đá rắn chắc. Nhưng con người, càng văn minh và phù phiếm, càng tham vọng, đã hình thành nên một tòa tháp Babel [trong truyện cổ] có đỉnh cao chạm tới bầu trời. Những ngôi đền xa hoa và tráng lệ nhất đã được hầu hết các quốc gia văn minh thời cổ đại thánh hiến cho vị thần, và tập tục này đã được giáo sư Cơ đốc giáo áp dụng rộng rãi; nhưng người Trung Quốc và lân bang của họ có quan điểm khác nhau về vấn đề này, cũng như hầu hết những vấn đề khác. So với phần còn lại của nhân loại, họ bằng lòng thờ phụng:

"Trước mọi đền thờ, với tinh thần ưa thích trái tim ngay thẳng và trong sạch."

ở mọi nơi và trong mọi hoàn cảnh. Một chiếc hộp nhỏ không lớn hơn thứ đựng thuốc hít, thường cất giữ một vị thần được yêu thích. Sự sùng kính đơn độc, đúng là, không đòi hỏi không gian cần thiết cho việc thờ cúng tập thể; một vị thần bảo hộ có thể đặt bất kỳ góc nào trong nhà, hoặc mang theo trong túi.

Dân Cochinchinese [nước Việt Đàng Trong] rất mê tín, lễ nghi sùng đạo giống như Trung Quốc, với quan điểm ngăn chặn cái ác, hơn là thực hiện một điều tốt; nói một cách khác cho ma qui đáng sợ hơn là tôn kính việc tốt. Nhiều chỗ tại nước này dựng lên những cột để thờ cúng, nhưng mục đích không phải cúng thiên tai, hay chết trận hoặc bị giết; mà chính là thờ cúng ma qui gây nên tai nạn. Vì vậy khi đứa trẻ chết, cha mẹ trong lòng tất phải bất bình thế lực ma qui ác ý; nhưng họ cố gắng chiều nịnh bằng cách dâng cúng gạo, dầu, trà, tiền và bất cứ đồ vật gì họ tưởng tượng có thể làm vừa lòng ma qui giận dữ. Từ tình cảm như vậy, người ta có thể mạo hiểm hy vọng rằng hành vi giết trẻ sơ sinh kinh hoàng không phải một trong những phong tục xấu vẫn giữ của người Trung Quốc.

Bên cạnh việc tự nguyện đóng góp mà cá nhân cho là cần thiết phải thực hiện vào nhiều dịp khác nhau, có vẻ như chính phủ lấy tiền thuế để đóng góp hàng năm cho các tự viện để các Tu sĩ cầu khẩn thần linh phù hộ cho dân chúng. Sự đóng góp bao gồm sản phẩm hiện vật như gạo, trái cây, đường, hạt cau và các thứ khác; tại thành phố có thể thay thế bằng cách thu các vật như tiền, kim loại, y phục. Các Tu sĩ ở đây cũng như tại Trung Quốc được xem như thầy thuốc giỏi, nhưng tài nghệ do sự quyến dũ lòng tin hơn là trị liệu đúng cách bằng thuốc hoặc vệ sinh.

Có thể kết luận rằng nguyên tắc căn bản của chính

quyền Cochinchinese [nước Việt Đàng Trong] cũng giống như Trung Quốc, luật pháp và hình phạt đều giống nhau; nhưng tôi không nhận được tin tức đề cập đến vấn đề này. Trong căn nhà kề cận với tư dinh viên quan chỉ huy tôi thấy hai thứ Tcha và Pan-tsé (cái gông và roi tre); nhưng lúc nào luật thi hành thì ít thấy; hoặc dân chúng tại đây ít hư hỏng hơn chăng? Tôi không có thể giả bộ nói rằng đã quan sát hết, nhưng tôi không thấy một sự trừng phạt nào; trong khi đó tại Trung Quốc hiếm khi đi qua một thị trấn hoặc một làng mà không thấy cùm, và lỗ tai nghe đầy rẫy tiếng kêu van của người bị đánh bằng roi tre. Thực sự tại đây quan lại tham nhũng trụy lạc trong cuộc sống cá nhân, công khai thực hiện một sự nghiêm khắc trong hành vi, để chấp thuận những sửa đổi của dân. Nhưng một quan lại người Cochinchinese [nước Việt Đàng Trong], người công khai vi phạm các quy tắc của sự đoan chính và đặt ra trong chính con người mình tấm gương về sự phóng túng, nhưng có thể chỉ đạo và giám sát sự trừng phạt một người khác ít tội hơn mình. Trong tất cả các sự kiện, tinh thần người dân Turon [Đà Nẵng] dường như không bị lo âu, từ việc sử dụng bàn tay quyền lực quá nghiêm trọng.

Chương 11.

Advantages of a commercial intercourse with Cochinchina.

(Ưu điểm về giao dịch thương mại với nước Việt Đàng Trong)

1. Peninsula and habour Turon-Views of France in desiring the cession of it-Importance of to Great Britain particular in its commerce with China-Cochichinese productions for export-Mode of establishing an intercourse with this nation-Objections against entrusting diplomatic agency to mercantile men.

(Bán đảo và bến cảng Đà Nẵng-Quan điểm của Pháp mong muốn nhượng lại nó-Tầm quan trọng của Đà Nẵng đối với Anh, đặc biệt là trong thương mại với Trung Quốc-Sản phẩm xuất khẩu của nước Việt Đàng Trong -Phương thức thiết lập quan hệ với quốc gia này-Phản đối giao phó việc ngoại giao cho những người buôn bán.)

Giám mục Bá Đa Lộc khi thương thảo hiệp ước giữa Vua Louis 16 và Vua nước Việt Đàng Trong đã thể hiện rõ ràng sự gắn bó tuyệt vời với Vua sau [nước Việt Đàng Trong], nhưng cũng không quên để ý đến lợi ích của Vua trước. Điều khoản trong hiệp ước chứng tỏ rằng khi đặt bán đảo Turon [Đà Nẵng] nhượng cho Pháp, Giám mục tốt bụng đã không hề vô tâm trước những lợi thế bờ biển nước Việt Đàng Trong [Cochinchina] sở hữu. Ông ta dường như nhận thức một cách rõ ràng rằng nước Pháp một khi chiếm giữ cái gáy của đất này, có khả năng bảo vệ nó vĩnh viễn tại phương Đông. Thực sự mũi đất Turon [Đà Nẵng] đối với nước Việt Đàng Trong so với Gibralter đối với Spain [Tây Ban Nha], khác biệt ở chỗ thế của xứ trước bất khả xâm phạm; kèm thêm sự thuận lợi quan trọng của bến cảng, che chở mọi nguồn gió suốt các mùa trong năm; chiếm hữu mọi sự cần thiết cho bến cảng lớn, nơi mà tàu bè luôn được làm mới, ở đó có nhiều rảnh nước trong tưới bón cho thung lũng quanh bến cảng. Gần một đảo nhỏ, nối liền với bán đảo bởi một eo đất không bị nước bao phủ, tàu bè với kích cở nào cũng có thể hạ xuống. Đối diện với nó, bán đảo nối dài bằng phẳng cho phố thị nhỏ với xưởng hải quân, kho chứa súng; có khả năng phòng thủ hữu hiệu với một nhúm người.

Một đảo nhỏ gọi là Callao [Cù Lao Chàm], vị trí tại phía nam vịnh Tu ron [Đà Nẵng] 30 dặm Anh, cũng nằm trong vùng đất chuyển nhượng. Đảo này hoàn toàn cai quản con đường vào sông chính tại Faifoo [Hội An], nơi này là thị trường xưa buôn bán với người nước ngoài, đối diện là cửa sông. Ở đây có thung lũng màu mỡ, đầy nước; các tàu thuyền ngoại quốc mọi cở, có thể đậu một cách an toàn.

Quan điểm của Pháp khi xác định một phần bờ biển, hiển nhiên từ toàn bộ nội dung của hiệp ước nêu trên, rõ ràng là hướng đến việc xây dựng và trang bị cho lực lượng hải quân; lực lượng này một ngày nào đó sẽ chiếm hữu lãnh thổ của chúng ta ở phía đông; và không có gì chắc chắn rằng nỗ lực này sẽ không được tiếp tục; và nước Pháp đế quốc có thể không hoàn thành được những gì mà nước Pháp quân chủ trước kia chỉ có trong sự chiêm ngưỡng. Việc họ bị loại trừ hoàn toàn khỏi bờ biển Hindostan [Ấn Độ] khiến nước Việt Đàng Trong [Cochinchina] trở nên hấp dẫn hơn; đặc biệt là từ nơi này, có thể gây cho hoạt động thương mại có giá trị của chúng ta với Trung Quốc, cũng như quyền sở hữu của chúng ta ở Ấn Độ bị tổn hại và khó chịu. Sự độc lập chiếm hữu nơi này có thể cho phép kẻ thù tích cực gây rối chống lại kinh dinh của chúng ta ở phương đông.

Mặt khác, những lợi thế mà nó mang lại cho lợi ích thương mại và hải quân của chúng ta ở khu vực này của thế giới hẳn phải khiến nó được cân nhắc ở mức độ cao hơn so với những gì đã được ban tặng. Tôi không muốn được hiểu ở đây là đang nói về phần này của nước Việt Đàng Trong theo quan điểm thuộc địa. Có lẽ chúng ta đã sở hữu nhiều thuộc địa nhất có thể duy trì được và nhiều lãnh thổ nhất có thể hữu ích cho nhà nước, nhưng chúng ta chưa bao giờ có thể có quá nhiều điểm an ninh cho hoạt động thương mại của mình, cũng như không có quá nhiều nơi tiện lợi cho việc vận chuyển. Việc nhấn mạnh vào sự cần thiết phải duy trì hoạt động thương mại của chúng ta và chính sách tăng cường các tiện ích phân phối thành quả của ngành công nghiệp sản xuất của chúng ta sẽ hoàn toàn không cần thiết. Sự mất mát về thương mãi không thể tránh được mất mát về thứ hạng mà nước Anh hiện đang nắm giữ trong thang bậc các quốc gia. Pháp, một nước có lãnh thổ lớn tỷ lệ với dân cư; nói chung khí hậu thuận lợi, nhiều đất tốt, có nhiều sản phẩm khác nhau có thể chịu đựng được khi tỏ ra coi thường thương mại nước ngoài. Và nói một cách khinh thường với quốc gia chỉ phụ thuộc vào sự hỗ trợ của chính mình, sự khốn khổ, thiếu may mắn, tàn phá xảy ra chắc chắn được sửa chữa mà không có sự giúp đỡ của ngoại thương. Nhưng đây không phải là trường hợp đề cập đến nước Anh. Chúng ta cần liếc mắt đến sản phẩm vô số các tiệm lớn, kho hàng tại thủ đô chứa trử, số đông tàu thuyền tại bến cảng, hiển nhiên kỹ nghệ đất nước mướn nhiều nhân công sản xuất nhiều sản phẩm từ vật liệu thô ngoại quốc hơn là vật liệu từ trong nước. Gần như mọi nhà từ Tyburn Turnpike [Luân Đôn], hoặc từ Hype Park Corner [Luân Đôn] cho đến Whitechapel [Luân Đôn] đều là cửa hàng hoặc nhà kho; và tối thiểu 2/3 cửa hàng và nhà kho này đều chứa hàng từ vật liệu thô ngoại quốc. Ở đó, bất kỳ sự kiểm soát hạn chế nào đối với sự thịnh vượng thương mại của chúng ta và sự vượt trội mà chúng ta hiện đang được hưởng ở nước ngoài, chắc chắn sẽ dẫn đến những hậu quả tai hại nhất cho đất nước nói chung. Trên thực tế, có lẽ đã tiến xa hơn một chút trong sự nghiệp này để có thể rút lui an toàn; mọi nỗ lực hiện tại phải được thực hiện để giữ vững vị thế của chúng ta, để bảo vệ và đảm bảo an ninh lâu dài cho hoạt động thương mại vốn cho phép chúng ta có thể đánh giá sức mạnh của mình trước một kẻ thù không thể lay chuyển và mạnh mẽ. Có thể cần thiết cho cái móng của con sư tử British vươn ra vồ mọi mục tiêu, nhắm tăng an ninh cho nước Anh dũng cảm và nền kỹ nghệ và tinh thần mạo hiểm của nước này đã thu hoạch và sáp nhập vào lãnh thổ của mình.

Nhưng ngoài sự an ninh, chiếm giữ bán đảo mạnh Tu ron [Đà Nẵng] một mặt có thể giúp cho hạm đội đáng giá của chúng ta thực hiện tốt buôn bán với Trung Quốc; mặt khác sự khó chịu không thể không mang lại cho chúng ta, nếu nó nằm trong tay kẻ thù năng động. Những lợi thế quan trọng mà công ty thương mại Đông Ấn của chúng ta sẽ đạt được, khi có một bến cảng an toàn ở khu vực này của thế giới, nơi có thể cung cấp nước và mọi loại bồi dưỡng, không được đánh giá thấp. Chỉ xét về mặt này mà thôi, nếu sự quản lý đoàn tàu thiếu bén nhạy, bảo trì sức khỏe thủy thủ kém hiệu quả như thường lệ, có được cảng như vậy để lui tới khi tàu quá chậm vì thời tiết hoặc gió mùa, thì thực quí giá. Có rất nhiều yếu tố thúc dục chúng ta hướng về việc thiết lập giao dịch với nước Việt Đàng Trong; nhưng tôi chỉ hạn chế trình bày một vài quan sát tôi phải đưa ra cái nhìn ngắn gọn về những lợi thế mà công ty Đông Ấn có thể thu hoạch được trong việc buôn bán với

Trung Quốc, bởi thiết lập hảng xưởng trên bán đảo Turon [Đà Nẵng].

Buôn bán với Trung Quốc hết sức quan trọng và có lợi thế khiến Công ty Đông Ấn quan tâm sâu rộng; tôi tin rằng được phổ quát thừa nhận, và nó đáng được xem xét kỹ lưỡng theo quan điểm quốc gia, nhưng cần ít bằng chứng. Nó sử dụng trực tiếp 20 ngàn tấn hàng từ nước Anh và gần 3 ngàn thủy thủ; dùng hàng len của ta và những sản phẩm khác ở mức độ đáng kể; và nó mang lại cho ngân khố một khoản thu nhập hàng năm khoảng 3 triệu bảng Anh. Đó là sự hỗ trợ to lớn cho uy tín của công ty Đông Ấn, có thể được nói một cách nghiêm ngặt là nó thu được lợi nhuận thực sự; lý do để cho lợi thế siêu việt thành hiển nhiên. Đến Ấn Độ, Công ty thương mại có quyền lực như quốc gia có chủ quyền; đến Trung Quốc, Công ty thương mại như thương nhân. Vâng, không thể nghi ngờ gì nữa là cán cân thương mại giữa Anh và Trung Quốc có lợi rất nhiều cho Trung Quốc, và cán cân này được rút từ tiền cứng (1) của Anh với số tiền khoảng nửa triệu bảng Anh mỗi năm. Thoi vàng, đưa ra để mua trà, chuyển đổi thành vốn sản xuất và cho đến nay đã được biến thành lợi nhuận lớn từ các quốc gia lục địa châu Âu. Ngoài ra nước Anh điều hành thương mại đáng kể giữa Ấn Độ và Trung Quốc, cán cân thương mại có hại nhiều cho Trung Quốc (2), cũng như trong trường hợp khác, cán cân chống lại nước Anh. Với châu Âu nói chung, cán cân thương mại vẫn được duy trì, mặc dù có lợi rất nhiều cho Trung Quốc; và đồng đô la Tây Ban Nha được chuyển đến đó để thanh toán số dư này sẽ không bao giờ được đưa trở lại lưu thông nữa, mà được chuyển đổi thành một hình dạng mới và hoàn toàn khác, vẫn bị khóa trong nước. Trong tất cả các chính quyền chuyên chế, nơi mà luật pháp không đủ để bảo vệ an ninh tài sản, đất đai và nhà cửa được coi là quá hữu hình tỏ ra giàu có. Mục đích của mọi người có thu nhập vượt quá chi phí là đảm bảo giá trị lớn nhất có thể thu lại trong không gian nhỏ nhất , để trong ngày đen tối được dễ dàng che giấu. Trong những nước này, lợi tức buôn bán của họ thường được tích trử bằng kim loại quí. Trường hợp như vậy, tôi tin rằng có nhiều tại Ấn Dộ, và còn nhiều hơn tại Trung Quốc; và nước đề cập sau có thể xem như một nơi vĩnh viễn chứa ngầm tiền tệ châu Âu.

Số tiền cứng hàng năm chảy vào Trung Quốc cũng ít gây hậu quả cho chúng ta; miễn là chúng ta cung cấp cho lục địa châu Âu với hàng mang về, sản phẩm ta sản xuất tại trong nước hoặc thuộc địa, những kim loại đào được từ mỏ tại Potosi (3) cuối cùng cũng tìm đường đến sông Thames (4); hay nói một cách khác, suốt thời gian này cán cân thương mại thế giới có lợi cho nước Anh. Tuy nhiên, mặc dù đây có thể là trường hợp hiện tại; nhưng vẫn mong muốn đạt được sự cân bằng trong thương mại giữa quốc gia này và Trung Quốc, và qua đó chấm dứt tình trạng tuôn chảy tiền tệ hàng năm mà Trung Quốc cần. Theo ý tôi, thân mật bang giao với nước Việt Đàng Trong [Cochinchina], có thể ảnh hưởng đến mục đích này. Nước này cung cấp nhiều hàng hóa có giá trị thích hợp với thị trường Trung Quốc, và có thể mở ra lổ thông hơi mới và đáng giá cho nguồn hàng ta sản xuất, vị trí nó lại nằm trên con đường trực tiếp từ Anh đến Trung Quốc; vậy nên cần có sự cân nhắc không thể để ra ngoài.

Chẳng hạn rừng tại sản xuất nhiều loại gỗ thơm như gỗ hồng, gỗ đại bàng, gỗ đàn hương; tất cả các thứ đó được chấp nhận cao tại thị trường Trung Quốc và giá đắt. Quế nước Việt Đàng Trong mặc dù có hạt thô và hương vị cay nồng nhưng được người Trung Quốc ưa chuộng hơn quế Ceylon [Tích Lan]; người ta bảo nó thuộc loài quế Cassia chứ không phải là cây Laurus. Gạo là thứ đòi hỏi không thể thiếu được của dân Quảng Châu; đường và ớt tiêu cũng được chấp nhận như vậy; tất cả những thứ này sản xuất rất nhiều tại vùng thung lũng màu mỡ nước Việt Đàng Trong. Giá đường tại Tu ron [Đà Nẵng] vào khoảng 3 dollars cho 133 LB.[60 kg.]; ớt tiêu 8 dollars cho số lượng như vậy, riêng gạo giá chỉ bằng nữa dollar. Ngoài 3 sản phẩm đó, có thể cộng thêm trái cau, bạch đậu khấu, gừng và các loại hương liệu khác; tổ yến có thể thu hoạch số lượng lớn tại các đảo dọc theo bờ, và nổi danh trên biểu đồ mang tên Paracels [Hoàng Sa] (5). Bichos do Mar, hay rắn biển, đúng hơn là sên biển, và thường được gọi là trepan trong ngôn ngữ thương mại; cùng với vây cá mập, Moluscas hoặc mỡ biển, và các sản phẩm biển khác có chất lượng thuộc dạng thạch [gelatin] dù là động vật hay thực vật, luôn luôn được người Trung Quốc ưa chuộng. Ngoài ra nó cung cấp những sản phẩm giá trị khác như nhựa cây sơn, chàm, ngà voi, bông, tơ lụa; và vàng, bạc, đồng thì hầu như không thiếu tại nước này. Cán gươm của các

Sĩ quan và khóa giây nịt tại đây làm bằng bạc, nhưng một đôi khi tôi thấy làm bằng vàng. Thực sự họ bảo rằng một mỏ nhiều vàng mới khám phá ra gần Huế, thủ đô phía bắc. Bạc thì đem ra thị trường bán từng thỏi, dài 6 inches [15 cm.], giá vào khoảng 11 Spanish dollars. Tất cả những đồ vật nêu trên rất thích hợp với thị trường Trung Quốc; chúng ta có thể đổi được bằng súng, đạn, gươm, đồ ăn, và các loại sản phẩm bằng đồng, sắt, y phục len mỏng, len cừu, hàng vải Manchester, vải mỏng thô Bengal, cửa hàng hải quân, thuốc phiện, và một vài thứ thuốc khác. Các mặt hàng bản chất như thế này, khi được vận chuyển đến các cảng nước Việt Đàng Trong, thường được thanh toán trước từ 20 đến 30 phần trăm và giá trị của chúng, được trả bằng các thỏi bạc.

Còn một điều khác cần cứu xét về việc sắp xếp chiếm hữu bến cảng trên bờ biển nước Việt Đàng Trong , hoặc tối thiểu có hãng xưởng tại đó, rất cần thiết cho công ty Đông Ấn [East India company]. Chúng ta đều biết rằng chính phủ Trung Quốc có ý định đuổi tất cả mậu dịch ngoại quốc ra khỏi cảng và những giải pháp rất nghiêm túc đã được đưa ra trong hậu quả đó. Trong trường hợp này việc buôn bán vẫn tiếp tục có thể bằng lợi thế phương tiện những thuyền junk của lái buôn Trung Quốc sẽ mang trà và tơ lụa đến Turon [Đà Nẵng] hoặc chỗ khác của bờ biển, tránh khỏi bị đánh thuế tàu ngoại quốc tại Quảng Châu. Nhưng trong trường hợp như vậy, chúng ta sẽ không có cơ sở nào khác trong phạm vi hàng hải của Trung Quốc, như người Tây Ban Nha ở Manilla, người Bồ Đào Nha ở Ma Cao và người Hà Lan ở Batavia.Thuyền junk Trung Quốc sẽ nắm giữ toàn bộ hoạt động thương mại, và nước Anh sẽ phụ thuộc rất nhiều vào họ về phần chia sẻ mà họ có thể yêu cầu để cho phép họ vào các cảng thích hợp.

Tuy nhiên nếu Cochinchinese [nước Việt Đàng Trong] không muốn cắt nhượng bất cứ bờ biển hoặc đảo lân cận cho ngoại bang; sau khi may mắn thời cuộc thuận lợi cho chính quyền hợp pháp [của Nguyễn Vương], trong trường hợp đó, chúng ta vẫn có thể thu được những lợi ích quan trọng từ giao dịch thương mại đơn thuần. Chỉ riêng gỗ mà nước này có khả năng cung cấp, thích hợp cho việc đóng tàu, mục tiêu cần thiết cao của chính phủ ta. Xưởng tàu tại Bombay [Ấn Độ], và xưởng định xây tại đảo Prince of Wales [Gia Nã Đại] đòi hỏi nguồn cung cấp gỗ teak và gỗ khác có giá trị. Nếu địa điểm trước [Bombay] có ý định khuyến khích việc xây dựng hạm đội; người ta có thể ngờ rằng không biết trong một vài năm kể từ nay, toàn bộ vùng biển Malabar [Ấn Độ] có thể cung cấp nổi nguyên liệu, để có trong kho một con tàu duy nhất trang bị 24 khẩu súng. Ngay hiện nay vật liệu giá trị đều cạn kiệt, và những vật dụng cần thiết để đóng một tàu chiến lớn nếu mua được cũng gặp khó khăn đáng kể và trì hoãn. Nguồn cung cấp gỗ teak, thả trôi theo giòng sông AyerWaddy từ xứ Ava, hay sau này gọi là đế quốc Miến Điện cũng bấp bênh như vậy; đó là nguồn lớn mà từ đó vật liệu có thể cung cấp cho bến cảng Prince of Wales. Tuy nhiên chúng ta có ít hy vọng và tin tưởng vào sự ủng hộ của chính quyền Rangoon. Nước Pháp đã ảnh hưởng tại đây cũng như phần khác của Eastern India, một sự nỗi trội rõ ràng vượt xa tất cả các nước châu Âu khác; và họ sẽ không thất bại trong việc phát huy tối đa ảnh hưởng đó. Để làm cho kế hoạch lớn của chúng ta về việc tăng cường hải quân bằng cách thiết lập bến tàu xây dựng tại đảo Prince of Wales trở nên vô nghĩa, họ sẽ thực hiện hiệu quả nhất bằng cách đóng cửa sông AyerWaddy, như vậy cắt nguồn cung cấp gỗ rất thích hợp cho mục đích của chúng ta.

Sông Sài Gòn, thường gọi là Cambodia, chảy ra biển tại miền cực nam Cochinchina [nước Việt Đàng Trong]; qua rừng cây dày đặc nguy nga, chiếm giữ mọi cây cần thiết cho kiến trúc hàng hải, như teak, thiết mộc, cây poon; cây sau cùng [poon] cao mà thẳng giống như cây thông [fir] của Na Uy, làm cột buồm rất tốt. Trong rừng Cochinchina [nước Việt Đàng Trong] cũng có cây ebony, cedars, mimosas, walnuts, và thực sự phần lớn cây trồng tại India [Ấn Độ]. Xuôi dòng sông tuyệt vời này, tất cả các lọai gỗ có thể đưa đến đảo Prince of Wales, thuận tiện hầu như tại Rangoon [Miến Điện].

Đã trình bày vắn tắt một vài lợi điểm quan trọng, việc kết giao thân thiện với Cochinchina [nước Việt Đàng Trong] mong đợi được thi hành; bước kế tiếp được quyết định là cách thức thiết lập kết giao hiệu quả nhất. Với quan điểm này, có thể không phải là thiếu sót khi tìm hiểu xem cho đến nay, liệu có bất kỳ bước nào được thực hiện để hoàn thành mục đích mong muốn như vậy. Cố gắng đầu tiên mở đầu cho việc tiếp xúc thân thiện với nước này được thực hiện bởi Mr. Hastings (6) vào năm 1778, khi ông ta nhận được sự ủng hộ của một vài đại diện về kết quả lợi ích cho biện pháp như vậy. Ông đã được thuyết phục để cấp phép cho một công ty thương mại gửi một vài con tàu chở hàng hóa, đồng thời giao phó một loại ủy ban bán ngoại giao mang tính chất công khai cho một quý ông có liên hệ trong công ty đó hành sử. Bất kể động cơ nào ảnh hưởng đến hành vi của ông Hastings trong trường hợp này, kết quả của chuyến đi có thể dễ dàng dự đoán trước. Thương gia tại đây, cũng như ở Trung Quốc, bị coi thường rất nhiều, và chính phủ sở tại cũng không trọng đãi khi cho phép người nước ngoài nhập cảnh bừa bãi vào cảng của mình. Do đó, cho dù hệ thống độc quyền của công ty Đông Ấn có bị phản đối đến mức nào, và sự khôn ngoan của chính sách cấm các tàu Anh tăng gấp đôi tại mũi Good Hope bị nghi ngờ, trong khi những tàu dưới cờ các quốc gia khác được hưởng lợi từ sự hạn chế như vậy.

Tôi quyết định rằng việc buôn bán với Trung Quốc và nước Việt Đàng Trong không bao giờ nên mở cửa cho các thương nhân cá nhân. Người Trung Quốc, nói riêng, rất ghét việc thần dân của họ buôn bán bừa bãi với người nước ngoài, đến nỗi chính phủ đã chỉ định riêng một nhóm thương gia được phép giao dịch với người lạ, và một trong số họ có nghĩa vụ trở thành người bảo đảm cho sự công bằng và hành vi tốt của thuyền trưởng và thủy thủ đoàn của mọi con tàu ghé thăm cảng Canton [Quảng Châu]. Tất cả các giao dịch được các quốc gia này coi là một loại cờ bạc, trong đó số lượng người chơi gian lận vượt xa số lượng người chơi công bằng. Những cám dỗ thực sự của lợi nhuận lớn mà thương mại đôi khi mang lại, rất khó chống lại, và khi lợi ích cá nhân cạnh tranh với dịch vụ công, thì dịch vụ công rất dễ bị lợi ích cá nhân lấn át. Do đó, nếu không chấp nhận tính phi tự do của châm ngôn Trung Quốc, sự thiếu chính sách là rõ ràng khi giao các công việc của chính phủ vào tay những người ở bất kỳ hình thức nào liên quan đến các mối quan tâm của thương mại. Dù người buôn bán danh dự đến đâu trong giao dịch, anh ta cũng không thể chịu trách nhiệm về hành vi tốt của toàn bộ đoàn tàu, cũng như với hàng hóa mà anh ta chuyển giao cho người khác quản lý, anh ta không thể cùng lúc chuyển giao tính cương trực và nguyên tắc. Nhưng ngoài những gian lận và thủ đoạn thường thấy trong thương mại, vẫn có điều gì đó trong giao dịch thương mại không phù hợp với hoạt động ngoại giao. Có một vài lý do để tin rằng tất cả những người được dùng trong thương vụ Hastings đã cư xử đúng mực với sự kiên nhẫn và thận trọng. Nhưng sau khi ghé thăm nhiều cảng khác nhau trên bờ biển Cochichina [nước Việt Đàng Trong] , và giao dịch với nhiều phe phái khác nhau đang đấu tranh giành chính quyền đất nước này (7). Họ đều bị tất cả các phe nghi ngờ và không may bị lôi kéo vào sự thù địch thực sự với chính quyền Huế [bấy giờ do chúa Trịnh nắm giữ]; tại nơi này đoàn tàu trốn thoát trong gang tấc để khỏi bị lấy và thủy thủ tránh được cái chết, mặc dù bị bắt buộc phải để lại đồ vật chưa bán được, nhưng cũng mang về được một số lượng lớn thỏi bạc. Bản tường thuật lý thú về toàn bộ giao dịch được đăng trong **Asiatic Annual Register** vào năm 1801.

Chuyến thứ hai và cũng là chuyến cuối cùng giao dịch với Cochinchina [nước Việt Đàng Trong] xảy ra hai năm trước [1791]; bấy giờ các vị đại diện đưa tin cho Giám đốc công ty Đông Ấn [East India] về lợi điểm có thể thu hoạch được trong việc nối kết với nước này và thái độ thuận lợi của Quốc vương hiện tại đối với quốc gia Anh, từ đó hy vọng thành công có thể đạt được. Một nghị quyết được Tòa cho phép, cho gửi đến Trung Quốc một viên chức đã hồi hưu từ hãng tại Quảng Châu [Canton], với chỉ thị làm chuyến đi bí mật đến gặp Vua nước Việt Đàng Trong [King of Cochichina, Nguyễn Vương Phúc Ánh]. Viên chức này khi đến Quảng Châu thấy sức khỏe yếu kém của mình không thể thực hiện chuyến đi mệt mõi đến nước Việt Đàng Trong, nên chuyển giao nhiệm vụ cho một viên quản lý tàu hàng thuộc công ty tại hãng; ông này không để mất thời gian, đến ngay triều đình nước Việt Đàng Trong. Thực sự nhà Vua đã gặp anh ta, nhưng đã đón tiếp anh ta một cách lạnh lùng và xa cách, đến mức lộ ra rằng gặp anh ta càng ngắn thì chính quyền nước Việt Đàng Trong càng bằng lòng. Thực sự anh ta thấy rằng xung quanh Quốc vương Nguyễn Ánh [Caungshung] toàn là người Pháp, và chính anh ta không biết một chút gì về ngôn ngữ nước này, và cũng không có ai trong phái bộ của anh biết. Những lời đề nghị hiến dâng, và giải thích về nhiệm vụ của phái bộ, đều qua thông dịch của các Thừa sai người Pháp. Nhưng những người này ít có ý định thân thiện với người Anh có thể đã biết được, mà không gửi đến nước Việt Đàng Trong chuyên viên về thông tin ; và hậu quả của việc đưa lời đề nghị thông qua họ [Thừa sai] đến nhà Vua dễ dàng có tác dụng ngược lại hoàn toàn, nếu không muốn nói là khinh thường. Hành vi của mọi người xung quanh triều đình đối với đại sứ của công ty khiến cho khả năng đề xuất mà ông ta đưa từ chủ của mình đã bị hiểu sai hoàn toàn: Chúng thực sự có thể được người Pháp diễn giải thành những lời lăng mạ. Công ty Đông Ấn rút ra kết luận về việc thất bại hoàn toàn của chuyến đi rằng Vua nước Việt Đàng Trong không có thiện chí với nước Anh.

Tuy nhiên, theo tôi, tính đúng đắn của kết luận này có thể được đặt câu hỏi. Dù những quý ông được cử đi thi hành sứ mệnh này có đủ trình độ đến đâu về mọi mặt; ngoại trừ việc không biết một chữ nào trong văn viết hoặc một âm tiết nào trong ngôn ngữ nói của nước này, thì việc thiếu phương tiện truyền thông thiết yếu dường như đủ để khiến mục đích của sứ mệnh hoàn toàn thất bại. Về lời khai chung của một số quý ông người Anh, những người cách đây vài năm tại triều đình nước Việt Đàng Trong, và của các sĩ quan Pháp phục vụ tại triều đình này có thể được coi là có trọng lượng_ về việc đặt niềm tin vào các tuyên bố được công khai trong các sắc lệnh_ về việc các hành động có thể được coi là phát triển tình cảm_ và về việc chúng tôi có thể đánh giá về khuynh hướng của người dân trong thời gian lưu trú tại Turon [Đà Nẵng]; khiến tôi có xu hướng kết luận ngược lại, rằng cả vua nước Việt Đàng Trong cũng như người dân sẽ không hề phản đối mối quan hệ mật thiết với người Anh, miễn là chính phủ Anh đã trực tiếp đưa ra những lời đề nghị phù hợp với họ chứ không phải thông qua những người Pháp mà Hoàng đế nợ họ rất nhiều về nghĩa vụ cá nhân, và cũng không thông qua phương tiện của Công ty buôn Đông Ấn. Nơi mà định kiến của người dân không cho phép bất kỳ danh dự nào được thêm vào nghề thương gia; trong khi sự kính trọng nhất được dành cho một ủy ban hoàng gia, cấp bậc quan chức và thành tựu văn học; thì việc làm phản đối những quan điểm đã ăn sâu và lâu đời như vậy là thiếu chính trị, cũng như không có lợi. Tôi nghe nói rằng đã có một lần được dự tính ngay sau khi đình chiến của Amiens để theo dõi liên lạc với triều đình Bắc Kinh [Perkin], được Bá tước Macartney mở ra một cách thuận lợi với một sứ quán lộng lẫy để tiến hành từ Toàn quyền Bengal [Bangladest]. Những người tự mãn với sự thành công của biện pháp như vậy chắc hẳn đã biết rất ít về tính khí và tính cách của Chính phủ Trung Quốc. Tôi không ngần ngại khi nói rằng tất cả sự lộng lẫy và tráng lệ của công ty Đông Ấn [East India], trừ khi có sự đồng hành của Ủy ban Hoàng gia, sẽ không mang lại cho Đại sứ sự tôn trọng và đáng kể hơn năm chiếc áo nhung viền ren vàng rộng có thể mang lại cho Mynheers Titsing và Van Braam (8). Nếu không có nghi vệ như Banhadur (9) vĩ đại từ Bengan, thì cũng giống như hai người Hà Lan ngoan ngoãn kia, chắc chắn sẽ phải chịu rủi ro bị nhốt trong chuồng ngựa. Do đó, cho dù có nên duy trì liên lạc với triều đình Perkin hay cố gắng thiết lập quan hệ với người nước Việt Đàng Trong [Cochinchinese];

thì cả hai trường hợp đều sẽ hợp lý và có lợi cho chính trị khi vị Đại sứ được giao nhiệm vụ từ nhà Vua và tiến hành nhiệm vụ của mình trên con tàu của nhà Vua.

Chú thích:

1.Tiền cứng: Tiền được bảo đảm bằng kim loại quí hoặc tài sản.

2.Tác giả không nói ra, nhưng đây là trường hợp nha phiến, công ty Đông Ấn cho trồng tại Ấn Độ, mang sang Trung Quốc bán thu nhiều vàng, nên xảy ra Chiến Tranh Nha Phiến sau đó mấy chục năm.

3.Potosi là thành phố thuộc miền nam Bolivia, Nam Mỹ; nơi có nhiều hầm mỏ kim loại nổi tiếng.

4.Sông Thames thuộc nước Anh.

5. Paracels [Hoàng Sa]: Xin lưu ý, vào thời điểm 1793, tác giả Anh John Barrow đã xác nhận đảo Hoàng Sa thuộc nước Việt Đàng Trong.

6.Warrent Hastings [6/12/1732-22/8/1818] là nhà cai trị thuộc địa Anh, ông từng giữ chức Thống đốc xứ Bengal [Bangladest] từ năm 1772-1785.

7.Vào năm 1778 khi Hastings cho điều tàu Anh đến buôn bán tại Cochinchina [nước Việt Đàng Trong], thì tại nơi này do 3 phe chiếm giữ. Tại miền Nam Nguyễn Vương Chiếm giữ, phe Tây Sơn thỉnh thoảng mang quân đến tranh giành; từ phía nam Trung Phần đến Quảng Nam thuộc nhà Tây Sơn; từ Huế ra Bắc thuộc chúa Trịnh. Bấy giờ người Anh buôn bán dọc theo bờ biển với cả 3 phe, không chính thức ngoại giao với phe nào nên bị nghi ngờ, do đó gặp rủi ro.

8.Van Braam [30/7/1758-17/5/1822] là sĩ quan hải quân nỗi tiếng của Hà Lan cấp bực Phó đô đốc.

9.Banhadur [24/10/1775-7/11/1862] là vị Vua thứ 20 của Ấn Độ.

2. Ancient commerce with Cochinchina-Reason of its decline owing to the ill conduct of Europeans-An extraordinary intance of cruelty-Chinese trade to New Holland-Superior advatages resulting from the early knowledge of the compass-An objection to its antiquity answered-An opening for Great Britain to revise the trade of Cochinchina.

(*Thương mại thời cổ đại với nước Việt Đàng Trong - Nguyên nhân suy thoái do hành vi sai trái của người châu Âu - Một trường hợp tàn ác phi thường - Thương mại của Trung Quốc với Tân Holland* [Úc Châu] - *Những lợi thế vượt trội có được nhờ kiến thức sớm về la bàn - Một lời phản đối về tính cổ xưa của nó đã được giải đáp - Một cơ hội để nước Anh xem xét lại hoạt động thương mại với nước Việt Đàng Trong.*)

Tình trạng buôn bán tại nước Việt Đàng Trong [Cochinchina] trong năm 1793 không phải là mục tiêu quan trọng cho bất cứ nước nào. Cuộc nổi dậy mới đây và tình trạng thiếu yên ổn trong nhiều năm lan tràn trong quốc gia bất hạnh này, cũng không ngăn được người dân đeo đuổi canh nông và buôn bán. Một ít thuyền junks hàng năm đến Hội An [fai-foo]; một đôi khi có tàu các nước trung lập, và thuyền Anh dưới ngọn cờ trung lập từ châu Âu, nhiều thuyền Bồ Đào Nha từ Ma Cao chở các hàng bị từ chối tại thị trường Trung Quốc, hình thành nên phạm vi thương mại. Nhưng dưới chính quyền hiện tại ổn định, đất nước phì nhiêu, khí hậu tốt, sẽ mau trở lại thịnh vượng như trước kia.

Mức độ thương mại của một số năm không lâu về trước; một phần có thể thu thập được từ những phúc trình của các nhà hàng hải Âu Châu. Trong một chuyến hải hành cướp biển phi thường của Mendez Pinto (1), ông ta đi thuyền đến Ấn Độ vào năm 1537; một phúc trình đưa ra về chuyến đi với người bạn, Antonio De Faria, dọc theo bờ biển nước nước Việt Đàng Trong như sau "*Sau khi đi qua đảo Pulo Campello* [cù lao Chàm], *tại vĩ tuyến 14.20*'", ông ta kể tiếp "họ *đến Pulo Capas, tại đây thấy một hạm đội 40 thuyền Junk lớn, với 2 hoặc 3 bong tàu trên sông Boralho (Varella trên bản đồ), và Faria đã đi và khám phá thấy một hạm đội khác khoảng 2.000 thuyền buồm lớn, nhỏ, thành phố bao quanh bởi tường với khoảng vài ngàn nhà.*" Thực sự, người ta bảo rằng trước cuộc nổi dậy cuối cùng của Trung Quốc [năm 1650 khi nhà Thanh lật đổ nhà Minh], hàng năm có 200 thuyền junk đến buôn bán tại Hội An; có khả năng nơi này là "*thành phố bao quanh bởi tường*" do Faria kể lại. Thương mại và hàng hải từ Trung Quốc đến nước Việt Đàng Trong từ đó đi xuống, một phần do bởi sự thay đổi lớn trong việc buôn bán của các nước từ đông bán cầu, sau khi khám phá con đường vòng quanh Hảo Vọng Giác [Cape of Good Hope]. Nhưng cũng có khả năng do một nguyên nhân mạnh mẽ khác, đã góp phần ở mức độ không nhỏ, đẩy người Trung Quốc cần cù ra khỏi kênh thương mại cổ xưa của họ. Người chỉ huy của mọi con tàu Bồ Đào Nha, Tây Ban Nha và Hà Lan, tăng gấp đôi số tàu đi qua mũi Hảo Vọng Giác, tự cho mình có thẩm quyền bắt giữ hoặc cướp bóc tất cả các tàu thuyền trên đường đi qua, bất kể hàng hải bởi người Ả Rập, Mã Lai hay người Hoa. Chuyến đi của họ đến Á Châu coi như cuộc thập tự chinh; thi hành việc cướp bóc, gây chiến với dân bản xứ yêu hòa bình, coi như là người ngoại đạo. Những thuyền junk Trung Quốc chứa nhiều hàng quí, nên dễ bị cướp bóc. Thuyền trưởng hoặc chủ thuyền thường được ném lên bong tàu như là một kẻ ngoại đạo, vì y không chịu lập tức quì trước thánh giá, dù rằng y hoàn toàn vô tội khi từ chối những gì yêu cầu , nhưng sự thiếu hiểu biết này khiến y không được khoan hồng. Cách đối xử này tiếp tục một cách có hệ thống, cuối cùng kéo những người Hoa nhút nhát ra khỏi buôn bán thường lệ. Và tôi lấy làm buồn khi thấy rằng việc hàng hải thời xưa của nước ta [nước Anh] cũng không miễn trừ khỏi hành động đáng xấu hổ đó, và trong một số trường hợp đã phạm tội tàn ác không đáng có và không cần thiết, đối với những người dân vô hại này. Trong những hồ sơ của nhà máy, được thiết lập tại Bantam (2) thời Nữ hoàng Elizabeth (3) phúc trình vắn tắt cuộc hành hình người Trung Quốc sau khi bị kết tội chết; được đánh dấu bằng những đặc điểm man rợ khủng khiếp đến mức khiến trở nên khó tin. Toàn bộ sự việc được Mr. Scott, bấy giờ là người đứng đầu nhà máy, kể lại chi tiết vì ông ta có vẻ tham vọng muốn được coi là một người có năng lực và là một chuyên gia hành quyết; nên sẽ không công bằng với danh tiếng của ông Scott nếu chỉ dùng lời của chính ông ta "*Chúng tôi đã tra tấn y*" ông ta nói "*Bởi vì khi chúng tôi đặt thanh sắt xuống, y đã phủ nhận tất cả, nhưng khi bị tra tấn, y đã thú nhận lần thứ hai. Sáng hôm sau chúng tôi đưa y đi hành quyết, khi đi qua qua cửa người Javans (4) chửi y* (dân Javans rất vui sướng khi thấy người Trung Quốc bị hành quyết, cũng như người Trung Quốc vui khi thấy Javans chết), *và y đáp trả rằng 'Người Anh giàu, người Trung quốc nghèo, vậy tại sao họ không ăn trộm người Anh, nếu có thể làm được?Ngày hôm sau viên Đô đốc* (Sir James Lanscaster) *đem một tên trong bọn đó đến cho tôi; cũng theo một cách như tên kia, y quyết định không thú nhận bất cứ điều gì với chúng tôi. Y bí mật trốn rồi bị phát giác, và chính y là người đốt nhà chúng tôi. Y làm nghề thợ bạc, thú nhận với viên Đô đốc rằng y đã cắt nhiều đồng rial* [tiền Iran] *và cũng đúc một số đồng tiền giả. Một số điều y tự nói với mình liên quan đến vấn đề của chúng tôi, nhưng không nhiều, nhưng y không khai gì cả. Vì hành vi u ám, y lại đốt nhà chúng tôi, nên tôi đốt y bằng kim loại sắc ngay dưới móng ngón cái, ngón tay, ngón chân làm cho móng bị tước ra. Y không chớp mắt vì sự trừng phạt này, tôi nghĩ rằng bàn tay và chân y đã tê cóng vì bị trói, vì vậy tôi đốt y tại tay, cánh tay, vai và cổ; nhưng cũng không có tác dụng gì , với cái giũa bằng sắt, chúng tôi xé thịt và gân. Sau đó tôi bảo họ bắt y nằm nghiêng trên vỉ sắt nóng, vặn chặt sau đó thình lình giật ra, tất cả ngón tay, ngón chân của y bị vỡ ra; nhưng tất cả sự việc đó không làm cho y rơi nước mắt, không lắc đầu, không múa tay múa chân;nhưng khi bị đòi hỏi trả lời, y quì xuống, ngậm lưỡi giữa hàm răng, đập cằm vào đầu gối để che dấu. Sau khi tất cả cố gắng trên thất bại, tôi đặt y trở lại phiến sắt; lúc này đàn kiến xung quanh với số lượng lớn, bò vào chỗ bị thương hành hạ y, tệ hơn là việc chúng tôi làm, sự việc có thể thấy được qua cử chỉ khổ não của y. Sĩ quan nhà Vua muốn tôi bắn chết y, tôi bảo họ tên xấu xa này chết thì quá sướng; và nói thêm rằng trong nước ta quí ông hoặc người lính phạm tội xử tử, rồi y cũng bị bắn, vậy y được làm bạn với những người này sao! Nhưng họ hứa việc hành quyết được thi hành một cách hung dữ hèn hạ nhất. Rồi họ yêu cầu gấp, nên chiều hôm đó chúng tôi đem y đến cánh đồng, buộc vào cái cọc. Viên đạn đầu tiên làm văng thịt ở cánh tay và xương ra. Viên thứ hai vào ngực chỗ gần vai, khiến đầu y gục xuống, nhìn vào chỗ bị thương. Viên đạn thứ ba do người chúng tôi thực hiện, cắt đầu đạn thành 3 phần, bắn vào ngực theo hình tam giác, khiến đầu y gục xuống theo giây buộc trên cọc. Nhưng rồi chúng tôi và người Flaming (5); đã bắn y hầu như mọi nơi, trước khi bỏ đi."*

Nếu vậy thì người Anh, với tất cả những tệ nạn của họ, đã thiết lập nhân cách cho nhân loại mọi lúc mọi nơi; có thể phạm tội tàn bạo quá mức như vậy đối với những người lạ không được bảo vệ, những người trong số các quốc gia phương Đông có thể được so sánh với người Do Thái ở phương Tây; thì tại sao có thể không cho rằng cách đối xử của họ là do những người châu Âu không có nhiều nhân vật yêu sách về lãnh vực này? Hèn chi thời đó những tàu buôn bán bị săn đuổi kinh hoàng ra ngoài biển, vì những hành động vô lý như vậy. Và sự buôn bán vì lý do này hay nguyên nhân khác đã chuyển sang đường biển khác, và có lẽ giảm thiểu nhiều, nhưng không bị tiêu diệt hoàn toàn.

Một phần sự buôn bán đó có mục đích là tìm kiếm trong cụm đảo dọc theo bờ biển nước Việt Đàng Trong, một mặt hàng xa xỉ có nhu cầu cao ở Trung Quốc, Tripan hoặc Bischos da mer [Sea bugs, sâu bọ biển] mà tôi đã nói đến, sớm phát hiện ra một nguồn nguyên liệu thô ở một phần khác của phía đông mà nhiều năm qua người châu Âu hoàn toàn không biết đến, mặc dù họ đã nghiên cứu ở hầu hết mọi nơi trên vùng biển đó. Hạm trưởng Flinders (6) là người đầu tiên khám phá miền bắc bờ biển New Holland [Úc Châu], thấy được vùng vịnh Carpentaria [bắc Úc], rất bất ngờ khi có sáu thuyền buồm pro của người Mã Lai từ Macassar (7) ở dưới đáy vực này, mục đích của họ có vẻ là để mua những hàng ốc sên biển, hoặc như Hạm trưởng Flinders gọi là sea sucumbers. Ông ta biết được từ vị chỉ huy rằng chúng là một bộ phận của 60 thuyền buồm, đã làm chuyến đi đều đặn hàng năm với cùng một mục đích trong vòng 20 năm. Thấy rằng những hàng hóa mang đến đảo Timor (8), tại đây họ gặp lái buôn Trung Quốc; sau khi mua hàng, người Trung Quốc chuyển sang thuyền junk, rồi đem về bến cảng tại miền nam Trung Quốc. Giá cả người Trung Quốc trả cho Mã Lai là 20 Spanish Đô La cho 1 pecul, nặng 133 1/3 pounds; tính ta rằng 1000 ốc sên biển nặng 1 pecul, và 100 peculs tương đương cho một thuyền pro. Lại biết rõ rằng với mục đích chuyên chở và thu hoạch vật biển, mỗi thuyền pro cần 16 đến 18 người. Một vài người phải cạy nó từ đá, vài người tách nó ra, rửa nó bằng nước sạch và luộc, một vài người dùng củi xanh hun khói sấy khô, giống như cách sấy cá herring [cá trích] đỏ.

Người Trung Quốc không đích thân đến bờ biển New Holland [Úc Châu] và thu hoạch ốc sên biển; nhưng không có bằng chứng là họ không biết hàng hành đến vùng biển này. Trái lại còn biết rằng họ rất quen với sự bất tiện mà chuyến đi phải gặp, bởi sự kéo dài không tránh được của gió mùa trong vòng 6 tháng. Có thể ngoài câu hỏi khá hợp lý là liệu họ có ghét nước lạnh hay không, mà trong một tác phẩm khác tôi đã có dịp lưu ý; liệu họ có từng là người đánh bắt những loài động vật này hay không, vào thời điểm họ tìm đến bờ biển nước Việt Đàng Trong với tư cách là thợ lặn không kém chuyên môn so với những người ở bờ biển Ceylon [Sri Lanka], xuống tìm ngọc trai hoặc hàu như thường lệ, cũng được yêu cầu tách những con sên biển ra khỏi những tảng đá mà chúng bám vào dưới đáy biển.

Thực sự có điều ít nghi ngờ rằng người Trung Quốc từ lâu đã làm quen mọi phần của thế giới phương Đông; và trong thời cổ đại, khi phần lớn châu Âu vẫn còn ngu dốt man rợ, dân tộc đặc biệt này đã thực hiện tăng cường buôn bán tại đông bán cầu, và hàng hành tàu thuyền ra khỏi giới hạn hành trình của châu Âu hiện đại. Với kiến thức sớm về phẩm chất đặc biệt của nam châm, đem áp dụng những kiến thức này vào mục đích hàng hải, họ đã nắm giữ được ưu thế, không có quốc gia nào khác mà chúng ta biết trên khắp thế giới có may mắn được hưởng, cho đến tận những thời đại sau này. Khi Vasco de Gama (9) gặp những người Mahommedan tại bờ biển Phi Châu, trong những ngày đó họ là những người giác ngộ nhất trong lãnh vực khoa học; họ có bản đồ, dụng cụ đo sao, bảng thiên văn, nhưng chưa có nam châm. Người Ả Rập không có nó vào thời điểm này, và nó không bắt nguồn từ chính họ, cũng không được họ vay mượn từ bất kỳ quốc gia nào ở phương đông, gần như có thể suy ra một cách an toàn từ cái tên mà nó mang trong ngôn ngữ của họ, **el boussola** [compass, nam châm], và từ đó là dạng Âu châu. Có vẻ như trong nhiều trường hợp bất thường và khó giải thích rằng, nếu người Trung Quốc được biết đến là đã giao thương với người Ả Rập, đã thực hành sử dụng nó, thì người Ả Rập sẽ không thể không sử dụng một công cụ mang lại cho ngành hàng hải lợi thế không thể tính toán được như vậy. Tuy nhiên, không có nghĩa là người Ả Rập đã học và thông minh như họ chắc chắn đã làm, nhưng họ đã có mối liên hệ rất mật thiết với người Trung Quốc từ lâu, mà không khám phá ra đức tính của kim nam châm.

Trước hết, người Trung Quốc không phải là những người giỏi giao tiếp: họ mang theo sự khinh miệt dân tộc đối với người nước ngoài ở bất cứ nơi nào họ đến, tránh mọi sự giao tiếp thân mật ngoài những gì cần thiết để đạt được mục đích theo đuổi của họ.

Thứ hai, một nhà hàng hải Trung Quốc không chỉ coi từ tính là kim chỉ nam để định hướng cho con đường của mình qua đại dương mà còn tin rằng tinh thần mà chuyển động của nó chịu ảnh hưởng chính là vị thần bảo vệ con tàu của mình, và phù hợp với quan điểm của y, dụng cụ thiêng liêng này luôn luôn được cất cẩn thận trong tủ ở phía đuôi tàu khi ở cảng, cùng nơi cất giữ các vật dụng thiêng liêng khác của tôn giáo, và y luôn luôn muốn đuổi những người lạ ra khỏi đó. Với sự cẩn thận như vậy, kim từ được bảo vệ khi tàu sẵn sàng khởi hành từ cảng, và vẫn được tiếp tục tốt hơn so với tính cách thiêng liêng của nó. Sau Khi quyết định cuộc hành trình, hướng đi đến cảng sắp tới được xác định; đĩa nam châm đặt trên cát ở vị trí mà ký tự biểu thị một phần tư đường chân trời mà cảng nằm có thể trùng với kim nam châm. Cứ như vậy tiếp tục trùng hợp thì thuyền đi đúng đường, và mục đích của người lái tàu trong mọi trường hợp là duy trì vị trí này càng gần càng tốt và ghi lại sự sai lệch so với vị trí đó, để có thể đưa tàu trở lại đúng hướng; do đó điều quan trọng nhất là không có kẻ xâm nhập nào được tiếp cận nơi đặt hộp la bàn.

Thứ ba, có thể thấy rằng bản chất của kim nam châm là như vậy, rằng ngay cả khi kiểm tra kỹ lưỡng cũng không thể giúp thợ máy khéo léo nhất chế tạo ra một kim khác từ kim nam châm, trừ khi anh ta có kiến thức trước về cách truyền tính chất từ tính vào sắt. Và bất kể người Trung Quốc lạc hậu đến đâu muốn chỉ cho người khác phát minh này, chúng ta có thể dễ dàng hình dung rằng người đi biển Trung Quốc cũng không biết gì về bản chất và nguyên lý từ tính, giống như người Ả Rập. Hơn nữa, anh ta khó có thể cho rằng người Ả Rập kiêu ngạo và tự phụ tự cho mình là có kỹ năng vượt trội về khoa học thiên văn; bằng cách sử dụng biểu đồ và chiêm tinh của mình, có thể tìm đường qua đại dương không có lối đi, sẽ không có bất kỳ cảm xúc nào khác ngoài sự khinh miệt đối với cây kim nhỏ bé, gỉ sét tầm thường của Trung Quốc, đung đưa trên trục của nó, và được bao quanh bởi các vòng tròn, ký hiệu và chữ tượng hình; và rất có thể anh ta sẽ chỉ coi như một phần của thanh gỗ tôn giáo mà một mê tín dị đoan ngu ngốc đã xé toạc là thiêng liêng, và bị cản trở khi xâm nhập vào nơi đặt hộp la bàn.

Việc sử dụng kim từ tính của người Trung Quốc là rất cổ xưa, tôi đã có dịp để cập ở những nơi khác; và tôi lặp lại một lần nữa điều mà tôi cho là đủ để thiết lập thực thể rằng nếu có bất kỳ lập luận nào khác muốn chứng minh tính độc đáo của kim từ được sử dụng ở Trung Quốc cho mục đích hàng hải, hoàn cảnh của việc họ đã đưa vào đó hệ thống thần thoại cổ xưa và được ưa chuộng nhất, chòm sao và chu kỳ của họ và nói tóm lại, sự trừu tượng của các yếu tố chiêm tinh học của họ đã góp phần rất lớn vào việc giải quyết vấn đề đó. Rằng một dân tộc rất ngoan cường với phong tục cổ xưa, và coi thường các quốc gia khác sẽ không bao giờ khuất phục kết hợp mê tín dị đoan bắt nguồn của họ, bằng cách khắc trên rìa của nó tính cách thiêng liêng và thần bí của Fo shee với công cụ được giới thiệu gần đây cùng phát minh man rợ.

Tôi đã bị thúc đẩy để nói nhiều như vậy về chủ đề la bàn Trung Quốc, từ việc biết rằng một phản đối đã được đưa ra chống lại một số nhận xét trước đó, tôi đã có cơ hội đưa ra với quan điểm chứng minh, nếu không phải là tính nguyên bản của nó, thì ít nhất là tính cổ xưa của nó. Sự phản đối này được đưa ra trên cơ sở rằng nếu người Trung Quốc đã liên tục sử dụng một công cụ như vậy vào hoặc trước thế kỷ thứ chín, khi họ tiến hành giao thương rộng rãi với vịnh Persia [Iran] điều này hẳn phải được biết đến, và nếu biết thì chắc chắn các nhà hàng hải Ả Rập đã áp dụng trong khi những người này hoàn toàn không biết gì, như đã quan sát trước đây về cực của kim từ, khi Vasco de Gama [nhà thám hiểm Bồ Đào Nha] lần đầu tiên dẫn đường vào đại dương phương Đông.

Tôi chỉ muốn tìm hiểu xa hơn về tầm quan trọng của việc buôn bán với nước Việt Đàng Trong; rằng nếu người Trung Quốc trước khi bị người châu Âu đuổi khỏi đại dương, và trước khi đất nước này [nước Việt Đàng Trong] rơi vào tình trạng thảm khốc do nổi loạn và xâm lược, có thể sử dụng hàng trăm chiếc thuyền junk lớn nhất của họ, thì có mọi lý do để cho rằng Vương quốc Anh bằng cách quản lý và địa chỉ thích hợp có thể thành công trong việc hồi sinh và tiến hành giao lưu thương mại vốn đã tồn tại từ lâu giữa hai quốc gia [Anh, nước Việt Đàng Trong]. Và dưới sự quản lý mạnh mẽ của chính phủ nước Việt Đàng Trong [Nguyễn Vương], không thể không đạt được quyền mở rộng giao lưu như trong bất kỳ giai đoạn nào trước đây.

Hậu quả có lợi đối với những người ốm trong hạm đội [tàu Lion] nhờ nguồn cung cấp dồi dào lương thực tươi, trái cây, nước sạch, bầu trời trong xanh và không khí khô ráo đã giúp chúng tôi có thể tiếp tục chuyến hành trình. Sau đó vào ngày 16 tháng 6 [1793] từ Turon [Tourane, Đà Nẵng] ra khơi, đến ngày 19 thấy các đảo Ladrone [Quế

Sơn trấn, Vạn Sơn trấn, phía nam tỉnh Quảng Đông] và lục địa Trung Quốc. Chúng tôi thả neo nghĩ tại một trong các đảo này trong 2 ngày để thông tin với đại diện công ty East India [Đông Ấn] tại Macao, sau đó hàng hành qua eo biển Formosa [Đài Loan] và Yellow sea [Hoàng Hải]. Đi ngược biển này, lần đầu tiên đi vào lục địa Trung Quốc, chúng tôi sẽ có dịp trình bày tại chương khác.

Chú thích:

1.Mendez Pinto [1509-8/7/1583] là nhà thám hiểm, nhà văn Bồ Đào Nha. Ông từng qua Ấn Độ, Sumatra, Thái Lan, dọc bờ biển Việt Nam, Trung Quốc, Nhật Bản.

2.Bantam hoặc Banten là một thành phố cảng tại đảo Java, Indonesia.

3.Queen Elizabeth 1 [7/9/1533-24/6/1603]; lên làm Nữ hoàng vào ngày 17/11/1558 cho đến lúc mất.

4.Javans: Dân tộc tại đảo Java, Indonesia.

5.Flaming: Dân tộc phía bắc nước Bỉ.

6.Flinders: Hạm trưởng Hoàng gia Anh Matthew Flinders [16/3/1774 – 19/7/1814] là sĩ quan hoàng gia Anh, đầu tiên đến Úc Châu, bấy giờ gọi là New Holland.

7. Macassar: Là thủ phủ của tỉnh South Sulawesi tại phía nam Indonesia.

8.Timor: Đảo thuộc nước Indonesia.

9. Vasco de Gama: Người Bồ Đào Nha, ông là nhà thám hiểm đầu tiên châu Âu, đến Ấn Độ bằng đường biển.

10

HẢI NAM TẠP TRƯỚC [海南雜著]

Lời dẫn nhập

Thái Đình Lan [蔡廷蘭], tác giả thiên hồi ký **Hải Nam Tạp Trước** [海南雜著], người đảo Bành Hồ, Đài Loan; đậu Tiến sĩ năm Đạo Quang thứ 25 [1845], là vị Tiến sĩ duy nhất của đảo này. Thời còn là Sinh viên, sau khi dự kỳ thi tại tỉnh thành Phúc Kiến; vào ngày mồng 2 tháng 10 năm Ất Mùi Đạo Quang thứ 15 [21/11/1835], ông cùng em trai là Đình Dương, từ đảo Kim Môn đi thuyền về thăm mẹ tại Bành Hồ. Trên thuyền, vào canh ba [11 PM-1AM] đêm hôm đó gió bão nổi lên, chẳng mấy chốc cuồng phong càng mạnh, thuyền chao đảo, sóng xô đâm xuống biển, nên phải chặt gãy cột buồm để thuyền khỏi vỡ. Trải mấy ngày trời, lênh đênh trên biển cả, không biết vị trí nơi đâu *"xô về đông, hay dạt tới phương đoài"*. Rồi một đêm bỗng gió tắt, mưa tạnh, biển êm trở lại; chờ đến sáng thấy thuyền đánh cá đi qua, gọi lại hỏi, thất vọng không hiểu tiếng, nhưng có người trên thuyền viết hai chữ "An Nam"; dùng đốt ngón tay tính, thì hôm đó là ngày 11 tháng 10 [30/11/1835]. Nơi này gần đồn Thái Cần, tại cửa sông Trà Bồng, huyện Bình Sơn, Quảng Ngãi; qua trình báo của thuyền đánh cá, hai ngày sau quan Thủ ngự đồn đích thân đến kiểm tra.

Sự kiện thuyền Phúc Kiến đến tỵ nạn tại Việt Nam, được chính sử **Đại Nam Thực Lục** (1) chép, duy tên Thái Đình Lan thì chữ "Lan" đổi thành "Hương", vì "Lan" là tên húy của Nguyễn Phúc Lan, Chúa thứ tư triều Nguyễn:

"Một thuyền buôn của người tỉnh Phúc Kiến nhà Thanh đi buôn ở Đài Loan phủ bị bão, giạt đến đỗ ở hải phận Quảng Ngãi. Quan tỉnh theo lệ cứu giúp nạn bão; cấp cho tiền và gạo rồi đem việc tâu lên. Trong số khách đáp thuyền có Lẫm sinh [Sinh viên được cấp học bổng] (2) *Thái Đình Hương được đặc ân cấp thêm 50 quan tiền, 20 phương gạo, đợi dịp tiện sẽ cho về nước."*

Sau khi trở về nước, Thái Đình Lan viết thiên hồi ký nhan đề là **Hải Nam tạp trước** [海南雜著]; tường thuật một cách sinh động chặng đường bị nạn, thời gian lưu ngụ tại Việt Nam, noi theo đường Thiên Lý [tương tự Quốc lộ 1] từ tỉnh Quảng Ngãi đến Lạng sơn, rồi trở về nước.

Tìm hiểu tác phẩm này, trước hết chúng tôi xin giới thiệu tiểu sử tác giả; rồi lần lượt dịch về chính văn **Hải Nam Tạp Trước** gồm các mục:

- Cuộc mạo hiểm trên biển cả.

- Ghi chép chuyến đi từ Quảng Ngãi Việt Nam, đến quê nhà đảo Bành Hồ.

- Cuối cùng là phần sơ lược về lịch sử Việt Nam; cùng sự tìm hiểu của tác giả phần lớn do đồng hương kể, về những nét đặc trưng văn hóa Việt Nam vào thời đầu triều Nguyễn.

Chú thích:

1. **Đại Nam Thực Lục** [ĐNTL], Hà Nội: NXB Giáo Dục, tập 4, trang 797.

2. Lẫm sinh: Sinh viên được cấp học bổng ăn học.

A

TIỂU SỬ TÁC GIẢ

Thái Đình Lan [21/9/1801-17/4/1859] nguyên tên là Sùng Văn sau đổi thành Đình Lan, tự là Hương Tổ; người sảnh Bành Hồ, phủ Đài Loan, nay thuộc Hưng Nhân lý, Mã Công Thị, huyện Bành Hồ; là vị Tiến sĩ duy nhất của huyện này.

Ông thuộc họ Thái đất Quỳnh Lâm, đảo Kim Môn, Phúc Kiến; thời cuối Minh di cư đến Bành Hồ. Là con thứ tư của thầy giáo Thái Bồi Hoa, năm 13 tuổi được xếp loại Đệ tử viên [học sinh giỏi được quốc gia bồi dưỡng], mấy lần thi đứng vào hạng nhất. Năm Đạo Quang thứ 12 [1832] Bành Hồ bị đói to, bèn viết **Thỉnh Cấp Chẩn Ca** trình lên Chu Khải, Tri đạo Hưng Tuyền; được ông Chu biết tiếng. Năm Đạo Quang thứ 14 [1834] làm Chủ giảng thư viện Dẫn Tâm tại Đài Loan.

Năm Đạo Quang thứ 15 [1835] sau khi thi Hương xong, trên đường trở về nhà gặp bão lớn trôi dạt đến tỉnh Quảng Ngãi, Việt Nam. Tại nước này ông được giúp đỡ, theo đường bộ trở về quê. Trải qua 4 tháng trời, vượt hơn 10 ngàn dặm, đến năm Đạo Quang thứ 16 [1836] trở về gặp mẹ tại Bành Hồ; bèn đem những điều nghe và thấy soạn thành cuốn sách hồi ký mang tên **Hải Nam Tạp Trước** [海南雜著].

Năm Đạo Quang thứ 25 [1845] ông thi đậu Tiến sĩ, được gọi là "**Khai Bành Tiến sĩ**", tức Tiến sĩ khai khoa đất Bành Hồ. Lần lượt giữ các chức như: Tri huyện Thiểm Giang [Giang Tây], Nam Xương [tỉnh lỵ Giang Tây] thủy lợi đồng tri, Tri huyện Phong Thành [Giang Tây]. Nhân chống Thái Bình Thiên Quốc (1) có công, được thăng chức Đồng tri Cống Châu [Giang Tây]. Vào ngày 15 tháng 3 năm Hàm Phong thứ 9 [17/4/1859] mất lúc làm quan; linh cửu được đem về quê nhà.

Ông trước tác **Hải Nam Tạp Trước** và **Hương Tổ Thi Thảo**. **Hải Nam Tạp Trước** có 2 quyển; quyển thượng bao gồm các mục: Thương minh kỷ hiểm, Viêm hoang kỷ trình, Việt Nam ký lược; quyển hạ chép về thơ xướng họa. **Hải Nam Tạp Trước** xuất bản 4 lần dưới thời nhà Thanh, lại có bản dịch tại một số nước như Nga, Anh, Pháp vvv... **Hương Tổ Thi Tập** gồm 56 đề mục, có 115 bài thơ.

Chú thích:

1. Thái Bình Thiên Quốc: Chỉ cuộc nổi dậy tại Trung Quốc do Hồng Tú Toàn cầm đầu, phạm vi thế lực lan ra đến 18 tỉnh, kéo dài từ năm 1851 đến 1872, đóng đô tại Nam Kinh.

B

BÀI TỰA CỦA TRI ĐẠO CHU KHẢI HIỆU VÂN CAO

Thái sinh tên là Đình Lan, là kẻ sĩ đất Bành Hồ [Penghu county, Taiwan]. Mùa xuân năm Nhâm Thìn Đạo Quang thứ 12 [1832], tôi từ đạo Hưng Vĩnh Tuyền nhận hịch chẩn cấp Bành Hồ, sinh đem thơ từ tay áo đến yết kiến, thuật tình trạng thiên tai đói khổ của dân; tôi họa lại. Sinh xin học, nhân tên đặt tự là Hương Tổ, dạy về phương pháp đọc sách của người xưa.

Bành Hồ là đảo thuộc phủ Đài Loan, đất mặn trồng lúa không hợp, chỉ trồng khoai; dân quen đánh cá, sống nghề biển. Nơi này không có trường học, cho 4 sinh viên đến Đài Loan học. Sinh thấy đảo không chứa sách, nên đến quận ra sức học, thi cao đẳng làm Lẫm thiện sinh [Sinh viên được cấp học bổng]. Rồi vượt biển vào thi Hương, đến Hạ Môn [Xiamen, Phúc Kiến], tôi từng dạy cho tại Ngọc Bình thư viện.

Mùa thu năm Ất Mùi Đạo Quang thứ 15 [1835], sau khi thi trên đường trở về nhà, gặp bão lớn, thuyền phiêu bạt không biết đi về đâu. Vào mùa hè năm Bính Thân Đạo Quang thứ 16 [1836] từ Việt Nam trở về, nói hết sự khốn khổ, và chuyển lời Sứ thần Việt Nam nhớ đến tôi (*Vào mùa hè năm Nhâm Thìn [1832] Sứ thần Việt Nam gồm Lang trung bộ Công Trần Văn Trung, Viên ngoại lang bộ Lễ Cao Hữu Dực, Hành nhân Trần Văn Tuân, đưa gia quyến cố Tri huyện Chương Hóa* [Changhua county, Đài Loan] *Lý Chấn Thanh đến Hạ Môn; đến mùa đông trở về nước, tôi có làm thơ đưa tiễn*). Tôi mừng anh được tái sinh, rồi giúp đỡ để trở về Bành Hồ.

Mùa thu [1836] điều đến Đài Loan, sinh đem những phần đã soạn gồm **Thương Minh Kỷ Hiểm, Viêm Hoang Kỷ Trình, Việt Nam Ký Lược**, ra hỏi ý kiến; tôi đọc văn lấy làm lạ. Một phần trình bày biển lớn gió bão mịt mù, ba đào kinh hãi, sống chết không thể lường được, nhưng trong lòng vẫn trấn định, duy lo nghĩ đến mẹ già. Một phần thuật Việt Nam cung thuận, kính trọng văn sĩ thiên triều, gặp các sĩ đại phu xướng họa; cùng trải qua sông núi hiểm dễ; những điều hư thực về thành quách, cung thất, kho tàng, phủ huyện, chợ búa. Một phần chép những chuyện cũ tại Việt Nam, khái quát về xưa nhắm tường tận hiện đại, tỉ mỉ đủ để thể nghiệm về phong tục. Ôi! Chuyến đi của sinh có thể coi là kỳ lạ hùng tráng! Hãy xét xem sinh sống trưởng thành nơi hương thôn hải đảo, dù cần cù học tập nhưng những điều nghe biết vẫn còn thô thiển; nhờ cảnh ngộ trời ban, chứa chất sâu trong lòng, giúp mở rộng tâm tư tai mắt, bổ ích cho văn chương ư?

Thái sử công (1) nói: "*Ta từng phía tây đến núi Không Động* (2), *bắc qua Trác Lộc* (3), *đông đến biển, nam qua vùng Giang Hoài* (4)." Nhờ vậy văn của ông sâu rộng hùng mạnh cao xa; người đời sau không theo kịp.

Kẻ sĩ quân tử du lịch, không chỗ nào không đáng tìm hiểu về núi sông, nhân vật, kinh tế; phàm thu hoạch được qua chiêm ngưỡng khảo chứng đều gọi là học. Sinh đã đến được nơi tuyệt vức, dĩ nhiên có nhiều điều dáng ghi chép. Vả lại Việt Nam thuộc đất Nam Việt; xưa Lục Giả (5) đến đất này nhận được nhiều vàng rồi trở về; nay sinh xử sự trong bước đường cùng, từ chối hoặc nhận quà một cách cẩn thận; đem so với Lục Giả thấy ra sao! Nay đề bạt quyển sách này lên triều đình, dùng làm hành quyển (6), giới thiệu đến các nhân vật quan trọng, mong sinh sẽ được nhận thưởng.

Tô Tử Do (7) nói: " *Núi, thấy Tung* (8) *Hoa* (9) *cao; sông, thấy Hoàng Hà* (10) *lớn, xem cung khuyết, thấy công trình tráng lệ trong thiên hạ*". Chuyến đi của sinh quan sát sự vật tại Việt Nam đại loại cũng không khác, nhờ đó bổ ích cho văn chương càng trở nên vô cùng vậy.

Phú Dương Chu Khải (11) tự Trọng Lễ soạn.

Nguyên văn:

周序

蔡生廷蘭，澎湖士也。道光十二年壬辰春，餘以興泉永道奉檄賑澎湖，生袖詩來謁，述風災小民飢苦狀，餘和之。生請受業，因其名字之曰香祖，授以前人讀書法。

澎湖，台灣府屬大海中之一島，地斥鹵，不宜禾稼，薯芋雜糧生焉。民習漁，以海為業。無學校，額設生員四名，隸府學。生以島無藏書可讀，就郡力學，試高等，為廩膳生。鄉試渡海，次廈門，餘常課之玉屏書院。

乙未道光十五年秋，試歸，遭颶風，漂泊不知所之。逾年丙申道光十六年夏，歸自越南，具道困苦，且致越南使臣念餘意壬辰夏，越南使臣工部郎中陳文忠、禮部員外郎高有翼、行人陳文恂送故彰化縣李振青眷來廈門，冬歸國，詩以送之。餘慶其再生，資之歸澎湖。

是秋，調在台灣，生以所撰「滄溟紀險」、「炎荒紀程」、「越南紀略」來質。余讀其文而異之。一書大海中風雨晦溟、波濤駭異、生死不可測之情狀，而中懷鎮定，惟老母是念；一述越南恭順，雅重天朝文士，與其士大夫相唱和，及所歷山川道路之險夷、城郭宮室倉廩府庫市廛之虛實；一載越南故事，略古詳今，纖悉畢具，以驗其風俗。噫！生此游可謂奇矣壯矣！顧念生生長窮島寂寞之鄉，縱能力學，見聞寡鮮，天豈以跌蕩其胸臆，開豁其心思耳目，以益其為文耶？

太史公曰：『余嘗西至崆峒，北過涿鹿，東漸於海，南浮江淮矣』；故其文淹博踔厲而詭奇，後世莫能及。士君子游歷所至，何地不當究心山川人物有關經濟？凡可以供憑眺、資考証者，皆學也。生既至絕域矣，其有所記載固宜。抑越南、南越也，昔陸賈至其地得多金而返；生失路窮遺，而於辭受間惟謹，視陸賈又何如哉！今以生選拔貢於朝，其以是為行卷，質之當代巨公，必有能賞之者。

蘇子由曰：『於山、見嵩華之高，於水、見黃河之大，仰觀宮闕、見天下之壯麗』；生其游焉，還視越南蕞如也，則所以益其為文者當更無窮也。

富陽周凱仲禮撰。

Chú thích:

1.Thái sử công: chức quan thời Tây Hán phụ trách chép sử. Tư Mã Thiên là một Thái sử công nổi danh, soạn bộ **Sử Ký**, nên gọi là Thái sử công.

2.Không Động sơn: tại Bình Lương thị, Cam Túc.

3.Trác Lộc: tây bắc tỉnh Hà Bắc.

4.Giang Hoài: chỉ các tỉnh An Huy, Giang Tô, Hà Nam, tại vùng sông Trường Giang và sông Hoài.

5.Lục Giả: dưới thời Tây Hán, Lục Giả được Hán Cao Tổ sai đến nước Nam Việt thuyết phục Triệu Đà, lúc trở về được Triệu Đà cho nhiều vàng.

6.Hành quyển: quyển sách do thí sinh soạn trước khi đi thi, được dâng lên triều đình, để mong có sự lưu ý của quan Chủ khảo.

7.Tô Tử Do: tức Tô Triệt [18/3/1039-25/10/1112] cùng cha là Tô Tuân, anh là Tô Thức, đều được liệt vào 8 vị văn chương lớn đời Đường Tống [Đường Tống bát đại gia].

8.Tung: tức Tung Sơn, tại miền trung tỉnh Hà Nam, đỉnh cao 1.512 mét.

9.Hoa: tức Hoa Sơn, tại tỉnh Thiểm Tây, cao hơn 2.000 mét.

10.Hoàng Hà: phát nguyên từ tỉnh Thanh Hải, vượt qua 9 tỉnh, cuối cùng chảy ra vùng biển Bột Hải tại tỉnh Sơn Đông, dài 5. 464 km.

11.Chu Khải [1779-1837] tự Trọng Lễ, hiệu Vân Cao, người đất Phú Dương, tỉnh Chiết Giang. Đậu Tiến sĩ năm Gia Khánh thứ 16 [1811], từng giữ chức Tri phủ Tương Dương tỉnh Hồ Bắc, Tri đạo Hưng Tuyền Vĩnh tỉnh Phúc Kiến.

C

THƯƠNG MINH KỶ HIỂM [滄溟紀險]

(Ghi chép về cuộc mạo hiểm trên biển cả)

Cuối mùa thu năm Ất Mùi Đạo Quang [1835], sau khi dự thi tại tỉnh [Phúc Kiến] tôi quay về nam đến Hạ Môn [Xiamen] (1) (*Hạ Môn còn có biệt danh là Lộ Đảo*); gặp ngày sinh nhật của thầy tôi là Quan sát Chu Vân Cao (*bấy giờ nhậm chức tại đạo Hưng Tuyền Vĩnh, trú tiết tại Hạ Môn*), chúng tôi đến nâng ly chúc mừng thầy, yến hội mấy ngày. Sau đó qua Kim Môn [Kinmen county] (*đảo Kim Môn, tại phía đông Hạ Môn*) thăm nhà thờ tổ (*tổ tiên tôi trú tại Kim Môn*), cùng đến tấn [đồn lính] Liệu La (*tấn Liệu La tại phía đông nam Kim Môn*) tìm thuyền về Bành Hồ [Penghu county] thăm mẹ già (*bấy giờ đã dời đến Bành Hồ*), rồi lập tức đến Đài Loan [Taiwan]; ước tính trong 10 ngày có thể đạt được (*năm ấy tôi làm Giảng viên tại thư viện Dẫn*

Tâm, quận Đài Loan).

Vào ngày mồng 2 tháng 10 [21/11/1835] người phu thuyền đến dục, tôi và em là Đình Dương cùng tùy tòng đến bờ biển, thì thuyền đã nhổ neo (*neo làm bằng gỗ nặng, dùng để đậu thuyền*), dương buồm (*tức phàm, tục gọi là buồm*) khởi hành. Chúng tôi phải gọi thuyền nhỏ, chèo gấp mới kịp; bấy giờ mặt trời hạ xuống về phía tây, phía đông nam mây cuồn cuộn bay trên biển, biến ảo từ màu xanh, hồi lâu thì mất hút. Vào đêm, sao đầy trời, nhấp nháy bất định; tôi thấy được triệu chứng gió bão, khuyên người coi thuyền hãy hoãn ra đại dương (*ngoài biển, chỗ không bờ bến gọi là dương, có các nơi như ngoại dương, nội dương*), nhưng chủ thuyền không nghe; nhìn 3,5 thuyền xung quanh, cũng đã rời bờ. Tôi thấy chóng mặt, vào trong khoang thuyền đắp chăn nằm, nghe tiếng thuyền đi. Vào khoảng canh ba [11 PM-1AM] nghe tiếng gió táp táp, đáy thuyền đập vào nước kêu ầm ầm, thuyền rung chuyển không trụ được; nhưng vẫn cho là sóng gió đại dương, nên coi thường. Lại đốt canh hương và đợi (*trên thuyền đốt một cây hương là một canh, nên gọi là canh hương*). Thuyền đi nhanh, quá 2 canh hương, ước tính đã qua hắc câu (*trên biển có vùng nước sâu mà đen, tức hắc thủy dương; nước sâu, chảy gấp về phía đông, tục gọi là hắc câu*), có thể bình minh thì đến bờ. Nhưng thuyền đi càng mau, sóng vươn cao, gió bão nổi lên.

Lúc đầu phu thuyền nói phía tây bắc có mấy đám mây đen, khoảnh khắc tại phía đông nam lan ra bốn phương, gấp rút như ngựa phi, phút chốc cuồng phong dấy lên, sóng biển vọt cao, thuyền nghiêng như muốn lật. Tôi tại khoang thuyền, hai phía phải, trái đều quay, không thể nằm ngồi được; chợt nghe phu thuyền kêu lên:

"Thuyền đâm vào hướng đông đã gần bờ, phải chuyển lái quay trở lại!"

Bão bây giờ càng lớn, bánh lái lê dưới nước, hà kim bị kẹt (*hà kim tại phía sau thuyền dưới nước, dùng để buộc lái*), hơn 10 người đẩy nó cũng không chuyển dịch. Bèn hạ buồm, cho hàng hóa xuống biển, để thuyền nhẹ có thể đi được.

Bấy giờ trời đã sáng, nhìn bốn phía mênh mông, những đợt sóng như núi, chiếc thuyền nhỏ nhô lên lặn xuống trong chốn ba đào. Xem kim chỉ nam chỉ hướng Tốn [đông nam], nhưng không rõ vị trí nào trên đại dương; cứ như vậy trong 3 ngày. Người phu thuyền có lời bàn rằng:

"Chuyến đi này nếu may mắn đến được Tiêm La, Lữ Tống, thì còn có ngày về. Nếu thuyền đi vào lạc tế Nam Áo Khí (lạc tế là dòng chảy mau, nước sâu, một khi vào không quay trở lại được; từ Nam Áo Khí bị trôi vào Thiên Lý Thạch Đường, Vạn Lý Trường Sa đều tại phía nam Đài Hải), thì bọn ta không sống được!"

Rồi thừa lúc gió gần ngớt, bèn nhóm lửa làm cơm ăn no.

Khoảnh khắc, cờ mả tổ di động (tục thường gọi trời là mả tổ), gió từ đông bắc di chuyển, réo rắt cuồng nộ, sấm sét tung hoành, mưa xuống như trút nước, người ướt từ đầu đến chân, xương da lạnh cóng; mọi người nhìn nhau vô hồn. Hốt nhiên tiếng sóng lớn ập đến, đập vào thuyền như núi đá đổ xuống, thuyền chìm xuống nước, một chớp mắt rồi nhô lên. Gỗ thịnh cái trôi lềnh bềnh (*gỗ che trên mui thuyền gọi là thịnh cái*), thuyền nghiêng nước đổ vào đáy khoang. Tôi ngã nhoài xuống nước, chắc là chết; em tôi dùng giây, nức nở khóc buộc giây vào lưng, kéo mạnh lên phía trên thuyền, tôi phục xuống tạ ơn trời tha mạng. Phu thuyền gào khóc lên; tôi bảo xuất hải (chủ thuyền gọi là xuất hải) rằng:

"Gào khóc vô ích, hãy chặt cột buồm lớn đi!"

Sau khi cột buồm gãy xuống nước, thuyền bắt đầu ổn định, theo làn sóng trôi nổi như vịt. Nhân hầm nước ngọt gần hết, nên bịt lại không cho dùng; sáng chiều hai buổi ăn phải nấu bằng nước mặn. Tôi nóng lòng vì không có nước, ngày ăn nữa miệng khoai sọ, cũng quên được đói khát.

Qua 4, 5 ngày, thấy chim trắng lượn bay; nước biển chuyển sang màu đen lạt, rồi chuyển sang màu xanh lạt, chắc cách núi không xa. Bấy giờ mặt trời sắp xuống, xa nhìn trong đám mây có vạch đen bất động tiếp với nước, đại loại giống như núi. Sáng sớm hôm sau khi sương mù tan, hiện rõ trước mắt cảnh núi non nhấp nhô. Cách thuyền khoảng 1 dặm, có 3 đảo nhỏ cây cối xanh tươi, bên cạnh đảo núi đá cao lớn, trông rất hiểm trở. Thuyền theo thủy triều quanh co đi vào, thấy những thuyền giáp bản (*tên thuyền của dân phiên*) qua lại không ngừng. Nhìn kỹ cửa khẩu nơi núi lớn, có nhiều cột buồm, biết rằng đó là cảng lớn; cả thuyền cuồng vui, quì xuống tạ ơn trời.

Sau trưa có mấy trận mưa nhỏ, rồi mây đen ập tới, gió mưa càng mạnh, trên trời dưới đất mây mù âm u, rừng núi mờ đi trong bóng tối, nhìn trước mặt không thấy người. Thủy triều chuyển gấp, sóng gió đầy trời, mũi lái thuyền đập vào nước, tiếng vang như sấm; hoành hành cho đến chiều. Đến canh một [7pm-9pm], mọi người nghĩ rằng phải lên bờ, nên đều nghĩ kế thoát thân. Tôi tự nghĩ có thể mệnh tuyệt tại đây, bèn nắm tay em, ngồi chờ biến cố. Chẳng bao lâu, dứt gió ngừng mưa, sóng yên biển lặng; nhô người ra khỏi thuyền thấy trăng mọc phương đông, trong hắc ám đột nhiên thấy trời sáng. Nhướng mắt nhìn, thấy từ nam chí bắc thế núi vòng ôm; cho rằng có thể đậu, bèn dùng duyên chung dò xuống thử (*duyên chung làm bằng chì, buộc vào dây thừng dài mấy chục trượng* [1 trượng=3.2 mét] *để thử xem nước sâu hay cạn*), thấy nước sâu 2,3 trượng, dưới là cát nhỏ, bèn thả neo xuống cho thuyền yên vị. Bấm ngón tay tính, thì vào ngày 11 tháng 10 [30/11/1835].

Sáng sớm thấy một thuyền đánh cá đi qua, bèn hỏi nhưng không hiểu tiếng, chỉ viết hai chữ "An Nam". Chốc lát lại một thuyền nhỏ đến, trong đó có người nói được tiếng Hoa (An Nam gọi người Trung Quốc là người Đường) lên thuyền, ngạc nhiên hỏi:

"Khách từ Trung Quốc đến ư, không biết cảng, biết đường, làm sao đến được đây."

Mọi người cho biết chuyện xảy ra, bèn lắc đầu kinh sợ nói:

"Nếu không có thần linh bảo hộ, làm sao được như vậy! Đảo nhỏ mới đến tức đảo Chiêm Tất La (2), phía đông tây đảo nước chảy xiết, trong đó có một bến cảng nhỏ, không chờ thủy triều lên không đi vào được, đụng vào đá thuyền chìm. Từ phía tây xuống nam có thể vào cảng, nhưng thuyền này cột buồm không còn, ngược dòng không thể vào được. Từ đông tây đến đó rất hiểm trở, dưới biển có nhiều tiêu, tuyến ngầm (đá ngầm dưới biển gọi là tiêu, cát ngầm gọi là tuyến) đến mấy chục dặm, đường vào cảng lại quanh co; ngư phủ lâu năm cũng không rành hết, nếu thuyền lỡ đụng vào sẽ vỡ tan ra thành cám!"

Tôi nghe rất kinh hãi; nghĩ rằng nhà tôi ngụ tại Bành Hồ, từ nhỏ vượt biển cho đến nay cũng đến mấy chục lần qua lại nội địa, đều thuận buồm yên ổn không bị phong ba khủng bố; nếu phải trải qua thì chỉ tầm thường, không đến nỗi vạn tử nhất sinh như vậy.

Tôi nghe rằng người xưa lấy sự trung tín vượt ba đào, trải qua gian hiểm coi như đất bằng; trong cảnh sóng kinh gió dữ, tay lăm lăm thanh kiếm giữ vững lời thề, giận chửi nói cười, bất động thanh sắc. Họ là bậc thánh hiền hào kiệt, ôm lòng chính trực; nên trời đất cảm thông, không nỡ đoạt mệnh, để lại cho đời dùng.

Riêng tôi tự cho mình là kẻ nhỏ nhoi, không có gì đáng bàn, tuy trong lòng giữ được chút trung tín ngu muội, nhưng trải qua gian hiểm, há không sợ hãi? Tâm tình giao động, nghĩ đến mẹ già, cuối cùng thành kẻ bất hiếu; dám mong toàn sinh mệnh, thì chỉ nhờ ở trời mà thôi. Rốt cuộc rồi không chết, trôi dạt đến chỗ này. Cũng không biết được có phải nhờ trời thương, bắt lưu lạc nơi hoang dã buồn bã, nhân đó mới có dịp mở mang kiến văn tại nước hải ngoài? Vậy cũng là điều may mắn.

Mọi người vừa ăn điểm tâm xong, lại ăn thêm cho no, ngồi sưởi dưới trời nắng ấm, quần áo ướt đã khô, nhưng ngấn lệ vẫn chưa khô. Bèn ghi lại sự kiện.

Tôn sư Chu Vân Cao bình như sau: *"Tả tình trạng nguy hiểm cực kỳ kinh hãi; cuối tự sự cõi lòng, cho người đọc biết tác giả là người thế nào."*

Nguyên văn:

滄溟紀險

道光乙未秋末，省試南旋。既抵廈門廈門別號鷺島，值吾師周蕓皋觀察壽辰時任興泉永道，駐節廈門，隨眾稱觴，歡燕累日。遂渡金門金門嶼在廈門之東，適祖家餘家祖居金門。由料羅料羅汛在金門東南覓舟，將歸澎島問安老母時遷澎湖，即赴台灣，計不十日可至也餘是年在台郡城主講引心書院。

十月初二日，舟人來促。率家弟廷揚偕從者馳至海濱，見船已拔椗椗以重木為之，海舟用以定船，張高篷即帆也，俗呼篷，且去。遽呼小艇，奮棹追及之。而日色沉西，視東南雲氣縷縷騰海上，變幻蒼靄間，良久始滅。入夜，滿天星斗，焖爍不定。餘指為風征，勸舟人且緩放洋大海中汪洋無際處曰洋，有內洋、外洋之稱。舟主持不可。顧鄰舟三、五，亦漸次離岸。餘已暈眩，自投艙中擁被屏息臥，聽其所之。約三更，聞風聲颯颯，船底觸水，硠硠作急響，勢顛簸，殊不可支，猶以為外洋風浪固然，姑置之。再燃更香以俟舟以香一炷為一更，名更香。複疾駛逾兩炷時，度已逾黑溝海中有黑水洋，水深而黑，東流急且低，俗謂之黑溝，平明當抵岸。舟行愈急，浪愈高而颶風作矣。

初，舟人稱西北有黑雲數片，俄而東南四布、馳驟若奔馬，轉瞬間狂飆迅發，海水沸騰，舟傾側欲覆。餘身在艙內，左右旋轉，不容坐臥。驚悸中聞舟人呼曰：『東向且迫岸，急轉柁回者』！風烈甚，柁曳水下金膠固下金在船後水底，用以拴柁者，十餘人擁推之不少動。乃下篷，棄所載貨物，冀船輕得走。天明，四顧迷茫，白浪如山，孤舟出沒波濤間。按驗指南針，猶指巽，已不知何洋也。如是者三日。舟人語曰；『此去幸而暹羅、呂宋，猶有還期；若犯南澳氣、落漈入溜為落漈，水特下，一去不返；南澳氣逼入千里石塘、萬里長沙，皆在台海之南，我輩斷無生理』！乘風色稍定，相與構火作飯，盡一飽。

移時，媽祖旗飄動天後，我俗皆稱媽祖，風轉東北，叫嘯怒號，訇哮澎湃，飛沫漫空，淋淋作雨下，濕人頂踵，毛骨生寒，眾相視無顏色。忽然一聲巨浪，撼船頭如崩崖墜石，舟沒入水，半瞬始起，艙蓋木板皆浮艙面蓋板曰艙蓋，水傾盆瀉艙底矣。餘淹僕，自分必死，家弟手一繩，泣令束腰間，強扶掖出船上，俯伏告天乞命。舟人悉嗷啕大慟。余顧謂出海舟主稱出海曰：『哭無益，速砍大桅』！桅折墜水中，舟始穩，隨波泛泛若輕鳧。因視水櫃，水將盡；封閉禁勿汲，旦晚兩餐取咸水蒸芋為食。餘焦燥，思水不可得，日啖芋孫半枚，然亦竟忘飢渴。

逾四、五日，見白鳥飛翔，海水轉淡黑色，又漸轉淡藍，料去山不遠。日將下，遙望浮雲中黑痕隱隱一線，粘水不動，大類山形。明晨霧開，則層巒迭嶂，畢陳目前。離船裏許，屹立三小嶼，中有草樹青蒼，嶼邊巨石硱磳，狀俱險惡。舟隨潮曲折流入，辨來帆皆甲板番船名，梭織不絕。熟視大山口有檣桅簇簇，知為大港，眾皆狂喜，羅跪仰天謝。

午後，微雨數陣，陰雲驟合，風雨交加，上下瘴霧昏迷，群山盡杳，對面不相識。潮流湍急，湧浪滔天，舟前後撞擊，震響如雷，衝突抵暮。約初更，眾慮擱淺，各自為計。餘自問命絕於此，手扳弟，坐俟變。無何，風殺雨止，浪亦就平。探身艙外，則月出東方，黑暗中驟見天光。凝眸諦覷，覺南北山勢環抱，似可寄泊。投鉛鐘試之鉛鐘以鉛為之，系長繩數十丈以試水深淺，水深二、三丈，下皆細沙，遂下椗而安焉。屈指計之，蓋十月十一日夜也。

越宿破曉，見一漁艇過呼問，語不可解，指書「安南」二字。少頃，又一小艇來，中一人能華語，自稱唐人安南呼中國人曰唐人；登船，愕曰：『客從中國來耶？不識港道，胡能至此』？眾告以故。搖首咋舌曰：『非神靈默護，胡能爾爾？初到小嶼，即占畢羅嶼，嶼東西眾流激射，中一港甚窄，船非乘潮不得進，觸石立沉。由西而南，可抵內港，桅篷已滅，逆流不能到也。其東西一帶，至此稱極險，海底皆暗礁、暗線海底石曰礁、沙曰線。線長數十里，港道迂回，老漁尚不稔識，一抵觸，齏粉矣』

！余聞而益駭。

念家住澎湖大海中，自幼涉滄溟，於今數十度往返，俱順帆安穩無恐怖；間有風波，亦尋常事，未若玆之艱險備歷、萬死一生也。然余聞古人以忠信涉波濤，履險阻如平地；或於驚濤駭浪間，按劍沈璧，怒罵笑談，不動神色。彼其人皆聖賢豪傑，正直之懷，所感通天，亦不忍制其命以留為斯世用。餘自問區區一介，無所短長，雖忠信愚忱亦頗自持，而際此顛危險難，胡能不怖？心怦怦然，展念老母，終焉不孝，尚敢自望生全，亦聽命於天已爾。乃竟不死，以至於斯。不知天將厚造於餘，而先使流落遐荒、窮愁拂鬱，因以擴見聞於海外之國，未可知耶？然亦幸矣。

眾方具朝餐，乃大肆飽啖；負曝以坐，濕衣遽干，啼痕未滌也。急記之。

周蕓皋夫子評：寫遭險狀，窮極駭異，各盡其致。末段自寫胸臆，尤可想其人。

Chú thích:

1. Xiamen: Âm Pinyin cho Hạ Môn; tìm vị trí các tên đất Trung Quốc trên Google maps, xin dùng âm Pinyin. Xin lưu ý, chú thích của tác giả Thái Đình Lan nằm trong ngoặc ( ), chữ trong ngoặc [] là chú thích của soạn giả.

2. Chiêm Tất La: Đây là đảo nhỏ thuộc huyện Bình sơn, Quảng Ngãi; khác với Chiêm Bất Lao tức Cù Lao Chàm thuộc tỉnh Quảng Nam.

D

VIÊM HOANG KỶ TRÌNH [炎荒紀程]

(Ghi chép về chuyến đi đến vùng viêm nhiệt phương Nam)

Tình hình tỉnh Quảng Ngãi gần 200 năm trước, qua hồi ký của một văn nhân Trung Quốc.

Thuyền đến hải cảnh Việt Nam vào ngày 13 tháng 10 năm Ất Mùi [2/12/1835]. Có 2 viên quan tại đồn binh dùng thuyền nhỏ đến sát thuyền; cả hai đều chít khăn điều đen, mặc áo màu đen ống chật, quần hồng, đi chân trần (*quan viên Việt Nam ở trong nhà hoặc ra ngoài đều đi chân trần* (1), *mặc quần màu hồng; y phục không phân biệt đông hè, vào tháng đông vẫn mặc áo lụa mỏng; người giàu phần lớn dùng 2 màu lam và đen, khăn đội đầu cũng vậy; riêng quần thì màu hồng*); họ mang theo một viên Thông dịch (*người huyện Chiếu An, Phúc Kiến, tên là Thẩm Lượng*). Y bảo chủ thuyền rằng:

"Hai viên này (tên Nguyễn Văn Loan, Nguyễn Văn Lợi) là quan Thủ ngự tại đồn Thái Cần [cửa sông Trà Bồng, huyện Bình Sơn, Quảng Ngãi, gần Dung Quất], *nghe tin thuyền Trung Quốc bị bão, đến để kiểm tra."*

Chúng tôi mời lên thuyền; họ mở khoang xem xét mọi nơi, đòi trình bày rõ việc thuyền bị bão, rồi giữ lấy giấy chủ quyền (*nước này dùng chữ Hán, thể thức giấy tờ quan nha cũng tựa như Trung Quốc*); dặn ngày mai sẽ kéo thuyền vào trong cảng, chiếu lệ dâng phẩm vật trên mâm đồng để bẩm trình (*phàm dâng lễ vật, để trên mâm đồng đội trên đầu, quì xuống dâng, gọi là cống đồng bàn*).

Ngày hôm sau [3/12/1835] vào lúc gần trưa, thấy mấy chục thuyền chài đánh cá, giăng buồm lá cây, lao đến như bay. Viên Thông dịch điều một số người lên thuyền chúng tôi: kẻ thì cầm tay lái, kẻ thì kéo neo thuyền lên; lệnh các thuyền chài buộc giây vào mũi thuyền rồi kéo, thuyền từ từ đi theo. Vừa làm, dân chài vừa cất tiếng hát, âm thanh tỏa trên sóng nước, chim hải âu đang đua lượn, nghe tiếng hát vội bay đi. Đến chiều tối, thuyền đi vào cửa sông; thấy rừng tre dày đặc mông lung, nơi thôn xóm khói bếp bay lên. Chẳng mấy chốc thuyền ghé bờ, trên bờ có hàng chục căn nhà lá, đồn [Thái Cần] tại đó. Viên quan Thủ ngự đích thân đến bãi cát, chỉ huy thuyền chài, lệnh dời ra đậu trước đồn; chờ khi thuyền chúng tôi thả neo, mới được chèo đi (*tục lệ nước này, khi thuyền lạ vào chỗ đồn, quan Thủ ngự lo phòng hộ; trước đó đánh chiêng lên, thuyền chài phải tập hợp nghe sai bảo, không được lấy tiền công*). Ban đêm nghe tiếng trống điểm canh cho đến sáng (*đánh suốt đêm, cứ mỗi canh đánh một tiếng; quan lớn đến, thì đánh chuông*).

Vào ngày 15 [4/12/1835], nhờ Thông dịch cho chúng tôi lên bờ; chủ thuyền mang những vật (*người nước này thích như gừng, mỳ, thuốc hút, trà*), mượn mâm đồng của đồn đem dâng, tôi cũng phụ tặng thêm bút và mực. Viên quan Thủ ngự rất vui, mời chúng tôi ngồi trên giường (*các quan lớn nhỏ tại đây tiếp khách không dùng ghế dựa; trong phòng đặt một chiếc giường thấp; cấp lớn ngồi hướng nam, bên trái và phải đặt mỗi giường theo hướng đông tây, phía trái là chủ, phía phải là khách; nếu ngồi chung giường, thì cấp lớn ngồi ngoài, cấp nhỏ theo thứ bực ngồi trong*); rồi thảo văn thư, báo lên quan tỉnh (*viên quan lớn chủ tỉnh gọi là quan tỉnh đường, tại phủ gọi là quan phủ đường*). Nhân dịp chúng tôi vay 1 phương gạo (*khoảng 4 hộc*) [4 lít], 1 quan tiền (*tiền kẽm ghi niên hiệu Minh Mệnh, cứ 2 đồng tiền kẽm bằng 1 đồng tiền đồng, mỗi quan gồm 600 đồng*); rồi cáo từ quan Thủ ngự, trở về thuyền.

Vào sau buổi trưa ngày 16 [5/12/1835], thấy trên bờ có 2 chiếc cáng đến (*cáng khiêng vai, họ gọi là võng*), mỗi cáng chở một người, với một số tùy tùng cầm roi mây. Sau một chốc quan Thủ ngự xuống thuyền, bảo viên Thông dịch nói rằng:

"Đây là quan tỉnh đường, sai người đến tái xét nghiệm." (*một người là viên thư lại ty Bố chánh chưa nhập ngạch tên Trần Hưng Trí, một người là viên thư lại ty Án sát chưa nhập ngạch*

tên Nguyễn Tiến Thông).

Họ xét giấy chủ quyền, cùng số khách đáp thuyền (*gọi những khách thuyền chở là đáp khách*); bắt chìa ngón giữa tay trái ra in dấu tay, gọi là "điểm chỉ". Lại xét kỹ trong khoang thuyền có vật cấm hay không *(nghiêm cấm nha phiến và vũ khí, điều tra ra cướp biển thì xử chém*); đo chiều ngang, chiều dọc thuyền bằng trượng, xích; khoang thuyền sâu hay cạn, để làm hồ sơ tính thuế (*nếu trong thuyền không có hàng hóa, được miễn chịu thuế*). Lại lấy giấy bút ra, ghi những điều vấn đáp; hẹn tôi ngày hôm sau đến gặp quan lớn tại tỉnh đường, rồi lên bờ đi.

Sáng hôm sau, những viên chức này đáp thuyền nhỏ đến đón tôi, chủ thuyền cùng đi.Gió thổi nhẹ, nước chảy chậm, theo sông hơn 10 dặm [1 dặm=0.576 km.] thì lên bờ. Bấy giờ đã trưa, theo đường nhỏ đi 2, 3 dặm đến chợ Lộ Mẫn (*âm Đường gọi là Lật Vạn, có đồn lính*) [Châu Ổ, huyện Bình Sơn, Quảng Ngãi] (2); buổi tối trú tại nhà viên Thông dịch. Canh năm [3-5 giờ sáng] khởi hành, đi dưới trăng, từ thôn này qua thôn khác nghe tiếng mõ canh giờ; xa xa tiếng chó sủa râm ran, dưới ao cóc nhái kêu không ngớt. Đi khoảng hơn 20 dặm thì trời sáng, ăn điểm tâm tại quán nhà quê bên đường. Lại đi hơn 1 dặm, qua con sông nhỏ;hai viên chức nhường võng cho ngồi, nhưng tôi khước từ; do đó họ hô lính tùy tùng dẫn đường đi từ từ (*viên quan không có kẻ hầu riêng, nên sai lính phục dịch*). Bấy giờ đi trên đại lộ rộng hơn 2 trượng [1 trượng=3.2 mét] (*nước này chỉ có một đại lộ, thông nam bắc*); hai bên bờ trồng mít, cứ 10 bước trồng một cây, cành lá xum xuê, tỏa bóng đầy mặt đất, gió mát vi vu, thổi lồng qua tay áo. Xa nhìn đất bằng ngàn khoảnh, ruộng lúa tốt tươi; vườn nhà bốn bề dậu tre, trồng chuối, cau trầu; phong cảnh cũng giống như Đài Loan. Trên đường thỉnh thoảng qua cầu làm bằng tre, lớp cũ lớp mới đè lên nhau, dưới có đà gỗ bắc ngang nâng đỡ; đạp từng bước đi qua, dưới chân cảm thấy mềm lún. Qua sông [sông Trà Khúc], hơn một dặm đến tỉnh thành Quảng Ngãi. Trông coi tỉnh có một viên quan Bố chính, một quan Án sát, một quan Trấn binh (*hai ty Phiên, Niết, người ta quen gọi là quan Bố chính, quan Án sát;Tổng binh gọi là ông Quan trấn; xưng gộp 3 vị là Tam quan đường*). Thành nhỏ (*tục gọi là thành Cù Mông*) [Chính Mông] (3), có 3 cửa đông, tây, bắc; văn phòng quan, kho tàng, trại lính đều ở trong thành, dân chúng buôn bán ở ngoài thành (*phàm các tỉnh thành, quận thành, dân không được ở trong đó*). Chúng tôi đến chợ [chợ Chính Mông] gặp người Đường (*người nước này gọi người Trung Quốc là người Đường hoặc người Thiên Triều*), tên là Lâm Tốn, người đất Đồng An [Phúc Kiến] mời đến nhà.

Phút chốc Ủy viên giục đi gặp quan lớn; tôi theo đi vào thành, người xem đứng đầy đường. Đến dinh thự, dẫn vào sảnh đường lớn (*dinh quan chỉ có một sảnh đường, sáng chiều làm việc đều tại đây; thuộc viên, thư lại đều tụ tập tại sảnh đường lo công việc, hết giờ mọi người về nhà*). Hai quan lớn ngồi tại đây, viên Thông dịch nói nhỏ cho biết:

"Một vị là viên Bố chánh họ Tôn Thất, Nguyễn Bạch (4);

một vị là Án sát Đặng Kim Giản (5)"

Chúng tôi bước lên vái chào hai quan; hai vị cũng đứng lên vái chào, rồi chỉ vào chiếc giường thấp tại phía bên phải mời ngồi; hướng về viên Thông dịch nói một hồi, nhưng viên Thông dịch không dịch nổi (*hiểu biết của Thông dịch chỉ dịch nổi những câu tầm thường ngoài đường, ngoài chợ; chứ cao hơn không dịch nổi!*). Viên quan lớn bèn viết trên giấy hỏi về quê quán, lý lịch, cùng tình trạng gặp bão; tôi bèn đem đầu đuôi chép rõ ra. Cả hai gật đầu xuýt xoa, ra vẻ hết sức thương cảm; bèn gọi Bang trưởng Phúc Kiến Trịnh Kim đến (*người Đồng An*) bảo chọn phòng ốc cho ở (*người Đường ở đây phần nhiều là Mân và Việt; Mân gọi là bang Phúc Kiến, Việt gọi là bang Quảng Đông, mỗi xứ lập một Bang trưởng để làm việc công*); rồi cấp cho 2 phương gạo [1 phương = 4 lít], hai quan tiền để ăn tiêu hàng ngày; lại gọi chủ thuyền vào, cho mở khoang thuyền, bán hàng còn lại. Tôi đứng lên cảm tạ, xin rút lui, trú tại nhà Lâm Tốn.

Ngày 19 tháng 10 [8/12/1835] tôi soạn một bài văn, rồi nhờ Bang trưởng dâng lên cho đại quan. Đại quan hoan nghênh tán thưởng; bèn dâng sớ lên Quốc vương, cùng đính kèm bài văn (*Quốc vương tại thành Phú Xuân* [Huế], *cách tỉnh Quảng Ngãi 7 ngày lộ trình*). Chiều hôm đó, quan Bố chính sai thư lại mang các đề về **Tứ Thư** (6), **Ngũ Kinh** (7), thi phú, yêu cầu tôi viết, hẹn giờ Thìn [7-9 giờ sáng] hôm sau đến lấy bản thảo. Chiều tối, Án sát họ Đặng cũng sai Thư lại mang các đề đến (*nội dung cũng giống như quan Bố chính vậy*). Tôi y theo kỳ hạn, soạn xong đem trình; họ đọc nhưng không hoàn lại.

Đến ngày 22 [11/12/1835], đến xin tạm biệt quan lớn, trở lại thuyền.

Ngày 24 [13/12/1835], cùng em trai lấy hành lý, từ biệt người trong thuyền, quay lại tỉnh thành Quảng Ngãi; từ đó không còn trở lại thuyền nữa.

Ngày 26 [15/12/1835] quan lớn nghe rằng tôi đã đến, mệnh các thuộc viên (*1 Tri Phủ, 2 Thông phán, 2 Kinh lịch, 2 Tri huyện, 1 Huyện thừa, 1 Giáo dụ*) cùng đến gặp; vì phòng hẹp, nên chào hỏi nhau rồi tan, không kịp hỏi tên. Sáng hôm sau đến gặp quan lớn, mọi người đều có mặt, tôi nhân bái tạ tấm lòng thịnh tịnh và tự hài tội làm phiền; rồi gặp lúc sảnh đường có xử kiện, nên cáo lui. Tại đây vài ngày, các quan lại, nhân sĩ rầm rộ đến gặp, kể có hàng trăm, gọi tôi là "ông Sinh viên" (*tục nước này, gọi người tôn kính là ông hoặc thầy*); có kẻ hỏi văn, có kẻ xin viết chữ, không kham được sự quấy nhiễu; duy tình cảm giữa tôi với các viên thư lại ty Bố chính Bùi Hữu Trực, Nguyễn Sĩ Long thì rất thắm thiết.

Ngày mồng 5 tháng 11 [24/12/1835] quan lớn sai người báo cho biết có chiếu chỉ của Quốc vương [Vua Minh Mệnh] đến, bèn cấp tốc đến thành, đọc bản sao phê son như sau:

"Tên này thuộc loại văn học xuất thân, bất hạnh bị nạn gió bão, tiền của khánh tận, thực đáng nên giúp. Tỉnh [Quảng Ngãi] *đã cấp phát tiền và gạo; nay gia ơn tăng thưởng 50 quan*

tiền, 20 phương gạo để ăn tiêu; nhằm biểu thị sự giúp đỡ Sinh viên bị tai nạn của Thiên triều; riêng những người bị nạn trên thuyền, chiếu theo số lượng, mỗi người một tháng cấp cho một phương gạo ."

Bèn soạn văn từ cảm tạ, đến kho tỉnh lãnh trợ cấp, đều phát đầy đủ. Do đó các quan lớn rất kính trọng; gặp lúc rảnh gọi đến cùng bút đàm.

Vào ngày 9 [28/12/1835] tân Tiến sĩ Lê Triều Quí cùng đi với viên Tri phủ Phạm Hoa Trình đến thăm; ông họ Phạm từng giữ chức Phó sứ đi cống Thiên triều; sáng tác một tập thơ, lấy từ túi áo ra, đem cho tôi xem; bèn bình phẩm chi tiết và làm thơ tặng.

Ngày 10 [29/12/1835], gặp Hoàng Văn (*người đất Long Khê, Phúc Kiến, trú tại phố Quảng Ngãi*) nói rằng anh ta đã trở về Phúc Kiến 3 lần (*về Phúc Kiến có 2 đường: Từ Quỳnh Châu, Quảng Đông qua biển đến Xích Khảm là đường ngoài; có cướp trộm, nhiều người mới nên đi. Một đường từ Quảng Tây, tương đối xa, nhưng không lo bị trộm cướp mai phục.*) Anh ta nói về đường đi rất rõ ràng; tôi rất mừng bèn quyết định về.

Ngày hôm sau dâng thư lên quan lớn, xin cấp phí tổn hành trình, do đường bộ trở về nhà. Quan lớn cho rằng trái với thông lệ, nên ra vẻ đăm chiêu (*theo lệ cũ: Phàm thuyền Trung Quốc bị tai nạn gió bão đến đây, nếu là viên chức văn võ, cùng thân sĩ, cho đáp thuyền quan, hộ tống trở về nước; dân buôn thì do đường bộ trở về*). Nhưng tôi ra sức xin, mới viết sớ trình lên.

Vào ngày 13 [1/1/1836] đến phố Quảng Ngãi, phố Quảng Ngãi cách thành 30 dặm [17 km, xét khoảng cách, có thể là sông Vệ], tại khu phố Trung Quốc, thuyền tập trung. Trú tại nhà Hoàng Văn, bàn chuyện quê hương rất vui; chủ nhân gọi vợ con ra chào, người Hoa tranh nhau đến thăm, ở 2 đêm thì trở về chỗ cũ.

Ngày 20 [8/1/1836] thầy giáo tư thục Trần Hưng Đạo mời uống rượu ngâm thơ. Thầy dạy học trò **Tứ Thư**, kinh sử, thi phú giống như Trung Quốc. Học trò viết bài, dùng bút tre, chấm mực bằng bùn trên nghiên đá; rất thô sơ (*bút mực rất ít, kẻ học chữ không có giấy viết chữ mẫu để đồ lên*); nhưng có trò đặt giấy lên bàn tay, viết chữ thảo rất nhanh. Ông Trần thông kinh sử, biết làm thơ; người ta gọi là Ông thầy (*gọi Tiên sinh là thầy*). Từ đó, các nhân sĩ gọi uống rượu ngày một đông.

Vào ngày 6 tháng chạp [23/1/1836] Vương [Vua] sai Sứ giả Bùi Kính Thúc (*Cử nhân, Tri huyện hậu bổ*) gặp tôi, đích thân đến nơi trọ ân cần an ủi. Ngày hôm sau tôi đến cảm tạ; các quan đều có mặt tại tỉnh đường. Sứ giả cùng các quan lớn thể theo ý của Vương, đều khuyên tôi bỏ đường bộ đi thuyền; dự định mùa xuân năm sau khi gió từ phương nam khởi phát, sẽ dùng thuyền quan chở đến Hạ Châu [Phúc Kiến], mọi người đều cho là thuận tiện.Tôi bảo rằng muốn về nhà sớm để phụng dưỡng mẹ, hai bên thảo luận qua lại bằng bút đàm từ giờ Thìn đến giờ Mùi [7-9 giờ_13-15 giờ], lời yêu cầu của tôi rất cương quyết. Bấy giờ Sứ giả bắt đầu chuyển ý, hẹn khi trở về kinh tâu trình, sẽ đem xuống bộ nghị bàn; rồi ngay đêm hôm đó khởi hành. Tôi về nhà bồn chồn lo lắng thành bệnh, trong 10 ngày không ngồi dậy được, quan lớn thường sai người đến thăm hỏi.

Rồi đến sáng sớm ngày 19 [5/2/1836] Ủy viên trước đây đến xét thuyền là Trần Hưng Trí đến chúc mừng rằng:

"Bộ bàn nghị đã chấp thuận!"

Bệnh tôi vụt biến mất, bèn ngồi dậy hỏi thêm; ông Trần giục tôi chỉnh bị y phục để gặp quan lớn. Quan lớn đưa ra lời phúc trình của bộ kèm theo lời phê son của Quốc vương như sau:

"Cứ tên này mấy lần xin đi đường bộ trở về quê cũ, không thể ở lâu; lý nên chấp nhận lời xin; lệnh bộ Hộ đưa cho 10 lạng bạch kim để giúp hành trình, vẫn do quan tỉnh liệu biện thật ổn thỏa"

Tôi đọc xong, khóc cảm tạ, xin quan lớn định ngày lên đường. Án sát họ Đặng chảy nước mắt nói:

"Túc hạ trở về là phải, từ nay chân trời nam bắc, biết ngày nào gặp nhau."

Tôi cũng buồn không ngăn được; bèn cáo từ rồi bảo em chuẩn bị hành lý, mướn người đi phụ theo và từ biệt những người quen biết.

Ngày hôm sau [6/2/1836] hai quan lớn sai đem tiền của bộ Hộ cho, cùng giấy hộ chiếu (*sai một viên Cai đội mang theo 20 lính hộ tống đến Quảng Nam; cấp văn thư dọc đường hoán đổi lính, chi cấp lương ăn*), lại tặng thêm 5 lượng bạc. Án sát họ Đặng sai người thân đến biếu quế, và thơ văn đựng trong ống ngà voi; tôi nhận và bái tạ bằng thơ. Lại được thư lại Bùi Hữu Trực biếu 3 quan tiền, và các đồng hương Lâm Khiêm (*người Đồng An*), Lâm Tốn, Trịnh Kim tặng thuốc men; những người khác gửi tiền đều khước từ.

Vào buổi sáng ngày 21 [7/2/1836], gửi thư văn xin cảm tạ Quốc vương. Quan lớn đưa ra khỏi dinh, từ Tri phủ trở xuống tiễn tại ngoài thành. Các vị đồng hương đưa đến bờ sông [sông Trà Khúc], nhỏ nước mắt tạm biệt. Chủ thuyền và người trong thuyền đều lưu lại, chờ khi thuận tiện có thuyền mới trở về. Tính ra thời gian ở Quảng Ngãi hơn 50 ngày, trời mưa, lam chướng nhiều, đất lại bùn lầy, chân khó mà cất bước; y phục, dép guốc, giường chiếu đều ẩm ướt, ngày đêm ruồi muỗi vo ve; gặp được hôm tạnh thì đi gặp quan lớn, đón tiếp người đến thăm, nên tôi không có dịp du lịch tiêu khiển, thăm sông núi, vườn rừng. Do đó bồi hồi buồn bã, trong lòng u uất không yên; rồi được về, anh em tôi như chim hạc được ra khỏi lồng, hăng hái vỗ cánh bay đi, không nghĩ đến tiền đồ còn hàng vạn dặm!......

Nguyên văn:

舟泊越南境，越日為乙未十月十三日，有兩汛官駕小船來舟側，皆烏縐綢纏頭，穿窄袖黑衣、紅綾褲，赤兩腳越南官員出入，皆赤腳。衣不分寒暑，冬月猶著輕羅；貴者多用藍、黑二色，纏頭亦然，褲俱紅色，帶通言一人傳語者號通言，作閩音詔安人，名沈亮呼謂舟主曰：『此廣義省思義府菜芹汛守御官也一阮文鸞、一阮文利，聞有收風中國船，特來盤驗』。延登舟，啟艙遍視畢，命具失水狀，並持牌照去國中悉用漢字，其衙門案牘體式與中國略同，囑明日移舟內港，照例貢銅盤為稟報凡送人禮物，必置銅盤，戴頭上跪進，謂之貢銅盤。

次日傍午，見數十蒲帆如飛而至，皆漁艇也。前通言先自變量人登舟，或挾柁、或拔椗，令各艇系一繩船首，就己艇操楫牽挽；我舟緩緩隨之行。棹歌齊起，咿啞嘔于，響答云水中；鷗鷺翱翔，聞人聲拍拍飛去。薄暮，入內溪。見近山竹樹蔥蒨，蒙蘢隱隱，數村落起炊煙。須臾抵岸，岸上茆屋十餘間，汛防在焉。守御官親至沙潡中指揮漁艇，令移泊汛防署前。維舟已定，諸漁艇散去其國舊例，舟入汛地，守御官設法防護，於署前鳴鉦，漁艇蟻集聽差，不敢索工價。夜聞戍鼓冬冬達曙更鼓徹夜，皆點鼓一聲，不按更數；大官則鳴鐘。

十五日，偕通言登岸。舟主攜船中物姜、面、煙、茶，其國所嗜，假汛中銅盤以獻，餘亦附贈筆墨。守御官喜，延餘中榻坐大小官署皆不置椅棹，堂中設一低床，南向，尊者所坐；左右各設一床，東西向，左為主、右為賓，從漢制；尚有同床坐，則尊者在外，卑者以次在內。急備文書，馳報省堂官駐省大員稱省堂官，在府者稱府堂官。因借米一方約四斗、錢一貫鉛錢鑄「明命」年號，以二錢准一銅錢，每貫六百文，辭守御官歸船。

十六日午後，望岸上舁二輞子至肩輿號曰輞子，中各坐一人；從數人，執藤條。移時，同守御官下船。仍喚前通言云：『是省堂官，委來覆驗者』一布政官未入流書吏陳興智、一按察官未入流書吏阮進統。按牌照及搭客名數呼海船中附載之客曰搭客，令各伸左手中指印紋紙上，謂之「點指」。複熟驗艙中無違禁物鴉片煙及軍器禁最嚴，搜獲以洋匪論決斬。縱橫量船面丈尺、艙底淺深，造冊備征稅若船中無貨物，免征稅。出紙筆，各書一紙相問答。約餘次日赴省見大官。遂登岸去。

經宿，果乘小船來邀，與舟主俱往。風微水緩，沿溪泛十餘里至岸。日停午，循阡陌間小徑行二、三里，至潞潤市唐音呼慄萬，有戍兵。晚宿通言家。五更起，踏月行。連村柝聲相聞，深巷犬吠如豹，池塘蛙蚓鳴聒不休。約行二十餘里，天已明，飯道旁野店。複行里許，渡一溪，二委員爭以輞子讓餘坐，卻之，因呼隨兵導餘緩步行官無胥隸，皆以兵給役。大路寬二丈餘國中惟一條大路，直通南北，兩旁植波羅密，十步一株，枝葉交橫，繁陰滿地；清風颯颯，襟袖皆涼。遠望平疇千頃，禾稻油油。人家四圍修竹，多甘蕉、檳榔，風景絕類台灣。道中所過橋，悉編竹為之，新舊迭蓋十數重，支以橫木，足踏處步步作軟勢。向午，又渡一溪。去溪裹許，即廣義省；駐布政官一員、按察官一員、鎮兵官一員藩、臬二司，人呼布政官、按察官，總兵呼翁官鎮，合稱謂三官堂。有小城俗稱虬蒙城，設東、西、北三門，官署、倉庫、營局在城內，居民市肆在城外凡省郡城內無民舍。適市，遇唐人彼國稱中國人曰唐人，或稱天朝人林遜同安人，邀至家。

少頃，委員趣見大官。餘隨行進城，觀者載道。至署，引入大堂官署只一間大堂，早晚視事皆在此；屬員、書吏畢聚堂上辦案，散堂則各歸已家。中坐兩官，通言默告云：一布政官宗室阮公帛、一按察官鄧公金鑒。因向前一揖。皆起立俯體叉手作答揖狀，指右榻令坐；向通言噥噥語，通言不能傳通言所識，亦尋常市井語，餘多不諳。大官自書於紙，問籍貫、履歷及遭風情狀。遂詳書始末答之。點首嘆息，似甚矜憐。召福建幫長鄭金同安人擇房舍安置唐人多閩、粵二籍：閩稱福建幫、粵稱廣東幫，各設一幫長辦理公事；先給米二方、錢二貫，資用度。複傳舟主入，准給憑開艙，賣所餘貨物。餘起謝，趨退，主林遜家。

十九日，繕詞囑幫長投進。大官贊賞，隨具疏附詞上國王國王居富春城，距廣義省七日路程。是晚，布政官令書吏持一題紙來四書藝一、經藝一、詩賦各一，限明日辰刻來取稿本。次晚，鄧公亦令書吏持題來如布政官篇數。餘俱如限撰就呈繳；留閱不發。二十二日，詣辭，複回船。二十四日，偕家弟盡取行李，別舟人，重赴廣義省。自後，遂不複至船。

二十六日，大官聞餘至，命各屬員知府一、通判二、經歷二、知縣二、縣丞一、教諭一同時來會。以寓窄，群揖而散，不及通姓名。詰旦，往候大官，諸人俱在，因遍拜其枉辱。時方會鞫大訟，即告退。居數日，近城官吏及紳士絡繹來訪者以百計，呼余曰「翁廩生」俗呼尊者謂翁，或稱太，索句丐書，不堪其擾。惟布政吏裴有直、阮仕龍與餘情好獨摯。

十一月初五日，大官傳有王旨下；急詣署，讀抄出朱批云：『該名系文學出身，不幸偶遭風難，盤纏罄盡，殊為可軫。業經該省給發錢、米外，著加恩增賞錢五十貫、米二十方，俾有資度，用示軫念天朝難生至意。其船人亦按名月給米一方』。遂泐詞稱謝，向省倉庫支領脯資，得無乏。由是大官益加敬禮，暇輒呼共筆談。

初九日，有新進士黎君朝貴偕知府官範公華程來訪。範公曾充副使，入貢天朝，著有詩集，袖來示餘，細為評贊。贈以詩。

初十日，晤黃文龍溪人，住廣義庯，云曾三次陸路回閩回閩有二路：一從廣東瓊州過海南赤崁為外路，有劫盜，人眾乃可行；一走廣西大路為內路，較遠，不患伏莽，語路中情事甚悉。餘狂喜，遂決歸計。次日上大官書，乞貸行資給憑，由陸回籍。大官以格於例，有難色往例：凡中國船收風抵境，如文武官屬及紳衿，俱配官船護送回中國，商民有從陸路回者。餘力懇，乃為疏請。

十三日，往廣義庯有商賈處稱庯；廣義庯距城三十里，庯中國船所集，宿黃文家，談鄉情歡洽。主人喚子婦出拜客。中唐人爭來問訊。信宿乃還。

二十日，有塾師陳興道以詩招飲。閱兒童所誦四子書、經史、古文、詩賦，與中國同，皆寫本。又人置一磚，塗泥水以竹筆作字，悉粗劣筆墨最少，學字無法帖；或持紙掌上作草書，甚捷。陳君頗通經史，知詩，人呼翁柴呼先生謂柴。自是，諸人士邀飲者日眾。

十二月初六日，王遣使裴敬叔舉人，候補知縣來視，親至寓，慰諭甚殷。越日往謝，各官俱集省堂。使者及大官揣王意，咸勸余舍陸由舟，約來春南風初發，備官船達廈門；舉座稱便。餘以急歸奉母為言，操管往複，自辰及未，求益堅。使者意始轉，約複命之日，請下部議；遂星夜啟行去。餘歸心焦急，於邑成疾，十餘日不能起。大官時遣人慰問。

十九日侵晨，前驗船吏陳君興智入賀曰：『部議准矣』！余病若失，躍起詰之。陳君促餘整衣詣大官。大官出部覆及抄發朱批見示云：『據該名累乞由陸回貫，勢難久留，理宜俯從所請；著戶部封遞白金十兩，賞助行資，仍由該省官從優妥辦』。讀罷泣謝，白大官訂期就道。鄧公泫然曰：『足下歸固善，第此後天涯南北，何時再見』？餘亦悲不自勝。退令家弟治裝，假從者偕行，遂走別諸相識。

翌日，二大官遣送戶部所遞金及路照關文委該隊官一員，帶兵二十名護送至廣南；又給關文，沿途換派弁兵，支領口糧，外加贈銀五兩。鄧公又別遣親隨，以肉桂、牙筒見遺。俱拜納，分謝以詩。又受書吏裴有直饋錢三貫及同鄉林慊同安人、林遜、鄭金輩所饋藥物。諸以金來者悉卻之。

二十一日平明，入別大官，留牘乞轉謝國王。大官送出署；自知府以下，祖餞城外。諸同鄉擁送至溪邊，灑淚而別。舟主及同舟者皆留，俟有便船乃送歸也。計餘居廣義五十餘日，多陰雨，煙嵐障盛，地上泥濘，足不能展一步；衣履床席，淋淋出水，日夜蚊蠅籠匝。偶值晴霽，周旋大官及枉顧人不暇；又無山水園林可消遣。以此徘徊悵結，情鬱鬱不得舒。忽歸程一發，餘兄弟如困鶴出樊籠，振翼青霄，不慮前途尚有萬里也。

Chú thích:

1. Để chân trần: điều này không hẳn đúng trong mọi trường hợp; trong hồi ký của John White, **History of a**

Voyage to the China Sea, trang 37, trình bày sự kiện vào năm 1823; kể rằng người miền Nam Việt Nam đi guốc gỗ.

2. Lộ Mẫn: Phần dưới tác giả cho biết từ tỉnh thành Quảng Ngãi đến Lộ Mẫn 40 dặm "自廣義城行四十里至潞潣"; xét khoảng cách 40 dặm, tức trên 20 km, suy ra Lộ Mẫn tức thị xã Châu Ổ, huyện Bình Sơn.

3. Theo bản dịch **Đại Nam Nhất Thống Chí** [ĐNNTC], Huế: NXB Thuận Hóa, 2006. Tập 2, trang 475 ghi tỉnh thành Quảng Ngãi tại *"xã Chính Mông huyện Chương Nghĩa"*. Trang 506 ghi *" chợ Chính Mông: ở gần tỉnh thành, trước gọi là Cù Mông, đời Minh Mệnh đổi"*

4. Tôn Thất Bạch: ĐNTL, Sách Đã Dẫn [S.Đ.D.], tập 4, trang 738, xác nhận bấy giờ giữ chức Bố chánh Quảng Ngãi.

5. Đặng Kim Giản : ĐNTL, S.Đ.D., tập 4, trang 738, xác nhận bấy giờ giữ chức Án sát Quảng Ngãi.

6. **Tứ Thư** là 4 sách căn bản của Nho học, gồm: **Luận Ngữ. Mạnh Tử, Đại Học, Trung Dung**.

7. **Ngũ Kinh** là 5 kinh Nho học, gồm: **Kinh Thư, Kinh Thi, Kinh Dịch, Kinh Lễ, Kinh Xuân Thu**.

E

TÌNH HÌNH QUẢNG NAM, ĐÀ NẴNG GẦN 200 NĂM TRƯỚC, QUA HỒI KÝ CỦA MỘT VĂN NHÂN TRUNG QUỐC

Tác giả **Hải Nam tạp trước [海南雜著]** Thái Đình Lan, rời Quảng Ngãi tới Quảng Nam; tại đây tình cờ có cuộc hội ngộ thú vị. Thái Đình Lan sau này là vị Tiến sĩ duy nhất của đảo Bành Hồ, Đài Loan; lúc đến tỉnh thành Quảng Nam được diện kiến vị Tiến sĩ khai khoa Nam Kỳ Lục tỉnh, Phan Thanh Giản. Cụ Phan bấy giờ giữ chức Tuần vũ Nam Ngãi, hai danh sĩ có dịp xướng họa thơ văn; xin theo dõi cuộc gặp mặt qua phần dịch dưới đây:

Từ thành Quảng Ngãi đi 40 dặm [1 dặm=0.576 km.] (1) đến Lộ Mẫn [thị xã Châu Ổ, huyện Bình Sơn, Quảng Ngãi] là 1 cung đường (*1 cung bằng 40 lý, đặt một đồn lính*), mưa gió suốt đêm đông; trú tại nhà viên Thông dịch Thẩm Lượng. Ngày hôm sau, đi 40 dặm đến Khẩn Bản (*từ Khẩn Bản đi thuyền trên sông suốt ngày đêm đến Quảng Nam*); qua sông 20 dặm đến Chợ Mẫn (*âm Đường gọi là Tọa Vạn*). Lại đi 160 dặm đến tỉnh thành Quảng Nam (*thường gọi là Hội An, thành gọi là Tọa Quì*); chúng tôi trú tại nhà phố trưởng Hồng Đỉnh (*người Đồng An, Phúc Kiến*). Cách thành 20 dặm là phố Hội An (*người Trung Quốc rất nhiều*), có dinh thự cũ của Chuyển vận sứ (*thờ những viên Chuyển vận sứ triều trước, người Trung Quốc thờ cúng không lợi, nay giao cho người địa phương trông coi, thường đóng cửa không vào được*).

Ngày 25 tháng chạp [11/2/1836] gặp quan Tuần vũ (*quan kiêm quản Quảng Ngãi, gọi là Nam Ngãi Tuần vũ*) (2) họ Phan (*tên là Thanh Giản, hiệu Mai Xuyên, xuất thân Tiến sĩ, từng đi sứ Thiên triều, giữ chức Đông các đại học sĩ; gặp việc nên bị giáng ra cõi ngoài, điều giữ chức hiện tại*). Ông tài cán cao, tính khiêm cẩn, lễ tiết theo văn học, dáng nhàn nhã. Trong một ngày mời đến gặp 2 lần, tặng 5 quan tiền, các đồ vật như trà, cùng xướng họa thơ. Sáng sớm hôm sau, sai thuộc hạ cầm danh thiếp tiễn đưa.

Ngày 26 [12/2/1836] đi trên đường Quảng Nam, thấy ruộng lúa tươi tốt, lúa non xanh một màu như tấm thảm; cò trắng đứng lêu nghêu trong ruộng, xa nhìn cây cối đê mê. Phía biển có 3 quả núi, ,chia rõ ra 3 chòm, động trống mở ra như 3 tòa nhà thiên nhiên [chỉ Ngũ Hành Sơn]; tục truyền xưa là hang 7 con nhện, biến thành gái đẹp ma quái, sau được Phật trừ diệt, nay gọi là động Thất Muội Muội [động 7 Em Gái], dáng cao ngật hơn 2 trượng [1 trượng =3.2 mét]. Buổi tối trú tại đồn dưới đồi, người phu võng (*tức người khiêng cáng*) dặn ngày mai dậy sớm, ăn no; để đi lên ải hẹp (có một con đường qua núi cao dốc, là đèo hiểm trở nhất tại Việt Nam [đèo Hải Vân].

Sáng khi thấy mặt người, ra khỏi đồn đi khoảng 2 dặm trong sương mù. Ngưỡng nhìn trên đỉnh, mây che như tuyết phủ cuồn cuộn tiếp trời cao, nhìn không thấy núi. Bấy giờ mặt trời lên, đã qua được một đỉnh nhỏ. Một con đường nhỏ uốn khúc qua triền núi giáp biển, nước biển hung hãn, sóng xô ầm ầm, chấn động cả ghềnh đá. Rồi đến một thôn nhỏ, gặp một đồn lính có quan trấn thủ, hạch hỏi rất nghiêm. Theo sườn núi đi lên, đường quanh co hơn 10 dặm, hai bên gai góc mọc đầy, rừng tre giăng mắc, trong lùm cây chim chóc líu lo, hàng trăm tiếng hót khác nhau; trên đường hoa dại rộ nở, cánh hoa rơi rụng đó đây, cảnh vật không thể tả xiết! Khi lên được nữa núi, thế núi dốc, đường đi từng bậc, như leo lên chiếc thang ngàn trượng lên mây; phu võng phải để võng trên vai mà đi, các lính hộ vệ ra tay giúp đỡ; thẳng gối, thót bụng, mồ hôi nhỏ trên lưng như mưa; qua 7,8 dặm mới lên đến đỉnh núi.

Ngồi nghỉ dưới gốc cổ thụ, nhìn lên vách tường đá, thấy tấm bảng dày 1 thước [0.32 mét] giăng ngang làm cổng, trên đề "**Hải sơn Quan**"; nơi đây đặt đồn, do viên Đồn thủ trông coi, lính tinh nhuệ vài chục tên, phòng thủ chu vi bằng đại bác, cẩn mật một con chim cũng không qua lọt. Lên quan ải nhìn xuống, phía bắc là biển lớn ngút ngàn, thuyền buồm nhấp nhô, như những chim hải âu bơi lặn nơi biển xanh. Trước lãnh 2 phía đông tây có cảng, phía trong khe sâu, có thể chứa hàng ngàn thuyền. Nước trong sóng gợn, phô vẻ bình an, trời quang, mây lơ lững trên mặt nước, đủ gây thư thái trong lòng.

Về phía tây nam, nơi núi rừng rậm rạp, voi bầy, hươu nai, khỉ vượn sinh sống, hoang vu không bóng người. Rừng cây lâu năm, cây lớn hàng trăm vòng tay, cành lá xum xuê, che khuất trời cao, dây leo quấn quít, khỉ vượn leo vin hàng bầy, thấy người nhảy đi (*vùng này có loại khỉ 2 tay trước giao nhau, dân tại đây gọi là Viên tướng quân* [khỉ chúa]). Chẳng mấy chốc, gió thổi mạnh vào rừng cây, vạn vật xao xác, cảnh vật tiêu tao, lòng tôi nhuốm buồn bèn đi xuống. Từ giả viên quan coi đồn, rời quan ải đi khoảng 6,7 dặm; trời đã về chiều, trú tại nhà thôn dân trên lãnh. Đêm trời rất lạnh, phải đốt củi bên giường, cùng em sưởi ấm.

Ngày hôm sau khởi hành trễ, qua rừng rậm khoảng 2, 3 dặm, đi về phía bên phải lãnh, từ trên cao nhìn xuống, vách núi thăm thẳm, nhìn không thấy đáy. Tôi bước xuống võng, bảo 2 người phu giúp bước đi; đằng sau lưng là vách đá, chân bước xuống theo bậc đá trủng, vượt qua khoảng 300 bậc; rồi ngồi nghỉ trên phiến đá. Lại tiếp tục đi, qua 3 lãnh nhỏ đều dốc đá gồ ghề. Đi khoảng 10 dặm, đến bờ biển đất bằng, theo bờ vài dặm đến một sông lớn [Lăng Cô, huyện Phú Lộc, Thừa Thiên], phía bắc có chợ, đặt đồn binh tra xét. Người khiêng võng bảo tôi rằng:

"Từ khi lên quan ải đến chỗ này, đã qua hơn 20 miếu thần

(dân gọi là Bản Đầu công [Ông Bổn] *rất linh); người đi qua đốt hương không ngừng, tuy hàng ngày qua lại nhưng không có mối lo về cọp, rắn; là do thần phù hộ."*

Quan ải mở ra từ thời Gia Long (*Gia Long là niên hiệu của thân phụ Vương hiện nay*) là nơi chính giữa Việt Nam; một người giữ ải, vạn người cũng không xông vào được, nên gọi là Ải Lãnh, cách Phú Xuân [Huế] 140 dặm (*cách Quảng Nam 100 dặm*)."

Nguyên văn:

自廣義城行四十里至潞潤為一弓每弓四十里，設一營房，風雨竟夕，宿通言沈亮家。次日，行四十里至緊板由緊板坐溪船一日夜可至廣南。過溪二十里至鞸潤（唐音呼坐萬。又百六十里，抵廣南省城俗稱惠安，其省城稱坐葵城，宿庯長洪錠舍福建同安人。去城二十里為惠安庯中國人最多，有轉運使舊署，甚軒敞內祀前朝歷任運使公，中國人供香火多不利；今歸土人守管，常封鎖不得入。

二十五日，見巡撫官兼管廣義，稱南義巡撫官潘公名清簡，號梅川，進士出身，曾入使天朝；前任東閣大學士，以事降外任，調今職。公裕才學，性謙衝，禮文閒適。一日延敘兩次，贈錢五貫及茶糕數事，有倡和詩。次早，遣屬員持名紙送行。

二十六日，行廣南道中。見禾苗挺秀，新秧綠縟如茵，白鷺立田中不動，遠樹低迷。海中三台山分明鼎峙海中三石山號三台，空洞宏開，天然屋宇；俗傳昔有七蜘蛛巢其中，幻作好女為祟，後為佛所除，今稱七姊妹洞，高出地二丈許，望之屹然。晚宿嶺下屯。輞夫輞夫即輿夫也戒明日夙興飽飯，登隘嶺一路惟此嶺高峻，為越南最險重關。

曉色初分，出舍行二里許，皆在霧露中。仰視嶺際，雲封如積雪，縹緲接天，不見峰頂。朝暾已上，度一小嶺。曲徑斜穿出海岸，海水洶洶，飛濤吼浪，震響岩谷間。至小村口，有汛官屯守，盤詰甚嚴。循山麓而上，磴道迂回十餘里。兩旁荊棘叢雜，篁籜森森如蝟毛。樹間小鳥啁啾，鳴聲百變。野花開放，落英繽紛，其景不可名狀。過山半，高勢巉岩，石級鱗迭，若千丈雲梯。輞夫以輞子橫肩而行，眾護卒扶掖相助；舉膝礙胸，汗浹背如雨下。凡七、八里，始達嶺巔。憩古樹下，仰見堅垣壁立，以紫荊板厚尺許為門額，書「海山關」；設屯守員一員、勁卒數十，械炮環列，真飛鳥不得度也。登關以望，北臨大海，浩瀚迷茫，帆檣出沒，如數點鳧鷗浮沉蒼碧。嶺前東西各一港，內透重溪，可容千艘。清波微漾，素練平鋪，雲影天光，徘徊水面，足以蕩豁胸臆。西南一帶，箐密林深，為群象所宅；與麋鹿、猩猩蕃息其中，荒莽非人境。山木年久，大者數百圍；枝條樛結，蓊鬱凌霄，老藤纏繞，猿猱攀接成群，見人跳躑山多交臂猿，土人稱猿將軍。須臾，風度林杪，萬籟蕭騷，景象淒絕。餘乃悄然而下，別屯員。去關行六、七里，日垂暮，宿嶺上野人家。夜嚴寒，床頭燒榾柮與弟烘之。

次日晏發。行密樹中二、三里，出嶺右，俯瞰其下，則絕壁懸崖，深不見底。餘乃舍輞子，令二人掖以行。背負石，投足坎窩；連下三百餘坎，憩一石岡。複透迤前行，過三小嶺，悉嵓崿嶔▫〈山上敧下〉。約十里許，始就平地海岸。緣岸數里，抵一大溪。渡溪，北有小市，設屯員盤查。輞夫為餘言：上嶺至此，所過神廟二十餘處俗稱本頭公，甚靈，行人投香楮不絕；雖日往來，無蛇虎之患者，神之庇也。嶺自嘉隆間始闢嘉隆，今國王父年號，當越南之中；一夫守隘，萬人莫開，故稱隘嶺，去富春百有四十里下去廣南百里。

Chú thích:

1. Chữ trong ngoặc [] là của người dịch; chữ trong ngoặc () của tác giả.

2. **Đại Nam Thực Lục** [ĐNTL], Hà Nội: NXB Giáo Dục, tập 4, trang 892, xác nhận bấy giờ Phan Thanh Giản làm Tuần phủ Nam Ngãi.

F

TÌNH HÌNH HUẾ, QUẢNG TRỊ GẦN 200 NĂM TRƯỚC, QUA HỒI KÝ CỦA MỘT VĂN NHÂN TRUNG QUỐC

Vào ngày 30 tháng chạp [16/2/1836] (1) đến thành Phú Xuân [Huế] (*tục gọi là thành Thuận Hóa*). Thành xây bằng gạch, hết sức kiên cố, cao hơn 1 trượng [1 trượng=3.2 mét], chu vi khoảng 4,5 dặm [1 dặm=0.576 km.] (2); xây 8 cửa, thành lầu hẹp nhỏ. Trên thành, khoảng hơn 200 bước đặt 5 cỗ đại pháo nối liền nhau, các khẩu pháo đều che bởi pháo đình, trông như bầy chim vung cánh. Ngoài thành có hào (hào sâu nước không bao giờ cạn); ngoài hào lại có sông [sông Hương] (*sông rộng và sâu, phía trong thông với các sông khác, phía ngoài chảy ra biển. Phàm chiến hạm, thuyền lớn nhỏ các màu đều đậu ven bờ sông, mui thuyền bằng lá*). Bốn phía thành, thị tứ rất hoa lệ, hàng hóa phong phú, dân chúng đông đúc, nhà cửa chỉnh tề. Tôi đến thành vào buổi trưa, viên Cai đội (*Cai đội là quan danh tương đương với Thiên tổng*) dẫn đến thành, gặp quan Phủ doãn [Kinh đô trưởng] Nguyễn Thạc Phủ, quan Phủ thừa Lê Tiếu Hạ. Quan họ Nguyễn gặp tôi rồi lui, riêng quan họ Lê có tài hùng biện, trao cho giấy tờ với thơ và phú, múa bút bình luận, đến quên ngày giờ. Trời sắp tối, tôi từ giả, đi sang phố mới (*tại bờ sông phía bắc thành*) trú tại nhà người thân họ Trần (*người đất Tấn giang*) [Tấn Giang thị, Phúc Kiến]. Hôm đó là đêm Trừ Tịch [ba mươi tết, 16/2/1836], nhà nhà thay đối liễn, đốt pháo, tống cựu nghênh tân giống như Trung Quốc; xa nhà nhớ người thân, tôi và em suốt đêm nhỏ nước mắt, không ngủ được.

Hôm sau là ngày mồng một tháng giêng năm Bính Thân, Đạo Quang thứ 16 [17/2/1836] (*Việt Nam là năm Minh Mệnh thứ 17*); lễ tết bắt đầu, hân hoan chúc mừng may mắn, mọi đường trong phố thị, ca múa tưng bừng, niềm vui tràn trề. Tôi mang bài văn khánh chúc, cùng với Hồng Lương (*người Hạ Môn*) [Phúc Kiến] đến dinh Phủ Doãn chúc năm mới và xin giới thiệu đến mừng Quốc vương. Gặp lúc quan Đông các đại học sĩ Quan Nhân Phủ, Lang trung bộ Hộ Nguyễn Nhược Thủy đều tại dinh; cùng đem bài văn ra bình phẩm khen lao. Ông họ Quan bút đàm cho biết:

"Nước tôi có lệ ngày Nguyên Đán lúc gà vừa gáy sáng, các quan văn võ vào cung mừng Vua, được ban vàng rồi ra về.

Sau đó lập tức đóng cửa cung, đợi chiếu chỉ cho mở cửa, mới được ra vào. Nay ông muốn làm lễ tại nước tôi, xin đợi khi mở cửa, sẽ dẫn vào; e rằng Vua chúng tôi sẽ giữ ông lại, chờ thuận tiện thuyền thì đưa về, lúc đó không thể khước từ được. Nếu không làm như vậy, thì cứ theo lệnh cũ, lấy giấy thông hành từ quan tỉnh, đợi đến ngày mồng bảy [23/2/1836] lúc mở kho, lãnh lương khởi hành;rồi lưu văn chương tại tòa Phủ Doãn, sẽ giúp ông đạt lên chúc mừng Vua."

Ý tôi quyết muốn về, bèn từ giả các quan lớn, rồi du lịch khắp trong thành. Cung điện Vương tại góc đông nam, đối mặt với núi Ấn Sơn [Ngự Bình ?] (núi hình như quả ấn, tại ngoài thành, phía trên có núi sông, đàn xã tắc); qui mô tráng lệ, lầu, gác, đình, đài, đều là những công trình cực kỳ tinh xảo, phía trên điện trang trí bình hồ lô [trái bầu] vàng, đẹp chóa mắt. Trước cung có cửa Ngọ Môn, giữa đường trước cửa Ngọ Môn dựng một lá cờ lớn. Bên trái và phải cung là doanh trại, thân quân bảo vệ, khí giới chỉnh túc. Xế bắc là phủ của Tả, Hữu tướng quân; chứa 16 gian đại pháo, thuốc súng. Phía ngoài chu vi tường, đào hào sâu, rộng hơn một trượng; ngoài hào lại có 2 vòng rào ngăn, cấm người vô sự không được gần. Lại xây lầu Minh Viễn, tại một cung riêng, song cửa, hàng hiên sáng sủa, phòng ốc huy hoàng, đây là nơi dùng để chiêu đãi. Phía tây Vương cung, là các cung cho các con Vương và thân thuộc; lại phía tây là nha môn của các quan lớn trong nội. Gần phía đông bắc là kho tàng, gạo lương thực chất đầy, có thể dùng đến hàng chục năm. Ngoài ra là dinh của các quan văn võ, doanh lính phòng thủ, doanh viện, chùa miếu, nhưng ít nhà dân.

Ngày mồng 2 [18/2/1836] đến dinh Phủ Doãn dự yến; những người nghe tin tôi là nhân sĩ Trung Quốc, nên đến dự gần chật phòng, vì đông nên không biết rõ địa vị cao thấp.

Ngày mồng 7 [23/2/1836], làm thơ từ biệt các quan Đông các, Phủ doãn, rồi mượn thuyền đến Nghênh Hạ (*tên đất*) [Đông Hà, Quảng Trị]; quan Phủ thừa họ Lê tiễn ra khỏi thành, lệnh lính hộ tống đi đường bộ đến đợi ở tỉnh Quảng Trị trước, người thân họ Trần đem cả gia đình đến sông đưa tiễn. Đi trên sông 2 ngày [từ sông Hương, qua phá Tam Giang, đến sông Ô Lâu Quảng Trị], mây mù giăng mắc, 4 phía núi tuy ban ngày nhưng trời tối, cửa mui thuyền ẩm ướt, qua chốn lau lách nước chảy sột soạt, thủy triều mới dâng lên khoảng 2,3 thước [1 thước=0.32 mét].

Đến bình minh ngày mồng 10 [26/2/1836] đến Quảng Trị (từ Huế đến nơi này, đường thủy 120 dặm) [1 dặm=0.576 km.]. Ghé thuyền vào bến đò khúc khuỷu, nên phải nhờ người chèo thuyền giúp lên bờ; đi khoảng 2, 3 dặm đến tỉnh thành Quảng Trị, viên Cai đội đã đến trước đứng đợi tại cửa thành. Mưa bắt đầu, nên phải gọi gấp viên thư lại dẫn đến gặp quan Tuần phủ họ Hà (*quan kiêm quản tỉnh Quảng Bình nên gọi là Tuần phủ Trị Bình, tên là Đăng Khoa*) (3). Bấy giờ viên quan đang mặc áo ngắn nghỉ ngơi, thấy khách tới phải vội vàng thay y phục; nên giận viên thư lại, đánh 20 roi. Tôi vội đưa thư:

"Khi tôi đến anh ta không thất lễ, sao lại trừng phạt nhục nhã thế?"

Hà công dịu mặt từ tạ rằng:

"Hắn ta không thông báo trước, khiến lão phu thảng thốt không kịp làm lễ; nhất thời đường đột, xin tha lỗi!."

Rồi mời vịnh thơ tức cảnh, công xem thơ rất vui, mời lưu lại, nhưng không nhận. Tôi đốc thúc công soạn văn thư giới thiệu xuất quan ải, hoán đổi hộ tống, lệnh họ đến đợi trước tại Nghênh Hạ. Tôi cáo từ, phu thuyền cõng tôi đội mưa đi xuống thuyền. Ngày hôm sau [27/2/1836] lên bờ (*từ tỉnh thành Quảng Trị tới nơi này đường thủy 40 dặm*) [0.576 km . 40 = 23.04 km.] trú tại Nghênh Hạ [Đông Hà, Quảng Trị] (4), rồi mướn phu võng để ngày hôm sau đi tiếp.

Nguyên văn:

三十日，抵富春城俗稱順化城。城以磚築，甚堅致；高丈餘，周四、五里，建八門，城樓狹小。城上相去二百餘步，列大炮五，相連屬，皆覆以亭，望之如群鳥舒翼。城外環以濠河深水不涸，濠外環以溪溪極深廣，內通眾溪，外達大海，凡戰艦彩船，大小列溪邊，覆以茅亭。近城四面，闤闠甚嘩，貨物豐備，人煙稠密，廬舍整齊。餘至城，日向午，該隊官該隊官，官名；職若干總導進城，見承天府尹阮公碩甫、府丞黎公名肖夏，進士出身。阮公一見而退；黎公頗負才辨，授紙賦詩，揮毫評論，至忘形骸。日將沒，辭出，往新庯在城北溪邊，宿陳親家晉江人。是日除夕，人家換桃符、放爆竹，如中國送臘迎年故事。餘感時思親，與家弟終夜零涕，不能成寐。

明年丙申，為道光十六年正月初一日越南國明命十七年。序慶履端，辰征首祚，丁街亥市，番舞夷歌，歡聲動地。餘攜名版與洪涼廈門人詣府堂官賀年，且乞介紹賀國王。會東閣大學士關公仁甫、戶部郎中阮公若水皆在府尹座，交致研詰。移時，關公手書示曰：『我國有例，元旦聞雞聲，眾文武入宮拜賀，賜金出，即封宮門；俟有旨啟門，方許出入。君欲修禮於下國，俟門啟，當引君一謁；慮吾王以船相留，必毋卻。不然，既有前命，但執省官文憑行無礙，待初七日開倉，領糧起程，留牘府堂，自能為君達賀悃也』。餘行意已定，遂辭大官出，遍歷城中。其王宮在東南隅，面印山山形如印，在城外，上有山川、社稷壇，規制壯麗，樓閣亭台俱極土木之勝。殿脊安黃金葫蘆，光彩耀目。宮前為午門，門前中道豎一大旗。宮左右列營，處親軍衛卒，器械整肅。稍北為左右將軍府，貯大炮藥彈十六間。宮外環高牆，牆上四隅設炮台，置紅衣大炮。牆外周圍鑿深濠，闊丈餘。濠外護欄兩重，禁閒人不得近。又建明遠樓，在別宮；軒窗明淨，棟宇輝煌，為游宴所。王宮以西諸宮，王子及親屬所居。又西為內大官諸衙門。近東北為倉廒，糧米充實，可支數十年。餘皆文武官署、營房及宮院、祠廟，少民居。

初二日，赴府堂官燕。聞者群以餘中國士，相率來觀，室幾滿，不辨誰何貴賤。

初七日，以詩別閣學及府堂官，賃溪船達迎賀地名。黎公特送出城，令護送諸人先由陸路侯廣治省；陳親舉家送溪邊。溪行二日，霧匝雲迷，四山晝暝，篷窗雨急，蘆葦中溪流潺潺，新漲驟添兩、三尺。

初十日平明，抵廣治自富春至此，水程一百二十里。艤舟溪曲，隨榜人登岸，行二、三里至省城，該隊員先在城門跕候。雨且至，急挽一書吏導入見巡撫官兼管廣平，稱治平巡撫官何公登科。時公方袒衣捫虱，見客至，斂衣，遽怒鞭書吏二十。餘以書進曰：『某來未失禮，何遽見辱』？公霽顏起謝曰：『渠不先通報，致老夫倉皇不能為禮，一時唐突，幸勿罪』！乃請即景賦詩。公閱詩喜，留宿；不可，促辦關文，換遣護送，令先至迎賀相候。餘辭出，榜人負餘冒雨歸舟。次日午後抵岸自廣治至此，水程四十里，宿迎賀迎賀至廣平二百四十里，雇輌夫明日再發。

Chú thích:

1. Chữ trong ngoặc [] là của người dịch; chữ trong ngoặc () của tác giả.

2. Tác giả ước tính sai; thực sự thành chu vi gần 10 km, cao 6.6 mét.

3. **Đại Nam Thực Lục** [ĐNTL], Hà Nội: NXB Giáo Dục, tập 4, trang 875, xác nhận vào tháng 2 năm Minh Mệnh thứ 17 [17/3-15/4/1836] Hà Đăng Khoa làm Án sát tỉnh Quảng Trị.

4. Nghênh Hạ: xét vị trí cách tỉnh thành Quảng Trị 23 km đường sông, có thể là Đông Hà, Quảng Trị.

G

TÌNH HÌNH QUẢNG BÌNH, HÀ TĨNH, NGHỆ AN, GẦN 200 NĂM TRƯỚC; QUA HỒI KÝ CỦA MỘT VĂN NHÂN TRUNG QUỐC

Ngày 13 [29/2/1836] đến tỉnh thành Quảng Bình (tục gọi là Động Hải, âm Đường gọi là Long Hồi) [Động Hải nói chệch thành Đồng Hới], trú tại nhà Phố trưởng Hồng Cẩn (người Đồng An, Phúc Kiến). Sau vào yết kiến Bố chánh họ Ngô (1) (tên là Dưỡng Hạo, tự Tông Mạnh, hiệu Cối Giang; xuất thân từ Cống sinh Quốc Tử Giám), ông ta có vẻ niềm nở nói:

"Xem diện mạo ông không phải là người tầm thường, xin được chỉ bảo về thơ."

Rồi gọi rượu, ngay trên chiếu vừa ăn vừa bàn luận thơ văn, hứng khởi ngâm nga, các thuộc tòng cũng được dự tiệc. Khi về biếu một con gà, hẹn hôm sau sẽ gặp lại. Hôm sau sai thư lại đến giục.

Khi mới vào cửa, thấy ông họ Ngô đang cùng Án sát họ Nguyễn (tên Đăng Uẩn) (2) xử kiện, nên tôi dừng chân trù trừ. Ông họ Ngô bèn cho giải phạm nhân đi, rồi mời ngồi trên giường, lại ngâm vịnh thù tạc; hỏi han phong tục, giáo hóa, nhân vật tại Trung Quốc. Ngồi lâu, mời ăn trưa; thay phiên đàm luận, lưu tâm đến vấn đề kinh tế; cảm khái tràn ngập, trò chuyện đến tối mới lui.

Ngày 15 [2/3/1836] ông họ Nguyễn có việc công phải đi; họ Ngô mang rượu đến, tay cầm ly nói:

"Hôm nay là ngày Nguyên Tiêu, chúng ta cần ca múa ngâm vịnh, để đón buổi chiều đẹp."

Ông ta đưa ly mời uống, tôi từ chối không dám ngồi lâu. Ông thấy phu khiêng võng đứng đợi bên đường, bèn nói:

"Cơ duyên gặp gỡ sao ngắn quá vậy!"

Ông đưa 3 quan tiền, cùng thơ phú tống tiễn; tôi y vận họa lại. Ông ra, sai gấp nhà trạm dưới cửa quan, dọn chiếu tiệc đợi tôi tới, lại đưa tiễn 3 chén; nước mắt chảy thành dòng, rồi nắm tay đưa ra khỏi quan ải. Ông đi khoảng 2 dặm thì trở lại, leo lên đỉnh ải [lũy Thầy] nhìn, vẫy tay ly biệt. Ông Hồng Cẩn cùng đồng hương Ngô Thâm (cùng người Đồng An) [Phúc Kiến] cùng vợ con tiễn đưa, mỗi nhà đều đem thuốc tặng, đưa xa đến hơn 5 dặm, rồi khóc ly biệt. Chẳng mấy chốc quan binh hộ tống đến, trong đó có 1 người tùy tùng thân của Bố chánh họ Ngô sai đi để săn sóc trên đường (sau này khi đến Hà Tĩnh, tôi gửi thơ cảm tạ quan). Chiều hôm đó trú tại chợ Luân (âm Đường gọi là Tọa Luân, cách Quảng Bình 40 dặm) trời mưa không thấy trăng. Chủ nhân nhà hàng trương đèn, làm yến tiệc đón Nguyên Tiêu, lòng tôi càng thêm buồn.

Từ chợ Luân đi 2 ngày đến chợ Ròn (lộ trình 80 dặm); mưa dầm không ngớt, y phục ẩm ướt thấm vào da thịt, lạnh không chịu nổi. Từ chợ Ròn, qua 1 dặm đến sông Ròn [sông Ròn, huyện Quảng Trạch, Quảng Bình], trú tại Cổ Luân (âm Đường gọi là Cứ Luân) (3)

Ngày 19 [6/3/1836] trời hơi tạnh, đi 20 dặm [11 km] đến núi Hoành Sơn; đường núi quanh co, đi lên 2,3 dặm khúc khuỷu thấy một cửa quan chắn ngang, phía trên biển đề "**Hoành Sơn Quan**"; có viên quan coi đồn cùng mấy chục binh lính, ngày đêm phòng tra, đây là đường trọng yếu ra bắc. Qua khỏi cửa quan, thế đất thấp, vượt đất bằng hàng dặm; đi tiếp hơn 50 dặm [1 dặm=0.576 km.] trú tại Trung Cố (tên đất) [xã Trung Tiết, huyện Thạch Hà, Hà Tĩnh].

Ngày 20 [7/3/1836] đến phủ Hà Hoa (phủ thành tại phía đông đường thiên lý khoảng 2 dặm); lại đi 3 dặm đến tỉnh thành Hà Tĩnh, trú tại nhà Vương Thất (người Triều Châu, Quảng Đông). Bấy giờ quan Bố chánh họ Cao (tên là Hữu Dực, vào năm Nhâm Thìn Đạo Quang [2/2/1832-

19/2/1833] từng phụng mệnh Vương, dùng thuyền quan hộ tống gia quyến viên cố Huyện lệnh Chương Hóa [Đài Loan] Lý Chấn Thanh, đến Hạ Môn [Phúc Kiến]; lúc về được gia phong hàm Gia nghị đại phu) (4), bị cảm lạnh không ra gặp, nên biên thư sai thuộc viên đến chỗ cư ngụ tạ lỗi, cùng nói rằng đã từng đến Trung Quốc. Ngày 21[8/3/1836] ông họ Cao sai 2 viên quan Thông phán, Kinh lịch tiễn đưa; tôi để thư tạ biệt rồi đi.

Ngày 22 [9/3/1836] đến sông [sông Lam] thành Nghệ An (từ Trung Cố đến nơi này 200 dặm), trú tại nhà Lâm Tống (người Chiếu An)[Phúc Kiến]. Từ Quảng Bình đến Nghệ An khoảng 400 dặm, đất ẩm thấp, trên đường nhiều bùn dính vào chân, trơn trượt khó đi. Chỗ bình nguyên rộng rãi mấy chục dặm không thấy có khói bếp; trong chốn hoang vu ô uế, trộm cướp có thể ẩn núp, người đi đường cần phòng bị. Nhà trọ có thể dùng trùng độc hại người, trộn vào thịt bò, ăn phải không cứu được; thứ thuốc độc này kỵ gừng Tây (cũng gọi là tiêu Tây Phương, trồng tại Hà Lan, hoa trắng có chấm xanh, nấu chín màu đỏ tươi, ruột chua cay, có thể ăn cả vỏ, có loại dài mà nhọn, có loại tròn mà nhọn), khi ăn nên thêm thứ đó vào, để phòng ngộ độc.

Ngày 23 [10/3/1836] gặp quan Tổng đốc (quan kiêm quản Hà Tĩnh, gọi là Tổng đốc Nghệ Tĩnh, họ Nguyễn; là thân thuộc Quốc vương, vị cao thế lớn, người ta không dám nói tên) (5) , Thư lại là Trịnh Đức Hưng (tổ tiên người huyện Đức Hóa, Phúc Kiến, có thể nói tiếng vùng Tuyền

Châu) làm thông ngôn. Quan đặt sẵn 4 tên lính khỏe, cầm đao chầu chực hai bên sảnh đường (ngày thường quan lớn lên sảnh đường, không cần phải hô chào, ra vào không phải đánh chuông dẹp đường), mời tôi vào, nói vài câu rồi rút lui. Hai viên quan lớn Bố chánh, Án sát có việc công đi vắng; có Giáo thụ Trần Hải Đình, Tú tài Hồ Bảo Định (tổ tiên người Thuận Đức, Quảng Đông) đến cùng ngâm vịnh; ông họ Hồ thơ trong sáng, có tài mẫn tiệp; chiều tối lên đèn, chúng tôi ngâm vịnh đến gà gáy mới tan.

Ngày 24 [11/3/1836], viên hộ tống đến hỏi ngày ra đi, bèn khởi hành. Các đồng hương người Quảng Đông góp tiền tặng 3 quan; cùng nhau tiễn đưa đến ngoài phố. Ra khỏi thành Nghệ An 10 dặm, trời mưa lâm thâm; may không quá cực! Bên đường nhiều con công đậu trên cây, màu xanh dương chóa mắt, mưa bám vào đuôi nặng nề nên không thể bay xa. Sắp đến Thanh Hoa, có nhiều núi đá, vách thẳng đứng và cao, sừng sửng hiên ngang, như quỉ thần đẽo tạc, thiên nhiên gọt dũa, kỳ khôi không thể tả hết; chim công, bạch trĩ các loài thường tụ tập trên đó; trong núi nhiều quế, hương vị mặn mà, hơn cả Đông Kinh.

Nguyên văn:

十三日，抵廣平省城俗稱洞海，唐音呼龍回，止痡長洪謹家福建同安人。入見布政官吳公名養浩，字宗孟，號檜江，歲貢生出身，公改容起曰：『君冠服容止非俗士，願以詩教』。呼酒即席遣詞，吟興健甚；遍饗從者酒食。將出，遺雛雞一握，期明日再敘。次早，遣書吏來促。甫入門，公方與按察官阮公登蘊鞫案，餘逡巡駐足。吳公揮退人犯，延坐中榻，複其唱酬，熟訪中國風教人物。坐久，進午餐，更番談論，皆留心經濟之言。感慨流連，至昏乃退。十五日，阮公以事公出，吳公攜酒親至庯長家，手一觥曰：『今日元宵，宜共作踏歌以詠佳夕』。為引觥立酌；辭不敢留。公見輌夫在道，曰：『何緣薄乃爾』！以錢三貫見遺。賦詩贈行，餘亦依韻和謝。公遽出，疾赴關下郵亭，設祖席俟餘至，複餞三杯，淚數行下，握手出關，同行二里許乃返；登關上跨望移時，以手遙拱而別。洪謹與同縣吳深亦同安人率妻子各攜藥物追贈，遠送五里外泣別。俄而護送官兵繼至，中一人乃吳公所遣親隨，於路奉承餘後至洶靜，寄以詩，回謝吳公。是晚宿騁崙唐音呼坐輪，去廣平四十里，陰雨不見月。客舍主人張燈聚燕慶元宵，餘心益悲。

騁崙行二日至洊市路程八十里，皆霪雨霏霏，衣衿沾滯，透入肌膚，寒不可耐。由洊市過洊江裏許，宿固崙唐音呼據輪。

十九日，稍晴，行二十里至橫山嶺唐音呼布政嶺。嶺路崎嶇，二、三里盤折而上，一關橫鎮其巔，額書「橫山關」；有屯員駐守，關卒數十，時刻防查，為北道要衝。過關嶺勢直下，徑趨平陽約里許。再行五十餘里，宿中固地名。

二十日午後，經河華府府城在路東二里許。又三里，抵河靜省城，宿王七家廣東潮州人。時布政官高公名有翼，道光壬辰年曾奉其王命駕官船護送故彰化縣令李振青家眷抵廈門，返加嘉議大夫銜寒疾不出見，以書遣屬員來寓遜謝，並道曾至中國。二十一日，高公飭通判、經歷二官出送，餘留書謝別而行。

二十二日，抵又安河城自中固至此二百里，宿林送家詔安人。廣平至又安四百里間，地卑濕，多污泥陷足，滑澾難行。平原曠野，或數十里斷絕人煙，蕪穢藏奸盜，行人戒備。客舍多以蠱藥害人；置牛肉中同啖，則不可救。其藥忌番姜一名番椒，種自荷蘭；花白瓣綠，實熟則朱紅，中有子辛辣，帶殼食之；形有尖長者，有圓而微尖者，飲食必加，防遇毒也。

二十三日，見總督官兼管河靜，稱又靜總督堂官阮公總督官皆國王親屬，位尊勢大，無敢言其名者，書吏鄭德興祖籍福建德化縣，能作泉州人語傳語。公先令健卒四人，佩刀對立堂側平日大官升堂，無排衙喊班，出入無鳴騶闢道，乃延入，交數言而退。布、按兩大官皆公出，有教授官陳海亭、秀才胡寶定祖籍廣東順德縣來聯吟；胡君詩致清矯，才尤敏。日暮繼燭，雞鳴始罷。

二十四日，護送員來請行期；遂發。諸閩、粵同籍共贈錢三貫，群送至庯外。出又安十餘里，值密雨廉纖，幸不甚苦。道旁多孔雀棲息樹間，金翠奪目，雨濡其尾，重不能高飛。將至清華，多石山，壁立千仞，峻峭嵯峨，若鬼斧神工，天然琢削，瑰奇莫可名言。孔雀、白雉，時集其上。山內產肉桂，味最厚，勝東京。

Chú thích:

1. **Đại Nam Thực Lục** [ĐNTL], Hà Nội: NXB Giáo Dục, tập 4, trang 821, xác nhận vào tháng 11 năm Minh Mệnh thứ 16 [20/12/1835-17/1/1836] Ngô Dưỡng Hạo làm Bố chánh tỉnh Quảng Bình.

2. ĐNTL, sách đã dẫn, tập 4, trang 821, xác nhận vào tháng 11 năm Minh Mệnh thứ 16 [20/12/1835-17/1/1836] Nguyễn Đăng Uẩn làm Án sát tỉnh Quảng Bình.

3. Cổ Luân: Cạnh sông Ròn gần quốc lộ 1, huyện Quảng Trạch, Quảng Bình, hiện nay có tên đất Di Luân.

4. ĐNTL, sách đã dẫn, tập 4, trang 842, xác nhận Cao Hữu Dực làm Bố chánh Hà Tĩnh.

5. ĐNTL, sách đã dẫn, tập 4, trang 867, xác nhận vào tháng giêng năm Minh Mệnh thứ 17 [17/2-16/3/1836] Tạ Quang Cự làm Tổng đốc An Tĩnh; chắc tác giả nghe người quen kể lại sai, nên bảo rằng Tổng đốc họ Nguyễn người Hoàng tộc.

H

TÌNH HÌNH THANH HÓA, NINH BÌNH, HÀ NAM, HÀ NỘI GẦN 200 NĂM TRƯỚC; QUA HỒI KÝ CỦA MỘT VĂN NHÂN TRUNG QUỐC

Vào ngày 26 tháng giêng [13/3/1836] đến tỉnh thành Thanh Hoa (cách Nghệ An 240 dặm) [1 dặm=0.576 km.], trú tại nhà Thẩm Lượng (người đất Chiếu An) [Phúc Kiến]. Ngày hôm sau đến yết kiến quan Tổng đốc họ Nguyễn (1) (Thanh Hoa nhiều họ Nguyễn, tự cho là con nhà quyền quí khó trị, vì vậy phải chọn Tổng đốc người thân thuộc, để khống chế). Ông ta chỉ chỗ tại mặt tiền nhà, yêu cầu tôi đề câu đối, xem qua lòng rất hoan hỷ. Ông gọi các công tử ra gặp (trưởng công tử biết đánh đàn, giữ chức quan Phó vệ. Ông lại gửi giấy ra lệnh cho các đồn trên đường sắp đi, ban đêm lo phòng vệ. Kế đó gặp quan Bố chính họ Nguyễn (2) (tên Nhược Sơn, tổ tiên người Phúc Châu, Phúc Kiến; chú là Thượng thư bộ Lại, đã mất) được an ủi, biếu 1 lượng bạc và trà ngon; lại gửi thư đến Hà Nội dặn chuẩn bị thông dịch nói tiếng Triều Châu, Quảng Đông; bảo Phố trưởng thu góp tiền trợ giúp 10 [lạng?], tôi cảm động làm thơ tạ ơn.

Ngày 28 [15/3/1836], quan Giáo dụ Ông Ích Khiêm (3) mời đến nhà; vừa đến cửa, giang tay đón chào, cùng nhau chuyện trò vui cười; ông tự buồn lương bổng ít, biếu 2 quan tiền. Một số người đồng hương biếu một số tiền cộng là 3 quan, đều cảm tạ và xin hoàn lại; bấy giờ mặt trời đã lên cao, từ giả các quan lớn lên đường.

Ngày 29 [16/3/1836] đến tỉnh thành Ninh Bình (tục gọi là thành Bình Sáng), trú tại nhà Chúc Hạm (người Triều Châu, Quảng Đông). Ninh Bình cách Thanh Hoa 160 dặm, núi đá la liệt, nhô lên những chóp nhọn hình dáng kỳ dị, trong đó có những động hác sâu thăm thẳm, không đo nỗi. Núi Phi Phượng [núi Dục Thúy] trấn tại tỉnh thành, trong thành có núi nhỏ chắn ngang như bình án. Hai núi này xưa nay được ca tụng là danh thắng, cảnh tượng hiên ngang, có thể gợi hứng cho khách du lãm, người xưa khắc chữ đề vịnh rất nhiều.

Vào ngày mồng một tháng 2 [17/3/1836] gặp quan Tuần phủ họ Nguyễn (Ninh Bình cũng có nhiều người họ Nguyễn, nên Vương dùng người thân làm Tuần phủ để dễ quản lý). Gặp lúc quan mới duyệt binh trở về, bèn lưu giữ dùng cơm sớm, gọi các quan bồi tiếp, thi nhau nhắm rượu, sáng tác thơ làm vui. Lúc ra về tặng 1 buồng cau, 5 quan tiền; lấy cau nhưng hoàn lại tiền. Ngày đó đi 60 dặm đến phủ Lý Nhân [Hà Nam].

Vào ngày mồng 2 [18/3/1836] quan Tri phủ (Tri phủ gọi là Tri phủ quan, hoặc Phủ đường quan) họ Lê (Tĩnh Uyên) mời uống rượu; tôi uống hết một bình rồi cáo lui (lấy trái bầu hồ lô làm bình rượu). Ngày mồng 5 [21/3/1836] trú tại phủ Thường Tín [thành phố Hà Nội] (cách Lý Nhân 240 dăm) (4); ngày mồng 6 đến thăm quan Tri phủ, nhưng không gặp. Từ Thường Tín trở lên phía bắc, ruộng lúa phì nhiêu, dân no đủ, nhà cửa có vẻ đẹp; qua 60 dặm đến tỉnh thành Hà Nội (tức Đông Kinh xưa, tên cũ là Thăng Long, nay cải tên là Hà Nội), trú tại nhà người Phúc Kiến. Hôm sau dời đến ở nhà đồng hương Tăng Thiêm (người Đồng An, Kim Môn). Vào ngày mồng 8 [24/3/1836] gặp quan Tổng đốc họ Nguyễn. Khi mới đưa danh thiếp xin gặp, ông vội ra, cầm tay mà bảo rằng:

"Không ngờ hôm nay được thấy văn sĩ thiên triều."

Ngồi chuyện trò, ý tứ diễn đạt triền miên, từ giờ Thìn đến giờ Ngọ [7-9 giờ_11-13 giờ] mới cáo từ. Lại gặp quan Bố chánh họ Trần (5) (tên Văn Trung, vào năm Nhâm Thìn Đạo Quang [2/2/1832-19/2/1833] cùng Bố chánh Cao Hữu Dực phụng mệnh Vương đáp thuyền đến Hạ Môn [Phúc Kiến]; lúc về được gia phong hàm Gia nghị đại phu). Khi đến nơi, thấy sảnh đường sán lạn, bày sẵn mấy chiếu tiếp khách; ông chỉnh tề y phục ra đón, hết sức khiêm nhượng, tự tay cầm chén trà mời khách; hỏi han tình hình Hạ Môn, Phúc Châu, cùng những vị quan từng quen biết. Ông mời lưu lại vài ngày, nhưng không thuận; biếu 10 lượng bạc, từ chối mãi mới thôi.

Vào ngày mồng 9 [25/3/1836], các Nho sĩ Trần Như Sâm, Trần Huy Quang, Hoàng Bích Quang (đều là người Quảng Châu, Quảng Đông) đến chơi; bảo rằng Đông Kinh đất rộng, giàu có, thành trì kiên cố, thị tứ phồn hoa, nguồn lợi trân quí đứng vào hàng đầu Việt Nam, lại nhiều bậc trí thức và thắng cảnh; không thể không chiêm ngưỡng. Rồi mời vào thành, xem cung điện cũ thời nhà Lê; rường cột khắc vẽ, lầu gác san sát, phô bày trên thảm cỏ đượm hơi sương. Qua khu thị tứ, tiền bạc chất đầy, kiểu cách mắt chưa từng thấy. Vượt sông Nhị Hà (xưa gọi là Phú Lương), xem sứ quán thiên triều [xã Gia Quất, huyện Gia Lâm, Bắc Ninh], tại phía bên trái sông Nhị Hà, bia lớn sừng sững, khí tượng hiên ngang. Lại đến xã Đồng Nhân [huyện Mê Linh, Hà Nội] xem miếu thờ hai bà (thời Vua Quang Vũ nhà Đông Hán, hai bà Trưng Trắc, Trưng Nhị làm phản, Mã Viện đến bình; hai bà chết tại sông Nguyệt Đức [sông Cà Lồ], thây trôi về sông Phú Lương, người trong xã bèn lập miếu thờ). Lúc trở về, trú tại nhà ông Sâm qua đêm; niềm cảm khái tràn dâng, ngâm vịnh suốt đêm, hiểu rằng những hình ảnh được thưởng lãm đã ghi sâu vào ký ức.

Sáng hôm sau tôi dậy trễ, Phố trưởng Quảng Đông Hà Nghi Hưng, Thông ngôn Trần Chấn Ký (đều người Quảng Châu), Trần Hoành Khoan (người Triều Châu) cùng những người đồng hương đến biếu 10 lượng bạc cùng đồ vật; Phố trưởng Phúc Kiến, Thẩm Lâm (người huyện Chiếu An) cùng đồng hương biếu 50 quan tiền, tôi tạ từ; duy chỉ nhận những vật tặng thêm như thức ăn và thuốc uống từ Dương Vạn Ký, Thành Ký (người đất Trường Thái) [Phúc Kiến], Hồ Vinh (cựu Phố trưởng, người đất Chương Châu). Ngày hôm đó [26/3/1836] người đồng hương thiết tiệc đưa tiễn, tôi đều làm thơ cảm tạ.

Ngày 11 [27/3/1836] từ biệt quan lớn họ Nguyễn, họ Trần, bàn nên theo lệ hộ tống quan lớn, dùng 50 tên lính; tôi lo rằng hao phí nhiều, xin theo con số [20 tên] như trước.

Nguyên văn:

二十六日，抵清華省城距又安二百四十里，宿沈壬家詔安人。次日，見總督官阮公清華多阮姓，恃貴室難治，故以親屬總督官制之。公指堂上，索題楹帖，意甚歡，呼諸公子出見其長公子能琴，為副衛官；札飭前路所宿諸屯官，夜間防衛。繼見布政官阮公名若山，祖籍福建福州，其叔為吏部尚書，已故，蒙慰恤，以白金一兩及好茶相遺。複寓書河內，囑廣潮通言、庯長鳩助十金。餘感其意，報以詩。二十八日，教諭官翁益謙請過其署。甫抵門，撫掌出迎，相笑語；自傷俸薄，饋錢二貫。數同籍者共以錢三貫來，俱謝而還之。日已高，辭大官登程。

二十九日，抵寧平省城俗稱平創，宿祝艦家廣東潮州人。寧平距清華百六十里，石山羅列，竦銳多奇形，其中洞壑深不可測。飛鳳山為省城之鎮，而城內小山當其前，如屏案。二山舊稱名勝，境界軒昂，可供游眺；前人題詠頗多。

二月初一日，見巡撫官阮公寧平亦多阮姓，亦用親屬巡撫官理之。值閱兵回，留早膳，呼官屬相陪，賭酒催詩為樂。臨出，贈檳榔一莖、錢五貫；受檳榔而返其錢。是日行六十里，宿里仁府。

初二日，知府官知府稱知府官，亦稱府堂官黎公靜淵招飲，餘為盡一瓢而行以葫蘆匏作酒壺。初五日宿常信府距里仁二百四十里。初六日訪知府官不遇。過常信以北，沃野良田，民頗豐裕，屋宇漸華。六十里抵河內省城即古東京；舊名升隆，今改河內，止福建鄉祠。經宿，移主同鄉人曾添家同安金門人。初八日，見總督官阮公。投刺入，公遽出握手曰：『不意今日得見天朝文士』！既坐，詞意纏綿，自辰至午，始聽出。又見布政官陳公名文忠；道光壬辰年，與高公有翼奉其王命駕船至廈門，返加嘉議大夫銜。堂上燦陳幾席，公整衣履出見，極謙讓，茶必手捧而前；訪福州、廈門情事及所識官紳近狀。強留數日，不可；出白金十兩相贈，固辭乃已。

初九日，有儒士陳如琛、陳輝光、黃壁光俱廣東廣州人，能詩來訪，言東京地大物饒，城池鞏固，市井繁華，珍寶之利甲越南，又多衣冠勝跡，不可不一寓目。邀入城，觀黎氏故宮。畫棟雕甍，重樓複閣，歷歷煙草中。過廛肆，刀幣雲屯，目所未睹。渡珥河江古富良江，閱天使館在珥河左側；豐碑巍碣，氣象岩岩。又至同仁社，觀二女廟東漢光武中，女子徵側、徵貳反，馬援來平，二女死於月德江。其尸流回富良江，土人為立廟宇。返宿如琛園中，興懷憑吊，吟答終宵；覺觀覽之餘，別深寄托。

次日盱起。廣東庯長何宜興、通言陳振記俱廣州人、陳衡寬潮州人偕鄉祠諸人送銀十兩，佐以物事；福建庯長沈林詔安人偕鄉祠諸人送錢五十貫；餘概辭謝，惟受楊萬記、成記長泰人、胡榮庯舊長，漳州人、曾添等所餉藥物。是日，鄉祠各設餞席，俱謝以詩。

十一日，別大官阮公、陳公時，議照護送大員例，遣兵五十名；餘慮其浩費，請如舊數

Chú thích:

1. **Đại Nam Thực Lục** [ĐNTL], Hà Nội: NXB Giáo Dục, tập 4, trang 898, xác nhận vào tháng 3 năm Minh Mệnh thứ 17 [16/4-14/5/1836] Phạm Văn Điển làm quyền Tổng đốc Thanh Hóa; như vậy tác giả ghi họ Nguyễn vào ngày [13/3/1839], có thể không đúng.

2. ĐNTL, sách đã dẫn, tập 4, trang 797, xác nhận Án sát Nguyễn Nhược Sơn được thăng làm Bố chánh Thanh Hoa.

3. Theo tiểu sử Ông Ích Khiêm sinh ngày 21 tháng 12 năm Mậu Tý [25/1/1829], bấy giờ mới 7 tuổi, không thể làm Giáo dụ được. Chắc tác giả nhầm tên với người khác.

4. 240 dặm tức 138 km; ước tính sai, thực sự từ Phủ Lý Hà Nam, đến Thường Tín khoảng trên 20 km.

5. ĐNTL, sách đã dẫn, tập 4, trang 876, xác nhận vào tháng 2 năm Minh Mệnh thứ 17 [17/3-15/4/1836] Trần Văn Trung làm Bố chánh Hà Nội.

I

TÌNH HÌNH CÁC TỈNH BẮC NINH, BẮC GIANG, LẠNG SƠN GẦN 200 NĂM TRƯỚC; QUA HỒI KÝ CỦA MỘT VĂN NHÂN TRUNG QUỐC

Xế trưa ngày ngày 11 tháng 2 [27/3/1836] chúng tôi đến phủ Từ Sơn [Bắc Ninh], chiều tối đến tỉnh thành Bắc Ninh, cách Hà Nội 130 dặm [1 dặm=0.576 km.]. Ngày 12 gặp Tuần phủ họ Nguyễn [Đăng Giai] (thân thuộc của Vương) (1) , hàn huyên mấy câu, tặng 1 cân trà thơm.

Ngày 13 [29/3/1836] đến phủ Lạng giang [Bắc Giang] gặp quan Tri phủ họ Lê (tên Trinh, Cử nhân xuất thân) và quan Huyện thừa Phượng Nhãn [huyện Yên Dũng, Bắc Giang] họ Phạm (tên Hanh, Tú tài xuất thân), cùng nhau thù tạc ngâm vịnh. Ngày 14 [30/3/1836] đến đồn Cần

Doanh [Kép, huyện Lạng Giang] (đồn này có quan trấn thủ); gần đồn nơi giáp giới với huyện Văn Giang có hồ Câu Lậu sản xuất đan sa. Vào ngày 15 [31/3/1836] trú tại đồn Quang Lang [châu Ôn, Lạng Sơn] (từ đồn Cần Doanh đến đồn Quang Lang đặt 7 đồn tấn, có quan giữ đồn trông coi).

Ngày 16 [1/4/1836] đi khoảng 30 dặm đến Quỉ Môn quan [huyện Chi Lăng, Lạng Sơn], người xưa có câu ca dao rằng "Quỉ môn quan, thập nhân khứ, nhất nhân hoàn" [quan ải Quỉ Môn, 10 người đến, chỉ còn 1 người trở về]. Tục truyền có chợ quỉ, sau giờ Ngọ đám đông quỉ ra cửa quan mua bán, người đụng phải sẽ bị bệnh. Chúng tôi ngồi nghỉ dưới quan ải, thấy gió lạnh buốt da, lông muốn dựng lên. Bên cạnh quan ải có miếu Phục ba tướng quân [Mã Viện] hết sức linh thiêng (phàm Sứ thần qua lại, đều đến miếu này dâng hương); trước miếu trồng cây ý dĩ (ý dĩ trước đây Mã Viện trồng, ăn hạt này có thể giải chướng khí, trừ nước độc, nên gọi là Càn Khôn thảo, tôi hái một túi đầy). Cách miếu 2 dặm phía đông nam, có núi đá, Đồng Trụ tại nơi này (có 2 Đồng Trụ, còn 1 Đồng Trụ tại Phân Mao Lãnh, châu Khâm [Quảng Tây]), cao hơn 1 trượng [1 trượng=3.2 mét], lớn 10 người ôm, lướt xem cùng chung màu với đá núi, trên đầy phân chim; người dân địa phương bảo rằng thường có chim lạ đậu trên đó. Buổi tối ngủ tại Đài Số 5 (thời trước Thái thú Biện Châu [Tổng đốc Tôn Sĩ Nghị ?] đánh Tây Sơn, quân Tây Sơn cho xây 18 pháo đài từ Lạng sơn đến Đông Kinh [Hà Nội] liên lạc với nhau; nay còn có tên Đài Số 3, Đài Số 5]

Ngày 17 [2/4/1836] đến tỉnh thành Lạng Sơn (cách Bắc Ninh 360 dặm). Từ Lạng Sơn phía nam đến Bắc Ninh; đường sá hoang dã, cỏ rậm tung hoành, vươn cao hơn trượng, nhìn mút mắt, rất ít nhà cửa. Có chỗ núi trống, cốc sâu, cây cối chưa khai phá, không thấy dấu chân người, hành khách thường lo gặp kẻ gian phi. Lại có núi đá, đột ngột nhô lên trời cao, mây mù phủ quanh, suốt ngày không tan hết; cây núi đang mùa xuân, vẫn ngả màu vàng thiếu sinh khí. Đá trông như sắt, từng vằn từng vằn rêu phủ, nước khe chảy phía dưới, thỉnh thoảng chim công xúm nhau tắm. Những nơi khe suối chảy qua, hai bên bờ cây cối tươi tốt giao nhau, khiến ánh sáng mặt trời không thể lọt xuống; rắn rết ẩn tàng, tanh hôi chứa chất, nên nước khe rất độc. Người đi đường phải che đậy thức ăn, một giọt nước bên ngoài cũng không dám cho vào miệng, sáng chiều hai bữa ăn phải dùng nước thang ý dĩ; viễn khách đến nơi này, ăn uống thực khó khăn. Khi đến gần Lạng Sơn thấy nơi biên địa núi non trùng điệp, xa nhìn như hàng vạn lưu tinh kéo dài đến hơn 20 dặm, thế núi vươn lên, hạ xuống, rồi đột khởi thành mấy chục đỉnh cao. Khi chúng tôi đi qua được nửa lãnh, gặp một lão trượng lông mày rộng, là Tri huyện hậu bổ họ Vũ (tên Huy Nhất, hiệu Đường Trạch, Cử nhân xuất thân) trên đường đi đến tỉnh Cao Bằng. Ông ta mang một bình rượu ngon, cùng đi với chúng tôi khoảng 2, 3 dặm, rồi mời tôi ngồi nghỉ, uống rượu ngâm thơ để quên mệt nhọc; khi qua lãnh, tôi phải chấp tay bái biệt vị lão trượng ung dung hào sảng.

Đến thành, khoảng giờ Thân [3-5 giờ chiều], gặp quan

Tuần phủ họ Trần (2) (kiêm quản tỉnh Cao Bằng, nên gọi là Tuần phủ Lạng Bình; tên là Văn Tuân; vào năm Nhâm Thìn Đạo Quang [2/2/1832-19/2/1833] cùng với các ông Trần Văn Trung, Cao Hữu Dực phụng mệnh Vương đến Hạ Môn [Phúc Kiến]; lúc về được thăng hàm Gia nghị đại phu). Mới vào cửa, các Thư lại ngạc nhiên cho là quí quan (vì Việt Nam không đặt Lẫm sinh [Sinh viên được cấp học bổng]); ông bèn giải thích về khoa mục, nói rằng:

"Nhân sĩ của Thiên triều, Lẫm sinh tài học phải kiêm ưu, chớ có khinh thị."

Ông người to lớn, râu đẹp, mặt trẻ trung, nhưng tóc màu trắng; dáng dấp phiêu nhiên, dùng lễ nghi giống như Trung Quốc. Ông ta kể rằng khi tại Hạ Môn từng tiếp xúc tốt đẹp với thầy Chu Vân Cao, nay được biết tôi là học trò của thầy Chu, thì rất kính trọng, hoan hỷ như trước kia từng gặp thầy.

Rồi sắp xếp cho tôi trọ tại nhà tại phía đông thành (chủ nhân là Âu Bang, người phủ Thái Bình, Quảng Tây); việc sắp xếp chỗ ngủ chăn chiếu đều do nhân viên tỉnh thành lo liệu, yến hội tiệc tùng không có ngày nghỉ. Tỉnh đường đã thông báo cho phủ Thái Bình, xin định ngày ra khỏi quan ải (theo lệ cũ phàm những người của thiên triều do nước này đệ tống đến biên giới, quan Tuần phủ bẩm báo, đợi phủ Thái Bình phúc đáp, định ngày đến quan ải tiếp thu.

Ngày 20 [5/4/1836] quan Tuần phủ biết tôi buồn bã tịch

liêu, bèn biên thư bảo rằng:

"Lạng Sơn là nơi biên giới, sau cơn binh hỏa (3) *(ba năm trước dân bản xứ làm loạn tại Lạng Sơn, Cao Bằng, mới bình định được từ năm ngoái) thành ấp hoang phế, chỉ mới sửa chữa một cách tạm bợ; núi sông, nhân vật không đáng quan chiêm. Duy có một vài nham động có thể du lịch, ông nên thử đi xem."*

Bèn sai viên thư lại là Bát phẩm Đoàn Văn Trung (có thể nói tiếng được Tuyền Châu) cùng các Phố trưởng Quảng Châu, Triều Châu, dẫn tôi đi du ngoạn. Từ phía đông thành, qua khe, thấy núi đá nhô lên sừng sững phía đông bắc gọi là núi Phi Lai. Tương truyền khi Mã Viện đến, định xây thành tại nơi này; chỗ xây đã định, thì đêm hôm đó một trái núi bỗng nhô lên. Mã tướng quân bèn cho dời thành sang phía nam khe, rồi bắn một mũi tên vào đá, nay hòn đá vẫn còn lưu dấu. Cách khe khoảng 2 dặm, thấy một dãy núi đá, 4 ngọn liên tiếp tuần hoàn; đi tiếp 3,4 dặm thấy chất đá gắn kết nhuần nhuyễn. Trước núi có một động, tên gọi là Nhị Thanh (năm Kỷ Hợi Cảnh Hưng thứ 41 [1780] Trấn thủ Lạng Sơn Ngô Thời Nhiệm? (4) [Ngô Thì Sĩ] bắt đầu khai phá; trước đó có nét vằn trên đá giống 3 chữ "nhị na thanh 二那青",nhân đó đặt tên động là Nhị Thanh. Cửa động xây bằng gạch, có 3 cánh rộng, đi thêm hơn 20 bước thấy mái điện thiên nhiên, hình vuông khoảng 1 mẫu, bốn bề lỗ chỗ lấp lánh, dáng trơn như mỡ; trong đột xuất tòa đá nhô lên từ dưới nước như tòa sen, trên tòa khắc tượng Khổng Tử; hai bên vào giữa vách đột xuất tòa đá nhỏ, bên trái khắc tượng Thích Ca, bên hữu khắc tượng Lão Tử; gọi là Tam Giáo Đường (do Lê Hữu Dung (5) soạn bài ký). Trên trần thạch nhũ la liệt, hoặc giống hệt như chuông, hoặc như khánh, hoặc như tiểu tăng chấp tay tụng niệm. Động phía sau có tượng đức Thế Tôn, qua một con đường khấp khúc, đến một cái hang tối đen không thấy đường, sau cùng sang động Tam Thanh tại phía bắc núi.

Ra khỏi động đi một số bước, qua 1 cầu lớn, cầu nhỏ; lại gặp một động khác. Động phía dưới rộng, phía trên dáng cong như chuông, nền bằng 2 phiến đá lớn, có thể chứa vài chục người. Nước xung quanh trần nhỏ xuống lách tách; tỏa khí mát, cho dù khách đến vào tháng sáu cũng không cảm thấy nóng. Nhẩn nha ngắm cảnh, theo đường phía trước núi đi khoảng 2 dặm đến động Tam Thanh (khai tịch năm Cảnh Hưng 41 [1780]). Động lớn hơn Nhị Thanh gấp bội, nhưng kém phần u nhã; trong có tượng Chư Thiên Bồ Tát, ánh sáng từ chuỗi hạt ngọc trên cổ tỏa ra bốn phía. Thỉnh thoảng nước nhỏ giọt vào thạch nhũ, ngưng đọng tạo màu sắc tân kỳ. Trước động đối diện với một ngọn núi đơn độc, gọi là hòn Vọng Phu; tục truyền đây là nơi xưa Tô Nhược Lan (6) chờ Đậu Thao, chuyện thực hoang đường! Bấy giờ trời gần trưa, chúng tôi theo đường cũ trở về.

Sau giờ Ngọ đi qua phía tây thành, lại du lịch động Đại Thanh (không biết khai tịch từ thời nào, không có bia để khảo); đường núi dốc, phải vin vào cành lá, mỏm đá, quanh co mấy vòng mới leo tới bên trên. Khi gần nữa triền núi, cửa động rộng mở, đá lớn nhô lên như muốn rơi, trên vách đá khắc 4 chữ lớn "thạch Phật cổ tích" [石佛古跡 dấu tích cũ Phật bằng đá]; thẳng người đi vào, cảnh trí rộng mở. Trong có một pho tượng bậc đại sĩ, quí tướng trang nghiêm, mặt mũi tay chân giống như thật, ngưng thần hướng thẳng, xem cõi trần như không, nội tâm hướng về cõi tĩnh tịch. Sau pho tượng mấy bước có hang thông lên đỉnh núi, hiểm trở chật hẹp khó đi. Trước pho tượng phía bên phải, có một hang tròn, đi khoảng hơn 10 bước, nhìn ngang thấy ánh sáng mặt trời. Người dẫn đường bảo rằng qua nơi này còn một động khác tối hơn; nhưng tiếc rằng mặt trời đã xuống thấp, chân cũng đã quá mỏi; nên đại khái chiêm ngưỡng kỳ quan dừng tại đây;quả thật là nơi tiên cảnh tại hải ngoại.

Vào ngày 24 [9/4/1836], quan Tuần phủ tế văn miếu; các quan và học sinh đều áo mũ lễ phục hành lễ; trong miếu đồ tế khí không hoàn bị, không vũ nhạc, chỉ thổi sáo, đàn Hồ cầm, đánh chuông không ngừng. Phía ngoài sân miếu, quân lính trang bị vũ khí, xếp bốn hàng nghiêm chỉnh theo hướng đông tây, ngoài cửa đốt 2 con rồng. Tế xong sai người biếu thịt nướng.

Ngày 27 [12/4/1836] nhận được hồi văn của Tri phủ Cảnh Côn từ phủ Thái Bình hẹn ngày 5 tháng 3 [20/4/1836] đến quan ải. Tuần phủ họ Trần biết được ngày đi, vào ngày 28 [13/4/1836] thết tiệc tại nhà khách, mệnh Tri phủ Tràng Định họ Đặng (Huy Thuật, Tiến sĩ xuất thân) (7), Kinh lịch họ Nguyễn (tên Đăng Giảng), Tri châu Lộc Bình họ

Nguyễn (tên Đình Diêu, Tri huyện Văn Khai? [Văn Quan] (8) họ Hồ (tên Văn Trước), quan Phó vệ họ Nguyễn (tên Kim Đôi; gồm 5 quan văn võ bồi tiếp. Rượu nữa chừng, Tri phủ họ Trần đề nghị theo thứ tự lần lượt làm thơ liên cú, chuyền ly lớn uống cho say. Ông Đặng tao nhã, thi tứ bén nhạy, thơ hùng hồn; bữa hôm đó mọi người đều hoan hỷ. Vào ngày 29 [14/4/1836] vào từ tạ Tuần phủ họ Trần, định ngày mai khởi hành; ông nghe tin sắp đi, buồn bã hồi lâu, đưa biếu 10 lạng bạc, cùng vài vị thuốc; tôi từ chối tiền chỉ nhận thuốc, rồi cảm tạ bằng thơ.

Ngày 30 cáo biệt [15/4/1836], ông sai quan Lục phẩm Cai đội Nguyễn Văn Lương, Bát phẩm Thư lại Đoàn Văn Trung, hai viên quan giữ ải Nguyễn Đình Tây, Nguyễn Hành Kiệm mang 20 tên lính của tỉnh, y phục nghiêm chỉnh, khí giới tinh hảo, hộ tống ra quan ải. Ông đích thân đốc suất quan lại ra khỏi thành tiễn hành, dặn tôi khi trở về Hạ Môn xin gửi lời thăm thầy Chu Vân Cao để biểu đạt tấm lòng ngưỡng mộ; ông không dám viết thư, vì lễ (9) không cho phép, rồi gạt nước mắt từ biệt. Qua sông [sông Kỳ Cùng] là phố Kỳ Lừa (nơi cho phép người Lưỡng Quảng tập trung buôn bán); đi tiếp 35 dặm đến châu Văn Uyên.

Ngày mồng một tháng 3 [16/4/1836] Tri châu họ Nguyễn (tên Thiếu) mời dự tiệc. Đến chiều quan coi ải Nguyễn Đình Tây cũng mời. Ngày hôm sau Thư lại châu là Trương Sùng Lễ cùng Lẫm sinh Nông Mãnh Âu (người Ninh Minh, Quảng Tây,khách trú tại đây) làm thơ đưa tặng.

Ngày mồng 2 [17/4/1836] quan Tri phủ họ Đặng gửi thơ tặng, cùng tặng 2 quan tiền; quan Tri châu nghe tin, cũng làm thơ tặng và tặng tiền 2 quan; tôi đều làm thơ báo đáp.

Buổi sáng ngày mồng 5 [20/4/1836] khởi hành từ Văn Uyên đi theo đường nhỏ, qua núi rừng trùng điệp, âm u không bóng người, không nghe tiếng gà chó; khoảng 40 dặm đến ải Do, tức Nam Quan (10) (Việt Nam gọi là ải thôn Do, giáp giới với châu Ninh Minh, phủ Thái Bình;là nơi tiếp giáp xung yếu giữa Quảng Tây và đất Giao, có viên Bả tổng trấn thủ). Ngày hôm đó nha môn thuộc 3 xứ, đạo Tả Giang, phân phủ Minh Giang, châu Ninh Minh (đều gần ải Nam Quan), sai lính đến tiếp nhận. Tôi từ biệt những người hộ tống, rồi theo quân lính đạo Tả Giang trên đường lên phương bắc; từ đó ra khỏi nước ngoài để đi vào trung thổ. Tuy nhiên hồi tưởng đến sự ân cần của các quan Việt Nam cùng đồng bào Hoa cư ngụ tại đây, không thể ngăn được giọt nước mắt cảm động!

Nguyên văn:

午後至慈山府，知府官他出。暮抵北寧省城距河內百三十里。十二日見巡撫官阮公王家親屬，寒暄數語，贈香茗一筋。十三日宿諒江府，見知府官黎公名楨，舉人出身、鳳眼縣縣丞範公名亨，秀才出身，有酬詠。十四日，至芹營屯有屯守官。近屯文江縣界有勾漏海，出丹沙。十五日，宿桄榔屯自芹營屯至桄榔屯共設七處汛防，俱有屯員駐守。

十六日，行三里許至鬼門關。昔人謠云：『鬼門關，十人去，一人還』。俗傳有鬼市，過午則群鬼出關貿易，人犯之輒病。小憩關下，覺陰風襲肌，毛髮欲豎。關側有伏波將軍廟，甚靈異凡使臣往來，必詣廟進香；廟前皆薏苡即馬援當時所餌，能勝瘴氣、解水毒，人呼乾坤草；餘掇取盈橐。去廟東南二里許，有石山，銅柱在焉銅柱有二，其一在欽州分茅嶺。高丈餘，大過十圍，望之與石同色，鳥糞堆積；土人言，常有奇禽宿其上。晚宿五台昔時汴州太守征西山，賊自諒山至東京，共築十八座炮台，聯絡相望；今尚有三台、五台之名。

十七日，抵諒山省城距北寧三百六十里。諒山以南至北寧，皆荒墟野徑，榛莽縱橫，勁茅高丈餘，萋萋滿目，絕少人家；或空山幽谷，蠶叢未闢，人跡不經，常患奸匪。又有石山，崢嶸突屼，聳入重霄。煙瘴封埋，竟日不散。山樹當春，猶黃枯無生氣。石如鐵色，苔蘚斑斑。溪流出其下，孔雀不時群浴。溪水所經，兩旁林木交蔭，不漏天光。蛇蠍藏踞，腥穢落溪中，故水上最毒。行人自裹糗糧，滴水不敢入口。旦夕兩飯，必燒薏苡湯下之；遠客至此，食性尤乖。將近諒山，見遍地岡巒攢簇，若萬點流星。有盤蛇嶺長二十餘里，逶迤上下，摩歷數十峰頭。抵嶺半，遇龐眉叟，為候補知縣官武君名輝一，號唐澤，舉人出身，將往高平省；攜良醞一瓢，二、三里輒踞地邀餘憩酌，隨意成吟，藉忘勞頓。逾嶺一揖而別，亦豪叟也。至城，日已晡，見巡撫官兼管高平，稱諒平巡撫官陳公名文恂；道光壬辰年，與陳公文忠、高公有翼奉其王命至廈門，返加嘉議大夫銜。初入門，眾書吏錯愕，以為貴員越南不設廩生，公語以科目；且曰：『天朝人士，雖一衿必才學兼優，無輕視』。公身偉，美須髯，童顏鶴發，飄飄若仙；行禮如中國儀。自言在廈門時與周蕓皋觀察善。及聞為周公門下士，益起敬，歡若平生。館餘於城東客舍主人歐邦，廣西太平人，鋪設氈褥，悉供自署內，燕會饋遺無虛日。先報太平府，請定出關日期往例：凡天朝人由該國遞送到界，巡撫官稟候太平府回札，定期到關接收。

二十日，公知餘寥寂，以書謂曰：『諒山邊地，且經兵燹後三年前，諒山高平土人作亂，去年始平城邑荒墟，草草修治，山川人物無足觀，惟一、二岩洞可供清游。君試一涉歷焉』。遣八品書吏段文忠能作泉州人語同廣、潮二庯長導餘游。

自城東過溪，見東北一石山。拔地巋然，名飛來山。相傳馬援築城於此，基既定，經宿忽起一山，乃徙城溪南，發一矢射此山，矢穿石過；今山頭穿隙宛然雲。去溪行二里許，見石山一帶，四峰循環相接，幾三、四里，石質粘合渾融。山前一洞，名二青洞景興四十一年己亥，諒山鎮吳時任始闢。舊有自然石文，象「二那青」三字，因以二青名洞。洞口磚砌高垣，三扉並豁。進二十餘步，殿宇天成，方廣盈畝。四面空竅玲瓏，色滑潤若羊脂。中突石座，如出水菡萏初舒。座間塑宣聖像。兩旁半壁，突出小座，左塑釋迦像、右塑老君像。稱三教堂黎有容撰記。高際乳穗駢垂，或如鐘、或如磬、或如小闍黎合南狀，皆逼肖。後一洞，塑世尊像。緣級曲折，乃得登最後一穴，穿出山北之三青洞，深黑不可窺。出洞右行數步，度小木橋，又探一洞。底寬頂縮，如戴懸鐘；下平石兩片，可容數十人。洞水環注，清清泠泠，六月中忘炎暑。徙倚半日，循山前二里許至三青洞景興四十一年闢；廣倍二青，而遜其幽折。內供諸天菩薩像，瓔珞寶珠，金光四照。洞上垂石乳，有無根水時一滴、滴處皆融結為石理，亦奇矣。洞前對山，孤峰獨峻，名望夫山；俗傳為蘇若蘭望竇滔處，語甚荒唐。日向午，尋舊路還

午後過城西，再游大青洞不知何時闢，無碑記可考。山徑攲斜，攀蘿附石，經數折乃上。將近山半，洞門翕張，危石崁空欲墜，壁間鐫「石佛古跡」四大字。聳身而入，境界宏開。內一生成大士像，寶相莊嚴，身手面目無少異；凝神正視，覺塵垢皆空，心性俱寂。像背數步，有穴通山頂，險窄難行。像前右旁，一圓穴，十步之外，即睇天光。導人謂過此一洞更幽，惜夕陽將墜，足力亦窮。然勝概奇觀，已盡於此，誠海外別一洞天也。

二十四日，巡撫官致祭文廟，官屬及諸生皆袍笏衣冠行禮。廟中祭器不備，無樂舞，惟吹笛、彈胡琴、鳴鐘鼓不絕。自廟庭以外，東西分四行，用健卒執干環立，門外燒火龍二條。祭畢，遣官致燔肉。

二十七日，接太平府景公錕回文限三月初五日到關。陳公知有行期，二十八日大設席於客寓，命長定府知府官鄧公名輝述，進士出身、經歷官阮君登講、祿平州知州官阮君廷姚、文開縣知縣官胡君文著、副衛官阮公金堆文武五人陪席。酒半酣，鄧公請依次聯句，飛巨觥浮白。鄧公雅量，詩思較捷，句亦雄健。是日一座皆歡。二十九日入謝陳公，訂明日啟行。公聞欲去，惆悵久之，出十金及藥物數味見遺；餘辭金受物，謝以詩。

三十日，告別，公遣六品該隊官阮文良、八品書吏段

文忠、二守隘官阮廷西、阮行儉等帶省兵二十名，衣帽鮮明、器械精肅，護送出關。公親率官屬出城送行，囑餘回廈門，致周公芸皋道思慕之意；不敢寓書，禮不外交也；掩淚揖別。過溪為駈驢庯兩粵通商人等准至此。三十五里，抵文淵州。

三月初一日，知州官阮君眺招赴席。是晚，守隘官阮廷西亦設席相邀。次日，州書吏張崇禮及廩生農孟區廣西寧明州人，客居於此各以詩來投。初二日，知府官鄧公寄詩追贈，又寄贈錢二貫；知州官聞之，亦贈詩及錢二貫。俱以詩報之。

初五日，晨發文淵，盤行小徑，出入亂山中，杳無人跡，不聞雞犬聲。四十五里至由隘，即南關越南稱油村隘，屬廣西太平府寧明州界，為交、廣接壤要衝，有把總駐守。是日，左江道、明江分府、寧明州三處衙門俱附近南關皆遣役會營到關接交。餘謝別護送諸人，遂同左江等處兵役取道北行。自是，出異域而入中土矣。然回思越南諸官及流寓諸君殷殷之意，未嘗不感極欲涕也。

Chú thich:

1. **Đại Nam Thực Lục** [ĐNTL], Hà Nội: NXB Giáo Dục, tập 4, trang 873, xác nhận vào tháng 2 năm Minh Mệnh thứ 17 [17/3-15/4/1836] Nguyễn Đăng Giai làm Bố chánh tỉnh Bắc Ninh. Tác giả hiểu lầm rằng Nguyễn Đăng Giai thuộc họ Tôn Thất thân cận với Vua, nhưng thực ra Đăng Giai thuộc họ Nguyễn tại Quảng Bình.

Chương Dân Thi Thoại của Phan Khôi [không nhớ trang] chép bài thơ hài hước giữa hai người bạn Nguyễn Đăng Giai lúc đó làm Bố chánh Quảng Bình, và Thị lang Huỳnh tại kinh sư Thừa Thiên, như sau:

Bài gửi:

Bố chánh Giai, Bố chánh Giai,
Có chi cho mỗ một đôi vài.
Gan ruột Quảng Bình ai chẳng biết,
Trong ni thiếu thốn biết nhờ ai?

Bài đáp:

Thị lang Huỳnh, Thị lang Huỳnh,
Tiền của thiếu chi của Bố chánh.
Ơn nghĩa Thừa Thiên chẳng dám quên,
Chỉ sợ đường xa không ai gánh!

2. ĐNTL, sách đã dẫn, tập 4, trang 935, xác nhận vào tháng 5 năm Minh Mệnh thứ 17 [14/6-13/7/1836] Trần Văn Tuân làm Tuần phủ Lạng Bình.

3. Cơn binh hỏa: Chỉ cuộc nổi dậy của Nồng Văn Vân tại 3 tỉnh Lạng Sơn, Cao Bằng, Thái Nguyên từ năm 1833 đến năm1835.

4. Đính chính: Năm Cảnh Hưng 41 là năm Canh Tý chứ không phải là Kỷ Hợi; bấy giờ Ngô Thì Sĩ làm Đốc đồng Lạng Sơn, chứ không phải người con là Ngô Thì Nhậm.

5. Lê Hữu Dung: Từng làm Sứ thần sang nhà Thanh

vào năm Nhâm Tuất [1784].

6. Tôn Nhược Lan sinh vào khoảng Tần Mục Đế thứ nhất [357]; văn hay, lấy chồng là Đậu Thao. Tương truyền Đậu Thao đi đánh giặc, Nhược Lan chờ chồng. Đây là chuyện người Trung Quốc cố gán ghép vào hình ảnh hòn Vọng Phu tại nước ta.

7. ĐNTL, sách đã dẫn, tập 4, trang 935, xác nhận Đặng Huy Thuật làm Tri phủ Tràng Khánh.

8. Tác giả viết Văn Khai huyện [文開縣], xét kỹ Lạng Sơn không có huyện này, chỉ có huyện Văn Quan [文關縣]; như vậy lầm chữ khai với quan, vì hai chữ Nho gần giống nhau.

9. Lễ không cho phép: Ý nói theo luật bấy giờ, quan không được tự tiện giao dịch thư từ với người nước ngoài.

10. Ải Do: Tác giả lầm, bảo ải Do tức ải Nam Quan. Thực ra ải Do cách ải Nam Quan khoảng trên 5 km, về phía đông. Thời nhà Thanh, hai nước giao thiệp thông thường tại ải Do; lúc có việc đại sự như Sứ thần qua lại mới quạ ải Nam Quan.

K

TRÊN ĐƯỜNG TRỞ VỀ NƯỚC

Vừa mới rời ải Do, dân cư thưa thớt, đường sá gập ghềnh, thuộc loại núi rừng hoang vu. Đi 25 dặm [1 dặm=0.576 km.], nghĩ tại quán Văn Khẩu, trấn Hạ Thạch [xíashizhen] (*có lính của sảnh Minh Giang trú phòng*); chủ quán họ Tôn (*tên Bồi Hùng, tự là Tử Tuấn, người đất Kim Quỹ, Giang Tô; dòng dõi Chế quân Tôn Bình Thúc*) mời ăn. Lại đi 20 dặm đến trấn Thượng Thạch [shangshizhen], trú tại công thự viên Tri châu người bản xứ họ Bế (*tên Thành Tú; công thự cung cấp ăn uống cho người đi theo và binh lính*)

Ngày hôm sau [21/4/1836] lại xuất phát cùng lính điều phái (*do Tri châu điều phái*); chiều đến châu Ninh Minh [ningming county] (*cách trấn Thượng Thạch 20 dặm*). Vào ngày mồng 7 tháng 3 [22/4/1836] gặp châu mục họ Lữ (*tên Chấn Lộ, người đất Thuận Thiên, Đại Hưng* [Bắc Kinh]; *bấy giờ Tri châu cùng ông Văn Bảo Quế có việc phải lên tỉnh, ủy cho họ Lữ trông coi*). Ông cùng quan Nội mạc họ Giang (*tên Tốn Hiên, người đất Giang Tô*) lưu lại uống rượu tại nhà Bích San Hồ trong châu sảnh; chuyện trò thân mật đến chiều mới cáo từ. Ngày hôm sau [23/4/1836] viên quyền Tri châu họ Du (*tên Mậu Điển, người Quảng Phong, Giang Tây, đậu Cử nhân năm Đinh Mão*) đến nhiệm sở; tôi vào chúc mừng, xin cấp hộ chiếu bản dài, có thể về thẳng Phúc Kiến, khỏi phiền phải trình báo dọc đường.

Ngày mồng 9 [24/4/1836], lãnh văn thư bèn khởi hành; đi hơn 40 dặm qua lãnh nhỏ, có cửa quan bảng đề "Phong Môn Tuấn Lãnh", lại đi tiếp 4, 5 dăm, trú tại làng Vọng. Ngày 10 [25/4/1836] đến phủ thành Thái Bình [chongzuo] (*cách châu thành Ninh Minh 135 dặm*) trú tại làng Kim Quỹ (*cách sông, phia bắc phủ thành*); bấy giờ Tri phủ họ Cảnh (*tên Côn*) có việc đi tỉnh, nên không được gặp.

Ngày 11 [26/4/1836] trời mưa; ngày hôm sau lại mưa, bèn đội mưa mà đi, 4 ngày sau đến phủ thành Nam Ninh [nanning] (*cách phủ Thái Bình 210 dặm*) trú tại đường Thủy Sa. Ngày 18 [3/5/1836] tại Nam Ninh mướn thuyền nhỏ đi trên sông, đến chiều đến huyện thành Vĩnh Thuần (*cách phủ thành Nam Ninh 200 dặm*). Ngày 19 [4/5/1836] qua thác Tam Châu (*thủy trình phải qua thác*), dưới sông nhiều đá ngầm, có phần hiểm trở; đến chiều đến thành châu Hoành (*cách huyện thành Vĩnh Thuần 160 dặm thủy trình*). Sáng ngày 20 [5/5/1836] đi 50 dặm đến Tịnh Đường Nham, trên bờ có chùa, tương truyền Vua Kiến Văn nhà Minh từng ngụ tại đây (1). Ngày 21 [6/5/1836] đến tấn Than Đầu, chiêm bái miếu Phục Ba Tướng quân. Miếu trông uy nghi, dựa vào núi, ven theo bờ nước, hai bên cây cối um tùm, trước miếu có bảng với 4 chữ vàng "**Phục Ba thắng tích**"; những người qua ghềnh thác đều đến miếu đốt tiền giấy. Trưa hôm đó vượt thác Kính Than, nước chảy nhanh như tên bắn, dòng nước vọt cao nên thuyền không thể đi thẳng, hai bên bờ đá lô nhô như răng chó, ở giữa nước một giòng, uốn bên trái, lách bên phải, thuyền và nước tranh đường, đây là một ngọn thác tối nguy hiểm. Buổi chiều đậu tại dưới thành huyện Quí [guigang, Quảng Tây].(*cách thành huyện Hoành 180 dặm*)

Ngày 22 [7/5/1836] đến phủ thành Tầm Châu [Guiping xunzhou] (*đường thủy cách thành huyện Quí 190 dặm*), đi thêm 40 dặm đến thác Đồng Cổ; nước thác chảy lẹ như bay lướt xuống, phía trên đề phòng đá tảng, phía dưới lo đụng cát vàng, cũng là kỳ hiểm. Ngày 23 [8/5/1836] qua thành huyện Bình Nam [Pingnan] (*cách thành phủ Tầm Châu đường thủy 80 dặm*) phải vượt thác Tướng Quân, nước to từ trên đổ xuống, đánh ầm ầm, đá lớn bày ra khắp nơi lốm đốm như sao, thuyền qua khe đá, dưới cùng một phiến đá bày ra như chiếc nia, nếu lỡ tay chèo, thuyền va vào chết bởi đá!

Ngày 24 [9/5/1836] qua thành huyện Đằng [Teng county] (*cách thành huyện Bình Nam đường thủy 160 dặm*). Sáng ngày 25 [10/5/1836] qua thác Tẩy Mã, đây là thác cuối cùng; buổi chiều đến phủ thành Ngô Châu [Wuzhou] (*cách thành Đằng Châu đường thủy 120 dặm*). Sáng hôm sau đến huyện thành Phong Châu [Fenkai county], bắt đầu vào địa phận tỉnh Quảng Đông (*huyện này thuộc phủ Triệu Khánh, Quảng Dông, cách phủ thành Ngô Châu đường thủy 60 dặm*), chiều đến dưới chân thành châu Đức Khánh [Deqing county] (*cách huyện thành Phong Châu đường thủy 100 dặm*).

Ngày 27 [12/5/1836] qua phủ thành Triệu Khánh [Zhaoqing] (*cách châu thành Đức Khánh đường thủy 180 dặm*), phía trên bờ có lầu Duyệt Giang; đến tấn Long Môn có núi Vọng Phu; buổi tối qua huyện thành Tam Thủy [Sanshui district] (*thuộc phủ Quảng Châu, cách phủ thành Triệu Khánh đường thủy 130 dặm*). Ngày 28 [13/5/1836] đến trấn Phật Sơn [Foshan] (*cách huyện thành Tam Thủy đường thủy 100 dặm*). Phật sơn là đất linh thiêng, nhân vật hào hoa, thương gia giàu có, bách hóa lưu thông; khu thị tứ chỉ dưới Dương Thành [Quảng Châu] một bậc. Trước đó 3 ngày, lụt Tây thủy đột nhiên đổ về (*nước từ Quảng Tây lại gọi là Tây thủy*), nước dâng lên đến 3,4 thước [1 thước=0.32 mét]; tôi ngồi trên thuyền nhỏ qua thành phố, như vào thung lũng với hoa vạn màu, mọi người nhìn đến mỏi mắt; vượt qua 70 dặm, đến tỉnh thành Quảng Châu (*còn có tên thành Ngũ Dương*), phía nam có trấn Phù Tế tức ra cửa biển. Tính từ Ninh Minh đến đây, đường thủy hơn 1.700 dặm, thuận dòng mà đi; vượt qua 68 thác, đều tại tỉnh Quảng Tây. Tỉnh này núi rừng khô cằn cây cối không xanh tươi, ngày lại ngày mây mưa; thành núi, chợ quê tịch liêu; trong chốn mây mù, duy có hai quận Nam Ninh, Ngô Châu tương đối phồn thịnh. Qua phủ Triệu Khánh, núi sông sáng sủa đáng yêu, cảnh vật đẹp đẽ, thị tứ đông đúc, buôn bán mười phần phát đạt, có thể nói là đất màu mỡ.

Ngày 29 [14/5/1836] gặp Sứ giả phụ trách chuyển vận muối họ Trịnh (*tên là Khai Hỷ, hiệu Vân Lộc, người đất Long Khê, Phúc Kiến*); tâm sự về quê hương rất ân cần, nhưng tuyệt đối không hỏi về chuyện đi đường của tôi.

Vào ngày mồng một tháng 4 [15/5/1836] đến đường Nghênh Tường (*tại phía ngoài cửa Tĩnh Hải*) thăm bạn Lâm Bá Liêu (*người Long Khê, Phúc Kiến*); gặp đồng hương Đỗ Quang Kỷ (*người Đạm Thủy, Đài Loan*) cùng với bạn Trần Thiên Hựu, Thái Tiết (*đều người Hạ Môn, Phúc Kiến*) đưa tôi vào thành. Rồi chúng tôi xem chùa Ngũ Dương (*tương truyền lúc xây thành thấy 5 ông lão, đột nhiên biến thành 5 con dê không thấy người nữa, do đó lấy tên thành là Ngũ Dương, lập chùa thờ cúng*). Kế đó lên núi Quan Âm (*núi tại phía bắc thành, cao nhất trong vùng, là địa điểm trấn giữ tỉnh thành*), đến trước chùa Quan Âm (*chùa tại đỉnh núi*), thấy nhà cửa trong thành trùng điệp như vảy cá, lâu đài chùa tháp rõ ràng dưới con mắt.

Ngoài thành có 4 núi vây xung quanh, các sông rạch quanh co, rừng thưa, cây cổ thụ đằng xa, mây mù giăng mắc; cửa biển có 3 tháp chùa sừng sửng (*Nhất Tháp, Nhị Tháp, Tam Tháp*); Hương Sơn, Áo Môn có thể nhắm theo ngón tay mà nhìn, miệng ca tụng đại quan nơi lãnh hải. Vào chùa đảnh lễ xong, ra phía đông qua lầu Ngũ Cảnh (*lầu 5 tầng, cao hơn 20 trượng* [1 trượng=3.2 mét]) đến đến đền thờ Trịnh công (*lúc sống ngài lên trời, nay lập đền thờ*), qua gác Ngâm Phong, phòng Quần Ngọc Sơn, chuyển sang cung Bồng Lai (*đều là những nơi các quan chức và kẻ sĩ thường du ngoạn yến tiệc*). Chốn này lan can uốn khúc, cửa sổ lung linh, vườn đình hoa cỏ, cảnh thực u nhã, phô bày thế giới thần tiên, phiêu nhiên trong cảnh xuất trần.

Buổi chiều tới chợ, thấy vàng ngọc gấm vóc màu sắc phô bày, hàng hóa ngoại quốc trân quí tích tụ như núi. Chiều tối đến trấn Phu Tế (*tại phía nam thành*), nơi đây âm hưởng đàn sáo dậy sóng nước, ca múa đầy thuyền, ánh đèn sáng tận dòng sông, tao nhân hào phú đáp thuyền mộc lan qua lại thưởng thức.

Ngày hôm sau qua phía nam sông, xem chùa Hải Tràng (*tại bờ phía nam sông*); bên cạnh là thôn Sa Viên, trồng rất nhiều hoa nhài, vào trong như thăm vương quốc đầy hương thơm. Quay ngược lại, thấy đá Trân Châu (*trên có chùa Từ Độ, cũng có tên là Hải Châu tự*) nhô lên trên sóng nước, du thuyền phần lớn lượn vòng xung quanh. Bấy giờ đúng ngọ, khí hậu nóng nực, bỗng nhiên gió trên sông thổi vù vù, tạt vào mặt, phồng tay áo, chẳng mấy chốc trở nên mát mẻ; bèn than cho kiếp con người dù trải qua yên hoa trong chớp mắt, cuối cùng sẽ trở về với bụi trần. Dù nơi này vui, làm sao có thể quyến luyến để quên ngày về!

Ngày mồng 4 [18/5/1836], đồng hương Đỗ Quang Kỷ cho mượn 20 lạng bạc, lại mướn thuyền chở hàng của Thi Quân (*người huyện Tấn Giang, Phúc Kiến*) khởi hành, hẹn thủy trình qua Lão Long (*huyện Long Xuyên*) [Longchuan] tạ biệt một số người quen rồi lên thuyền ngay.

Ngày mồng 7 [21/5/1836] qua huyện thành Bác La (*thuộc phủ Huệ Châu, cách tỉnh thành Quảng Châu đường thủy 310 dặm, thành bao quanh núi Hồ Lô*), thấy núi La Phù (*tục ngữ có câu "Thượng bất kiến La Phù đáo Huệ Châu, hạ bất kiến La Phù đáo Quảng Châu"*) (2). Đến chiều thì đến phủ thành Huệ Châu [Huizhou] (*Huệ Châu có 2 thành: Đề đốc trú một thành, Tri phủ trú một thành, cách huyện thành Bác La thủy trình 35 dặm*); trong phủ thành có các cổ tích như núi Tư Vu, động Bạch Hạc, đình Ngô Giang, mộ Triều Vân, đều thiết lập trong thời gian Tô Đông Pha đến nhậm chức; phía đông thành vượt qua khe, tức huyện thành Qui Thiện. Ngày 12 [26/5/1836] qua huyện thành Long Xuyên [Longchuan] (*cách phủ thành Huệ Châu thủy trình 447 dặm*); cách thành 5 dặm về phía nam có tháp Quỉ Tử. Tương truyền dưới chỗ này có nhiều mồ mả, trước đó định xây huyện thành lên trên; nên ma quỉ lo lắng, ban đêm lấy trộm gạch trong vùng xây thành tháp, do đó dời huyện thành sang nơi khác; tháp xấu xí, nghiêng, nhưng cuối cùng không đổ. Từ huyện thành thuyền đi 25 dặm đến Lão Long. Tính từ Dương Thành [Quảng Châu] đến Lão Long hơn 800 dặm, thuyền đi mất 9 ngày, khí trời viêm nhiệt, phiền muộn không chịu nỗi; may có 2 người đồng thuyền là Lâm Hồi Sơn (*người Long Khê*), Đinh Củng Thần (*người Tấn Giang*) cùng trò chuyện vui cười mới vơi đi.

Củng Thần thông thiên văn, từng đáp thuyền đến Lữ Tống buôn bán (*đảo tại nước Phiên đông nam*) [Luzon, Philippines], sống tại đó mấy năm, học được phép đo đạc vũ trụ, khảo cứu rất tinh. Hàng ngày trên thuyền ông giảng thiên văn không mệt mỏi. Dạy tôi bản đồ địa cầu, đo đạc vũ trụ; phần lớn theo phép Âu Tây lập đường kinh tuyến, vĩ tuyến cùng nam bắc bán cầu 2 miền; dùng phép chuẩn địa bình để đo từ xích đạo đến Nam, Bắc Cực bao xa; phép này cũng thấy trong hồn thiên nghi (3) nhưng đo đạc tiện và nhanh. Tôi học hỏi cặn kẽ, đợi ngày suy diễn ra để mong các bậc cao minh chứng giám, không dám quên lời chỉ giáo của bạn đồng thuyền.

Ngày 13 [27/5/1836] từ Lão Long lên bộ, đi 30 dặm tới Tần Lĩnh, lại 30 dặm đến Lam Quan; con đường từ Quảng Châu đến Triều Châu [Chaozhou, Quảng Đông] phải qua đây. Trên quan ải có đền thờ Hàn Văn công (4), do Quan sát Quảng Đông Triệu Văn Khác [Thận Chẩn] sửa sang, làm mới lại. Vào đền, thấy tượng Hàn Văn công thần sắc như khi sống; mãi mê chiêm bái, cuối cùng phải lên đường. Đi 10 dặm đến Kì Lãnh [Qiling] thì đã về chiều; từ đó mướn thuyền, đi suốt ngày đêm.

Đến sáng ngày 15 [29/5/1836], đến Tam Hà Bá [San he] (cách Kì Lãnh 334 dặm), chỗ này nước chia thành 3 nhánh: một nhánh thông với Đại Phố, một nhánh thông với Triều Châu, một nhánh thông với Kì Lãnh, nên gọi là Tam Hà. Trên bờ có thành nhỏ, do ty tuần kiểm đóng; ngoài thành là phố đẹp. Buổi chiều đến huyện thành Đại Phố (*thuộc phủ Triều Châu, cách Tam Hà Bá 170 dặm, rời thành khoảng 2 dặm đậu thuyền*).

Ngày 16 [30/5/1836], lên bộ tại Đại Phố, sau buổi trưa đến biên giới huyện Vĩnh Định [Longyan] (phủ Định

Châu) tức vào tỉnh Phúc Kiến, quê hương nhà. Ngày 17 [31/5/1836] đến biên giới huyện Nam Tĩnh [Nanjing county] (*thuộc phủ Chương Châu*) vượt qua Thiên Lãnh. Mới tới lãnh, theo đường nhỏ khấp khúc đi lên, quanh co 5,6 dặm, chưa đến nỗi khổ; lúc còn khoảng 2,3 dặm thì tới đỉnh, ngưỡng lên từng bước như leo thang lên trời, phu cáng thở dốc. Khi xuống lãnh, liên tiếp đi xuống trên 3.000 bậc, địa thế mới bằng; tôi nhìn xuống chóng mặt như muốn gục, nên sợ không dám nhìn thêm. Qua lãnh hơn 20 dặm, đến bờ khe, bèn mướn thuyền nhỏ đi tiếp; đến trưa ngày hôm sau đến Quản Khê (*còn có tên lá Tiểu Khê* [Xiaoxi, Phúc Kiến]; *từ Đại Phố đến chỗ này đi đường nhỏ, nên không thể ghi số dặm*). Tôi quan sát từ Quản Khê đi ngược về phía nam đến biên giới hai quận Huệ Châu, Triều Châu nhiều đồi núi thung lũng, liên tục suối khe; người dân làm nhà sàn xung quanh núi, sống cô đơn nơi nham động, rất dễ dung dưỡng bọn gian phi. Ruộng vườn đều dựa vào núi khai khẩn, thiếu đất bình nguyên để canh tác; lại xa biển, không có mối lợi về cá, muối; trai gái gánh thuê, buôn bán, dân nghèo thói tục hung hãn; đó cũng do địa thế gây ra vậy.

Từ Quản Khê mướn thuyền đi đêm, sáng ngày 19 [2/6/1836] đến phủ thành Chương Châu (*cách Quản Khê đường thủy 152 dặm*); Bèn đi xem dinh thự tại phía đông phủ, phía bắc lên núi Chi Sơn, tìm di tích về nhà hiền triết Văn Công (5), nhưng trải qua năm tháng mai một không còn thấy đình gọi là Ngưỡng Chỉ, chỉ còn đền thờ ngài tại dưới núi. Vào chiêm bái đền xong, đi xuống phía nam thành, buổi tối trú tại phía đông cửa nam.

Ngày 20 [2/6/1836] ra khỏi cửa nam thành, tìm thuyền từ trong sông đi ra biển, nhờ gió thuận nên trong ngày đến Hạ Môn [Xiamen, Phúc Kiến]. Ngày 22 gặp thầy Chu Vân Cao, thầy nhìn kỹ coi như là tái sinh; bảo rằng: "*Chuyến đi ắt hẳn nghe và thấy nhiều, đã viết "**Ký hiểm**" sao lại không viết "**Kỷ trình**"?Ngày sau khi trở về Đài Loan, có thể kể lại cho thân hữu của anh.*"

Ngày mồng 2 tháng 5 [15/6/1836] lên thuyền đi biển; ngày mồng 8 [21/6/1836] trở về Bành Hồ. Cùng em là Đình Dương bái mẹ tại nhà, mẹ kinh ngạc và vui mừng lẫn lộn, nước mắt không ngừng; hồi ức chuyện mới xảy ra, không khác gì tái sinh.

Chuyến đi này, hải trình không thể kể hết; riêng khởi hành từ Quảng Ngãi vào ngày 21 tháng 12 năm Ất Mùi [7/2/1836], đến Hạ Môn vào ngày 20 tháng 4 [2/6/1836] năm Bính Thân ; đường bộ 42 ngày, đi được 3.300 dặm; đường thủy 33 ngày, đi thuyền 3374 dặm. Tổng kết hành trình thủy bộ cùng thời gian đình lưu là 118 ngày; vượt qua đường sá hải đảo gian hiểm, có được chuyến du lịch xa, cũng là nhờ trời giúp; nhân ghi chép một cách tường tận.

Tôn sư Chu Vân Cao bình như sau: "*Anh ta chép việc trải qua hàng ngày, tức cảnh sinh tình; cũng giống như Lý Tập Chi* (6) *trong*"**Lai Nam lục**", *Qui Hy Phủ* (7) *trong* "**Nhâm**

Tuất ký trình"; nhưng có nhiều u uất, do cảnh ngộ sinh ra vậy. Về mặt tả cảnh, một nữa giống như "Sơn thủy ký" của Liễu Tông Nguyên (8)."

Nguyên văn:

初離由隘，居民鮮少，道路嶮巇，亦屬荒山境界。二十五里憩下石地名文口館由明江廳派內丁駐防，主人孫君名倍雄，字子俊，江蘇金匱人，系孫平叔制軍族子留小酌。再行二十里至上石州，宿土知州閉君成鏞，本州島人署中從人及兵役飯食，悉自署內出供。

明日，調兵役複發由土知州調派，晚抵寧明州距上石七十里。初七日，見州吏目呂君振鷺，順天大興人；時州刺史及聞君寶桂以事赴省，委呂君攝篆及內幕江君遜軒，江蘇人留飲於州署之碧珊瑚齋，綢繆款洽至暮，乃退。明日，署州篆俞君懋典，江西廣豐人，丁卯舉人抵任，餘入賀，請給長文護照，徑行回閩，免逐程遞送之苦。

初九日，領文起程。四十餘里過一小嶺，上有關，額書「風門峻嶺」。又四、五里，宿望墟。初十日，抵太平府城距寧明州城一百三十五里，宿金櫃墟在府城北對河；時太守景公錕以事赴省，不得見。

十一日，阻雨。次日又雨，遂冒雨行。四日抵南寧府城距太平府二百一十里，宿水沙街。十八日，由南寧賃小艇行內溪，晚經永淳縣城距南寧府城水程二百里。十九日，下三洲灘一路皆下灘，水中多暗石，頗險。晚經橫州城距永淳縣城水程一百六十里。二十日，曉行五十里至湴塘岩。岸上有寺，相傳明建文帝流寓於此。二十一日，至灘頭汛，謁伏波將軍廟。廟貌巍峨，依山帶水，兩旁樹木陰森；廟前一坊，金書「伏波勝跡」四字。神甚靈，下灘人必詣廟焚楮鏹。是午下起敬灘，流疾如箭，湍激不能直行；夾水亂石巉巉，犬牙相錯，中間一線，左右斜穿，舟與水爭路，為諸灘最險處。暮泊貴縣城下距橫州城水程百八十里。

二十二日，經潯州府城距貴縣城水程一百九十里，四十里下銅鼓灘。水懸流如飛瀑，舟一溜直下，高防棋盤石、低防紫沙頭，亦奇險。二十三日，經平南縣城距潯州府城水程八十里，下將軍灘，眾水紛趨，濆湧滂湃；巨石錯列若星辰，舟行交相摩蕩，四面抵觸；最下一石張口如箕，稍失，葬石腹矣！

二十四日，經藤縣城距平南縣城水程一百六十里。二十五日曉，至洗馬灘。過此，則灘盡。晚經梧州府城距藤縣城水程一百二十里，次早至封川縣城，入廣東界矣屬廣東肇慶府，距梧州府城水程六十里。暮達德慶州城下距封川縣城水程一百里。

二十七日，經肇慶府城距德慶州城水程一百八十里，岸側有閱江樓。至龍門汛，有望夫山。夜經三水縣城屬廣州府，距肇慶府城水程一百三十里。二十八日，至佛山鎮距三水縣城水程一百里。佛山地理靈秀，人物豪華，富商巨賈，百貨流通，其市肆亞於羊城。前三日，西水驟至水自廣西來，稱西水，人家水溢三、四尺；餘乘小舟過市，如入萬花谷中，真令人目不暇給。七十里，抵廣東省城名五羊城，城南扶胥鎮，即海口。計南寧至此，水程千七百餘里，俱順流而下，所過六十八灘，皆粵西界。近溪諸山，多枯槁無蒼翠；又連天煙雨，時見山城、野市寂寂，雲霧中惟南寧、梧州二郡差嘩囂。過肇慶以後，則山水明媚，景物鮮妍，市鎮所聚，生意十分，可稱沃土。

二十九日，見鹽運使鄭公開禧，號雲麓，福建龍溪人，敘鄉誼甚殷，絕不問餘道路事。四月初一日，過迎祥街在靖海門外，訪友人林伯僚福建龍溪人；遇同郡杜光己台灣淡水人，攜其友陳天佑、蔡節俱福建廈門人，邀餘入城。遂同閱五羊祠相傳造城時見五老人，忽化為五羊，不見人，以為仙，固以五羊名城，立祠祀之，繼登觀音山山在城北，最高，為省城之鎮。至觀音寺前寺在山頂，見城中屋宇魚麟重迭，樓台寺塔歷歷目中。城外四山環繞，眾水瀠洄，疏林遠樹，煙靄交橫，海口三浮屠以次屹立有一塔、二塔、三塔，香山、澳門諸山亦近在指顧，嘆為嶺海大觀。入寺頂禮出，東過五鏡樓樓五層，高二十餘丈，詣鄭公祠安期生升仙處，今立祠，歷吟風閣及群玉山房，轉出蓬萊宮皆官士不時游宴之所；欄桿曲折，窗戶玲瓏，園亭花草。備極幽閒，恍然神仙世界，飄飄有出塵想。晚適市，見金玉錦繡色色鋪陳，外洋貨物珍積如山。暮出扶胥鎮在城南，則笙簫沸水，歌舞盈船，燭影鐙光徹河上下，騷人豪客競上木蘭舟矣。

次日，渡河南，觀海幢寺在隔河南岸。旁有沙園，村多素馨茉莉，入之如置身香國。返見海珠石有寺名慈渡寺，亦名海珠寺，湧起波中，游船多繞其側。時方正午，烈日熏蒸，忽江風習習，拂面吹衣，光景炎涼，須臾變換，乃嘆人生過眼煙花，俱成陳跡；此中雖樂，胡可戀而忘歸哉！遂挈同游回寓，急訂歸期。

初四日，杜光己以二十金見借，複為賃施均福建晉江縣人貨舟，約達老隆龍川縣地名。謝別諸人，實時登棹。

初七日，經博羅縣城屬惠州府，距省城水程三百一十里，城圍葫蘆山，見羅浮山俗云：上不見羅浮到惠州，下不見羅浮到廣州；晚經惠州府城惠州有兩城：提督駐一城、知府駐一城，距博羅縣城水程三十五里。府城中有思巫山、白鶴洞、吳江亭、朝雲墓諸古跡，皆東坡到郡時立。城東過溪，即歸善縣城。十二日，經龍川縣城距惠州府城水程四百四十七里。南去城五里，有鬼子塔。相傳下多故塚，昔縣城將築於此，群鬼患之，夜遍偷人家磚片成一塔，乃移城他處云。塔狀醜惡將傾，然終不僕。縣城舟行二十五里，抵老隆。自羊城至老隆八百餘里，舟行九日，皆炎熱，煩悶不堪；幸與林回山龍溪人、丁拱辰晉江人二人同舟，時共笑談。拱辰通星學，嘗舟販呂宋東南番島，客居數年，從西人學量天之法，考據甚精；日與餘講天文不倦，授地球圖及量天尺式，大都如西法立中線、斜線及南北二帶，准地平以求地中與南北極相去遠近。其法亦參渾天儀之說，而量測較為便捷。餘周詢至悉，俟異日推衍之以証諸高明，不忘同舟教益也。

十三日，由老隆登陸。三十里至秦嶺，又二十里至藍關，為廣州往潮州必經之路。關上有韓文公祠，趙文恪公慎軫觀察粵東時葺而新之。入祠，見神像勃勃如生，瞻拜流連，乃出就道。十里至岐嶺，日暮。由岐嶺賃小舟，晝夜兼程。

十五日平明，至三河壩距岐嶺三百三十四里。此處水分三道：一通大埔、一通潮州、一通岐嶺，故稱三河。岸上有小城，駐巡檢司。城外有市，甚嘩。晚至大埔縣城屬潮州府，距三河壩一百七十里；離城二里許泊舟。

十六日，由大埔登陸。午後抵永定縣界，則入吾鄉閩界矣汀州府屬。十七日，抵南靖縣界漳州府屬，逾天嶺。初至嶺，緣小徑盤折而登，迂回五、六里，不甚苦；將達嶺表二里許，一步一仰，若躡天梯，輿夫喘息。下嶺時，由嶺直趨，連投三千餘級，地勢始平。餘俯瞰欲墜，懼不敢窺。去嶺二十餘里，至溪邊，隨下小船。至次日午後，抵管溪一名小溪，自大埔至此走小路，故不能記里數。余觀自管溪以南至惠、潮二郡界，高陵深谷，複嶂重溪；其人架土樓環山而居，幽棲岩壑，最易藏奸；田園皆依山開墾，少原野可耕；又去海遠，無魚鹽之利，男女負販，民貧而俗悍，亦所處之勢然也。

由管溪雇舟夜行，十九日早晨抵漳州府城距管溪水程一百五十二里。乃東閱府署、北登芝山，尋先賢文公故跡；而年久湮沒，無所謂仰止亭者，惟山下舊祠存焉。拜祠前，循城而南，夜宿南門內。

二十日，出南門覓棹，由內溪出海；風甚順，是日達廈門。二十二日，見吾師周芸皋觀察，以為再生，謂此行必有甚異睹聞者；且曰：『既作「紀險」矣，盍作「紀程」？他日返台陽，亦有以告爾親友也』。

五月初二日，登海舟。初八日，返澎湖。與弟廷陽拜母於堂下，驚喜交集，涕泗汍瀾，回憶曩昔，誠不啻再生焉。

斯行也，海程不可以更計。自乙未十二月二十一日由廣義啟程，至丙申四月二十日抵廈門，陸行凡四十有二日，計三千三百里；水行三十有三日，計三千三百七十四里：統水、陸行程及途次濡滯，共百十有八日。縱險阻備嘗，而海島鯫生得此曠游，亦天幸也，因詳記之。

蕓皋夫子評：挨日記事，即景寓奇，本李習之「來南錄」、歸熙甫「壬戌記程」，而尤覺鬱茂，所遇異也。寫景處，半自柳柳州「山水記」得來。

Chú thích:

1. Kiến Văn [1377- ?]: Kiến Văn là cháu nội Minh Thái Tổ, sau khi Thái Tổ chết lên nối ngôi. Bị chú là Yên vương Lệ cướp ngôi, mang quân đánh vào kinh thành tại Nam Kinh. Kiến Văn cho đốt cháy cung, sau đó người ta tìm ra xác Hoàng hậu, riêng Kiến Văn thì mất tích; không biết có bị vùi dập trong đống tro tàn hay không? Sau đó có nhà sư tại Quảng Tây ngụy xưng là Kiến Văn Hoàng đế, chắc nhà sư từng ở chùa này.

2. *"Thượng bất kiến La Phù đáo Huệ Châu, hạ bất kiến La Phù đáo Quảng Châu"* ý nói đến Huệ Châu không thấy phía trên đỉnh núi La Phù, vì mây phủ; đến Quảng Châu không thấy được dưới núi La Phù, vì xa.

3. Hồn thiên nghi: Thuật ngữ phát minh về thiên văn thời nhà Hán, gồm: hồn nghi là dụng cụ thơi cổ để trắc lượng thiên thể; hồn tượng là nghi biểu để diễn tả thiên tượng.

4. Hàn Văn công: Hàn Dũ [768—824], là một trong 8 nhà văn lớn thời Đường, Tống, tức "***Đường Tống bát đại gia***". Năm Đường Nguyên Hòa thứ 19 [819], nhân dâng biểu lên Vua đừng rước cốt Phật, nên bị biếm trích làm

Thứ sử Triều Châu. Trên đường đi có cháu đưa tiễn, nên ông làm một bài thơ rất cảm động nhan đề **Tả thiên chí Lam Quan thị điệt tôn Tương**, trong đó đề cập đến các địa danh tác giả Thái Đình Lan nhắc đến, như Tần Lĩnh, Lam Quan:

Nguyên tác:

左遷至藍關示姪孫湘

一封朝奏九重天，
夕貶潮州路八千。
本為圣朝除弊政
肯將衰朽惜殘年。
雲横秦嶺家何在，
雪擁藍關馬不前。
知汝遠來應有意，
好收吾骨瘴江邊。

Phiên Âm:

Tả thiên chí Lam Quan thị điệt tôn Tương

Nhất phong triêu tấu cửu trùng thiên,
Tịch biếm Triều Châu lộ bát thiên.
Bản vị thánh triều trừ tệ chính,
Cảm tương suy hủ tích tàn niên.
Vân hoành Tần Lĩnh gia hà tại,
Tuyết ủng Lam Quan mã bất tiền.
Tri nhữ hữu lai ưng hữu ý,
Hảo thu ngô cốt chướng giang biên.

Dịch nghĩa:

Bị giáng chức đến Lam Quan, nhân dặn cháu Tương

Ban sáng vừa mới dâng lên nhà vua một tờ tấu chương
Buổi chiều đã bị biếm đi Triều Châu xa tám ngàn dặm
Lòng chỉ muốn vì thánh triều trừ tệ chính
Dám đâu tiếc nuối tấm thân nhiều bệnh tật vào lúc cuối đời này
Mây giăng mắc núi Tần Lĩnh, không biết nhà ta ở nơi đâu
Tuyết phủ kín Lam Quan ngựa không đi tới được
Cháu từ xa tới đây, biết chắc là có ý định
Hãy thu nắm xương tàn của ta bên bờ sông đầy chướng khí này

Bản dịch thơ của Lý Tứ:

Sáng dâng tấu sớ trước thềm hoa
Chiều biếm Triều Châu vạn dặm xa
Thánh chúa những mong trừ việc hại
Bệnh thần nào dám tiếc thân già
Mây che Tần Lĩnh nhà khôn thấy
Tuyết phủ Lam Quan ngựa khó qua
Cháu đến từ xa chừng có ý
Sông này thu nhặt nắm xương ta

5. Văn Công: Chu Hy [1130-1200], triết gia đời Tống.

6. Lý Tập Chi: Tức Lý Cao [772-841] tự là Tập Chi, văn

nhân đời Đường, tác giả bài ký nỗi tiếng **"Lai Nam Lục"** [來南錄].

7. Qui Hy Phủ: Tức Qui Hữu Quang [1507-1571], một trong ba nhà văn nỗi tiếng thời Gia Tĩnh triều Minh, mệnh danh "Gia Tĩnh tam gia 嘉靖三家"

8. Liễu Liễu Châu: Liễu Tông Nguyên [773-819], văn gia đời Đường, tự xưng là Liễu Liễu Châu.

L

VIỆT NAM KỶ LƯỢC [越南紀略]

(Ghi sơ lược về Việt Nam)

Việt Nam xưa gọi là Việt Thường, tại biển Nam Hải; từ Đài Loan thủy trình 83 canh, có thể đến. Đất này đông giáp biển, phía tây tiếp giáp với các nước Man (*các đất như Lão Qua*), nam là Chiêm Thành (*Chiêm Thành vốn là một nước, xưa gọi là Nhật Nam, thời Minh họ Lê thôn tính*), phía bắc giáp phủ Tư Ân tỉnh Quảng Tây, phủ Lâm An tỉnh Vân Nam. Thời cổ đất Nhật Nam gọi Quảng Bình, xưng là Tây Kinh; cổ Giao Chỉ gọi An Nam, xưng là Đông Kinh; nay hợp thành một nước.

Thời Đường Ngu nước này gọi là Nam Giao, Tần là Tượng Quận, đầu thời Hán Triệu Đà chiếm cứ. Vua Hán Vũ Đế bình Nam Việt, đặt quận Giao Chỉ. Thời Hán Quang

Vũ, người đàn bà Trưng Trắc, Trưng Nhị làm phản; Mã Viện đánh dẹp được, lập cột đồng làm giới hạn; Hán Kiến An đổi thành Giao Châu. Đời Đường đổi thành An Nam, đặt Đô hộ tĩnh hải quân tiết độ sứ. Giai đoạn này đều lệ thuộc Trung thổ, sau đó lúc phản lúc theo bất thường, bèn bỏ đi cho nhận triều cống. Vào thời Ngũ Đại, người bản xứ là Khúc Thừa Mỹ chiếm cứ, bị nhà Nam Hán đánh lấy. Đầu đời Tống, Đinh Liễn (1) có được nước, phong Giao Chỉ Quận vương. Đinh Liễn truyền 3 lần, bị quan là Lê Hoàn soán đoạt. Họ Lê truyền 3 đời, bị quan là Lý Công Uẩn soán đoạt. Họ Lý truyền 8 đời (2), không có con trai, truyền ngôi cho rể là Trần Nhật Cảnh. Nhà Nguyên đánh được (3), phong cho người con là Quang Bính làm Giao Chỉ Quận vương.

Thời Minh vào đầu năm Hồng Vũ phong cho Trần Nhật Khuê làm An Nam Quốc vương, bấy giờ xâm lấn Chiêm Thành; rồi truyền được 4 đời, bị bầy tôi là Lê Quí Ly soán đoạt, giết hết con cháu nhà Trần.

Vào năm Vĩnh Lạc thứ nhất [1403] phong cho con Quí Ly là Hồ Đê làm [Quốc] Vương. Năm sau em Trần Nhật Khuê là Thiên Bình cùng bầy tôi Bùi Bá Kỳ đến kinh khuyết xin phục thù, chiếu ban lệnh cho Thiên Bình về làm chủ nước. Họ Lê lừa giết Thiên Bình cùng quan quân hộ tống, nhà Minh chia đường mang quân đánh dẹp. Bắt được cha con Quí Ly, tìm hậu duệ họ Trần không được, bèn chia nước này thành quận huyện, gồm 17 phủ, 47 châu, 157 huyện, 12 vệ, đặt tam ty (4) để cai trị. Sau đó

Trần Giản Định cùng con [người cùng họ] là Quí Khoáng tiếp tục làm loạn, bình được. Lê Lợi lại làm loạn; vào năm Tuyên Đức thứ 2 [1427], Lợi sai Sứ xin phong Trần Cảo làm Vương; Vua theo lời bàn của Dương Sĩ Kỳ, Dương Vinh phong cho, rồi bãi tam ty. Sau đó Cảo mất, Lợi dối xưng con cháu nhà Trần không còn, Vua hứa cho quyền coi việc nước, con là Lân nối ngôi được phong [Quốc] Vương; sau đó thôn tính Chiêm Thành, truyền đến 10 đời bị bầy tôi Mạc Đăng Dung soán đoạt. Năm Gia Tĩnh thứ 16 [1537] con Vương xưa là Lê Ninh đến Minh triều xin quân; Đăng Dung sợ bèn nạp cống và xin qui phụ, bèn cho giữ chức An Nam Đô thống sứ và cho họ Lê vùng sông Tất Mã. Họ Mạc chuyên quyền, bị con Lê Ninh là Duy Đàm đánh đuổi; ban chiếu cho Duy Đàm làm Đô thống sứ, và cho họ Mạc đất Cao Bằng như chuyện cũ trước kia cho họ Lê vùng sông Tất Mã. Vào năm Thiên Khải thứ 4 [1624] họ Lê đánh Cao Bằng, họ Mạc càng yếu; nhưng cho đến cuối đời Minh hai họ vẫn còn cát cứ.

Vào năm Khang Hy thứ 5 [1666] phong Lê Duy Hỷ An Nam Quốc vương. Năm Càn Long thứ 54 [1789] họ Lê mất nước, phong Nguyễn Quang Niên [Bình] An Nam Quốc vương. Năm Gia Khánh thứ 7 [1802] cải phong Việt Nam Quốc vương, cải An Nam thành Việt Nam. Sử sách ghi chép, rõ ràng có thể khảo, không muốn nói thêm rờm lời. Riêng Đình Lan nghe trên đường đi những sự việc gần, không thể khảo cứu rõ sự thực; cùng với những điều mắt thấy, gộp chép lại để cung cấp tư liệu đàm luận về nước ngoài.

Cứ theo người Hoa lưu ngụ tại Việt Nam kể lại cuối đời Lê nhiều loạn, nước này chia làm 3: Gia Long (*niên hiệu của Quốc vương hiện nay, họ Nguyễn, người trong nước rất kiêng kêu tên*) chiếm cứ Lũng Nại (*tỉnh Gia Định*); Thái Đức (5) (không rõ họ, chỉ là niên hiệu) chiếm cứ Tân Châu (tỉnh Bình Định); Quang Trung (6) (*tên họ không rõ, nguyên dân buôn, sống ở xã Tây Sơn nên tự xưng là Tây Sơn vương; người ta gọi là giặc Tây Sơn, tiếm hiệu Quang Trung*) chiếm cứ Thuận Hóa (tức Phú Xuân); mỗi người xưng Vương một phương, kết làm anh em (7).

Thái Đức chết, người con bị bầy tôi bức ép, dựa vào Quang Trung, Quang Trung mưu giết và đoạt lấy nước (8). Gia Long giận, khởi binh công phá Tân Châu, cho Phò Mã trấn thủ. Quang Trung sai người Thiếu truyền cùng Đại tư đồ mang binh vây Tân Châu, mấy năm không lấy được; lại sai Đô đốc tăng binh lực đánh. Trong thành lương hết, viện binh đến từ xa mệt mỏi (từ Tân Châu phía bắc 11 ngày đến Thuận Hóa, phía nam trên 20 ngày đến Lũng Nại [Đồng Nai]), mấy lần đánh đều bị thua, thành bị hãm, Phò mã tự thiêu chết (9). Đô đốc mang quân đến Lũng Nại, quân Gia Long thua, bỏ thành chạy ra biển. Quang Trung càng mạnh hơn, kiêm tính Đông Kinh, thay họ Lê làm Vương. Khi Gia Long mới ra biển, giặc biển Hà Hiến Văn (10) (người Lưỡng Quảng) dùng mấy trăm chiếc thuyền vây chặt; Gia Long cùng kế bèn chỉnh bị y phục lên thuyền hô lớn:

"Ta là Quốc vương Lũng Nại đây; nay nước bị diệt, định

đến nước khác mượn binh trả thù, trong thuyền không có gì, hại ta vô ích! Nếu đem bọn các ngươi giúp phá địch; ngày thành công, nguyện chia nước cho làm Vương."

Hiến Văn mừng, bèn lập lời thề, cùng đến nước Tiêm La mượn binh được mấy vạn, chia đường tiến đánh, lấy được hai thành Lũng Nại, Tân Châu; thừa thắng khắc phục Thuận Hóa, tiến chiếm Đông Kinh. Quang Trung đốc suất tàn dư trốn vào núi; Thiếu truyền và Đại tư đồ theo đường tắt chạy đến Đông Kinh, bị phục binh bắt, Gia Long cho phủ sáp vào người làm đuốc, rồi đốt sống để tế Phò mã (11). Đông Kinh hàng, đất An Nam vào trong tay; cải Lũng Nại thành Gia Định, Đông Kinh thành Thăng Long, niên hiệu Gia Long. Bắt đầu lấy Gia Định, thành công tại Thăng Long, vị hiệu đã định bèn sai sứ dâng biểu cống thiên triều, cải phong là Việt Nam vương. Cắt đất một quận cho Hiến Văn, Hiến Văn không dám chống; cuối cùng vì đảng yếu, sức ít, dân địa phương không phục, nên bỏ đi nơi khác. Quốc vương vui lòng, thường hậu đãi người Đường [Hoa]; nay Quốc vương nối nghiệp hơn 10 năm, cũng ban ân huệ như xưa, dân buôn bán được yên ổn.

Sau đó tướng giữ thành tại Gia Định làm phản (12), một ngày lấy 4 phủ, người ngoại quốc phần lớn theo. Vương sai quân đánh mấy năm không hạ được, mất 5 vạn quân (*phần lớn chết vì bị gỗ lăn từ trên thành*). Phe Gia Định biết rằng Vương có hiềm khích với Tiêm La (*Tiêm La trước đó mang binh giúp Gia Long lấy được nước, Gia Long cảm ơn, hàng năm đưa mấy trăm người đến nước này chịu sai khiến, qua lại thay thế bình thường. Sau không chịu được sự hà ngược, đều trốn về, nên không gửi tiếp để thay; do đó mối ơn bị ngắt*), bèn ngầm đưa thư cầu cứu Quốc vương Xiêm La. Nước này mang binh thuyền 10 vạn đến cứu viện, dùng người Đường [Hoa] làm hướng đạo, lúc sắp đến thành tên này lấy trộm vàng rồi bỏ đi, nên quân Xiêm bị lạc đường, bị quân Việt Nam đánh chặn giết quá nữa, thất bại trở về. Trong thành không có quân cứu viện, đại binh đánh càng gấp, xây thành ngoài, rồi từ trên thành nhìn bên trong, dùng đại pháo bắn vào. Đánh liên tục 15 ngày, thành bị hãm, đều bị giết.

Vào năm Nhâm Thìn Đạo Quang thứ 12 [1832] thổ dân Cao Bằng làm loạn, liên kết với dân biên giới tỉnh Quảng Tây, hô hào phá thành Cao bằng, tràn lan đến tỉnh Lạng Sơn; quấy nhiễu trên hai năm mới bình định được. Người bình luận phần lớn qui tội cho người Trung Quốc, không biết rằng kẻ ác đều là thổ dân, chỉ có một hai kẻ gian người nước ngoài thừa cơ qui phụ, hoặc lòng không muốn, nhưng bị bức hiếp. Nhưng hậu quả xảy ra mấy vạn dân Trung Quốc ngụ cư bị Vương nghi kỵ mất ân sủng, và các thuyền buôn bị liên lụy tăng thuế; chẳng phải là hàm oan ư!

Giặc Tây Sơn Quang Trung từ khi vào núi (13) dụ dỗ tụ tập dân phiên cướp phá, xưng là Tây Sơn vương, con cháu nối dõi (*có các niên hiệu ngụy là Cảnh Thịnh, Bảo Điển*). Lại có dân tộc phiên tên là Xà Quỉ, chủng loại Bạch Miêu, sống trong núi, sinh đẻ đông đúc; do Xà Quỉ vương cai trị;

thường tụ tập nơi rừng núi giết người, rồi lan tràn ra.

Tuy nhiên tôi quan sát hình thế Việt Nam, kinh thành Vương chắc và chuẩn bị kỹ, dựa vào núi biển ngăn trở; nam bắc một dãy như sợi giây dài, hơn 5000 dặm đều qui vào thống hạt, không có mối lo tranh chấp, thực đáng là một nước ngoại phiên kiệt xuất. Chỉ lo roi dài vươn không đến nơi, dân tình kiêu bạc bất thường.

Quốc vương hiện nay [Minh Mệnh] kính trọng thiên triều, hiểu rõ về phép trị nước, thông sử sách (*ban khắc tự sáng tác thi văn tập*), sùng học thuật Nho giáo (*phần lớn các quan đều dùng khoa giáp*), thờ mẹ có tiếng hiếu thảo. Lại tích trữ tài vật (*kho tàng vàng bạc đều chứa đầy*), giỏi khuếch trương hàng hóa thực phẩm, thông thương buôn bán tứ phương, phàm thứ gì trong nước không có đều thu thập, có nghề hay lo truyền kỹ thuật. Y phục tuy theo cổ truyền, nhưng pháp độ thì tôn trọng Trung Quốc (*như đặt quan, dạy học trò, thư văn, không khác Trung Quốc*). Từng bảo rằng:

"Đối với thiên triều thì khâm phục, giữ lễ bề tôi; còn đối các di khác thì không đủ để bàn."

Cho đến nay cống hiến không để thiếu; các quan và kẻ sĩ Trung Quốc gặp gió bão đến đất này, đối xử thêm lễ.

Vương nước này vào tháng giêng đầu năm ra ngoài du lịch một, hai lần; hoặc ngồi kiệu, hoặc cưỡi ngựa, hoặc cưỡi voi; khăn đội đầu và y phục đều diễm lệ, nghi trượng đẹp và thịnh soạn; giáp sĩ đi theo đến ngàn tên. Đi qua phố thị, nhà nhà bày hương án đón mừng, mỗi nhà được ban 3 quan tiền, để tỏ điển lệ ưu đãi; khi không có việc thì ở trong cung. Con Vương có hàng trăm, ở cung riêng, kẻ học tập văn chương, kẻ theo đường võ nghệ; lương thực gia dụng có định ngạch, nếu quá phạm thì bị giảm. Người trong họ và kẻ thuộc hạ, dựa thế lăng nhục người; tuy thân quí cũng trị theo pháp luật.

Phẩm cấp, danh hiệu các quan văn trong và ngoài triều đều phỏng theo quan chế của thiên triều. Thời trước trao chức quan đều từ thư lại xuất thân; do thư lại chưa nhập lưu, gặp khuyết lần lượt được thăng. Nay trọng khoa mục; khoa trường theo lệ 3 năm thi một lần, mệnh quan Đốc học theo điển lệ tổ chức thi. Các sĩ tử đến tỉnh thi văn nghệ, kinh sách, thi phú; kẻ giỏi đậu Cử nhân, hợp cách đậu Tú tài. Tú tài 40 tuổi được làm thầy giáo; Cử nhân tuyển giữ chức Tri huyện. Những kẻ chưa làm quan, đi thi Hội, trúng cách đậu Tiến sĩ. Thi Đình, Vương đích thân chọn Hàn lâm cùng bổ ngay chức Tri huyện; không có danh sách Cập đệ (14).

Chức quan võ vẫn theo chế độ cũ của nước này, không đặt võ khoa. Quan lương bổng ít, phụ trách ngục tụng không dám thông đồng hối lộ, kẻ vi phạm bị xử nặng; tuy quan lớn như Bố chánh, Án sát cũng không có tài sản tích trữ hàng trăm lạng. Ngày thường không chít khăn, đi giày; gặp dân, yết kiến Quốc vương cũng như vậy. Kẻ có công được ban thắt lưng, giày; lúc lên điện được đi hài màu hồng khuyết phía sau (quen gọi là thiển hài).

Ngày tế tự lớn khoác y phục chiếu theo cấp bực; bào

hốt, giày mũ đều theo chế độ Hán. Lại có người đeo hai túi (*giống như hà bao nhưng lớn*); các giấy tờ và thực phẩm đều để trong đó; những người có chức phận mang theo người. Khi ra vào trương dù (*dùng cái lọng lớn gọi là dù*), không phân biệt màu sắc; lập công được tặng dù, đội nhiều dù được cho là vinh. Ngồi trên võng, không kể cao thấp, đều do hai người khiêng (*võng tức khiên dư, dùng một cây tre làm đòn, dưới treo võng bằng tơ, hai đầu có hai thanh gỗ ngang, treo lên cây tre phía trước và sau. Phía trên dùng lá tre làm mái cong như mui rùa, hai bên dùng chiếu lá để ngăn che. Lúc vào, kéo chiếu lá lên mà vào, có thể ngồi, nằm tùy ý. Quan có thể dùng đòn bằng gỗ, trang sức bằng sơn màu hồng; còn tơ võng tư tam phẩm trở lên dùng màu hồng, những người khác dùng màu lam hoặc màu đen*). Quân dẫn đường dùng lính khỏe hơn mười tên; mỗi tên đều trang bị súng, gậy gỗ, đao, vài cặp roi mây mà thôi.

Quân lính không do võ tướng chuyên lãnh; các quan văn cao, thấp phối hợp theo định số lệ thuộc vào. Quân sai phái tại tỉnh gọi là tỉnh binh, đội nón tre (nón nhỏ chỉ vừa đầu), sơn màu vàng, trên cắm lông gà; y phục màu hồng,tay áo và viền, màu xanh. Lính tại phủ huyện gọi là phủ binh, huyện binh; nón sơn màu xanh, màu đen, trên cắm lông gà, y phục dùng vải bố màu đen, tay áo và viền màu hồng, mang vũ khí rất tinh nhuệ. Nhưng trong nước không sản xuất sắt, thiếu thuốc súng (thông thường diễn tập, súng điểu thương đều không bắn, chỉ cầm trong tay tập thế bắn mà thôi. Binh sĩ kỹ thuật kém, do quân pháp nghiêm, lâm trận tuy chết cũng liều; các tướng soái hành quân, lập công nhờ may mắn thắng. Dân xem thế lực quân thắng bại để theo, hoặc phản; vì vậy chợt hợp, chợt phân ly, dễ sinh loạn; cũng do ân tín chưa đủ cố kết lòng dân.

Các hình cụ trị dân có roi mây, cùm, cùm dài; tội trượng dánh roi mây, tội nhẹ dùng cùm tre, tội nặng dùng cùm gỗ hoặc trói thêm. Còn các tội chém, thắt cổ, đày trong quân, đều theo luật lệ của thiên triều để định tội. Lưới pháp luật nghiêm mật, tội nhân nghe sai dịch đến bắt, tự đến để chịu trói; chỉ cần một chiếc roi mây, có thể áp giải mấy trăm người mà không dám trốn.

Trong các thôn đặt Xã trưởng, Lý trưởng; có việc biến đánh mõ. Thôn bị trộm cướp, Xã trưởng đánh mõ 3 lần, các thôn lân cận đánh mõ đáp ứng; người trong thôn từ bốn phía xông ra đánh bắt, không thể thoát được. Bắt trộm lấy tang vật làm bằng; nếu thoát ra khỏi cửa mà không có tang vật, không xét; do vậy thoát rất nhiều.

Gặp việc tranh đấu, không kể trai gái, hai bên đánh nhau, ngã xuống đất không dậy, gọi là nằm vạ (*kẻ đứng trước đuối lý*), người thân tuy mạnh cũng không dám giúp. Xã trưởng nghe tin, đánh mõ tập trung dân chúng đến điều đình, nếu không giải quyết xong đành cáo quan. Kẻ bị thương dời đến nhà cừu địch, ngày đêm rên rỉ, không ăn; quan bắt nhà cừu địch trị lành, mới xét vụ kiện. Dân do đó không dùng khí giới tranh đấu, ít khi đánh nhau đến chết. Người có chửa càng không được phạm (*đánh người có chửa bị tội nặng*). Việc gian dâm, xét theo trường hợp có chồng hay chưa (*trường hợp gian dâm với người chưa chồng, nếu người con gái thuận tình, quan cho phối hợp; đối với người có chồng bị tội chém*); không có nhà mại dâm. Nghiêm cấm nha phiến, người bán và người hút đều bị tội tử hình, gia sản bị tịch thu. Duy không cấm đánh bạc, dân du thủ lấy đó làm sinh nhai, người Hoa đánh bạc cũng nhiều, có người đánh được trở nên khấm khá nên người ta bắt chước, phong hóa ngày một xuống, nhưng quan không can thiệp, đó là điều đáng lo. Lại ép dân trưng thu (*dân bản xứ mỗi đinh* [con trai trưởng thành] *mỗi năm đóng tiền 12 quan, người Hoa giảm một nửa*); cứ 10 đinh phải cấp lương nuôi một người lính. Đất hoang, dân nghèo, sinh kế chán chường; kẻ giàu không đến tiền vạn, người nghèo phải làm nghề khiêng vác, hoặc làm tiều phu, để sinh sống.

Trong núi có nhiều mối lo về hổ, từng thấy tiều phu đánh bẫy hổ hiến quan lớn, quan thưởng 5 quan tiền. Người ta đem hổ ra, trói bằng võng, nhổ hết răng móng, đem ra vũ trường diễn võ. Xua bầy voi đến, hổ thấy gầm lên, voi đều lui té đái ra; duy một con voi già xông lên đánh vào trán hổ, ba lần đuổi ba lần đánh, hổ gục xuống bất động. Sau đó bầy voi tranh nhau lấy chân dày vò, khoảnh khắc thịt da tan nát. Tôi hỏi :

"Tại sao lại làm thế?"

Bèn đáp:

"Tập cho voi từ nay không sợ hổ."

Voi khỏe, có thể hiểu tiếng người; các tòa tỉnh đều nuôi mấy chục con, mỗi năm tập tác chiến hai lần (*huấn luyện voi, trước đó cho quân liệt thành đội ngũ, lùa voi vào trận, dùng cỏ kết thành hình người làm thành một đội đằng trước, voi dùng ngà đánh cho nát; riêng gặp khói lửa thì tránh*). Dùng voi làm quân xung phong, rất khó chống cự (*về phương pháp chống voi,* ***Minh Sử*** *chép: Vào năm Vĩnh Lạc thư 4* [1406] *Trương Phụ đánh An Nam, gặp voi; dùng ngựa vẽ hình sư tử xông vào, voi sợ bèn chạy*). Xét cho cùng, thú tuy mạnh; nhưng không bằng dân theo, có thể nhờ.

Lại từng xét nghiệm kỹ về nhân tình, tuy người gốc Hán nhiều, nhưng trộn lẫn với tập cũ của man liêu, nên khinh bạc, không nên thân cận. Đàn ông đàn đúm đánh bạc an nhàn, việc ăn uống trong nhà do vợ lo liệu. Họ ưa mặc áo đen, quần hồng, đội nón tre (hình như chiếc vung úp). Gặp khách thì cởi nón ra, cúi đầu chấp tay để tỏ vẻ kính trọng. Quần áo cũ, không giặt, đầy chấy rận, bỏ vào miệng nhai, bảo rằng hấp huyết khí mình (*sang hèn đều như vậy; quan gặp dân cũng phanh áo bắt rận một cách tự nhiên*). Tính thích tắm, mùa đông cũng dùng nước lạnh dội từ đầu đến chân. Đàn bà đi chợ mua bán, tóc vấn chân trần, dùng lụa điều chít đầu, đội nón bằng, mặc y phục ống tay chật màu hồng đen dài đến tận đất. Cổ tay đeo tràng hạt, hoặc vòng bằng đồng sắt; không mặc quần, đánh phấn. Phàm thực phẩm, tạp hóa đều mang đến chợ, để dưới đất, gọi là bày hàng (*chợ họp hai lần một ngày, gọi là chợ sớm, chợ chiều*); trong chợ hàng trăm thứ tập trung, có các thứ hàng như lá chè tươi, thuốc trị bệnh, đồ gốm, quần áo cũ; phần lớn thuyền Trung Quốc đến buôn bán.

Trai gái cưới hỏi, tiền sính lễ không định số (*kẻ ít nạp tiền hơn 10 quan*); đến ngày cưới, rể và người mai hẹn đến nhà gái rước về (*gái theo trai về, không dùng xe ngựa*), hai họ cùng đi theo, không dùng đèn, hoa văn, âm nhạc. Nếu vợ bỏ chồng, trả đồ sính lễ về nhà trai. Người con gái lấy Hoa kiều, gọi Hoa kiều bằng chú. Tục lệ: trai và gái được chia đều tài sản; cúng tổ tiên kiêm cúng cả nhạc phụ, nhạc mẫu, nhưng không lập thần chủ, viết liễn dán vào tường, có bình thắp hương. Trong nhà thờ thần, gọi là Bản Đầu Công [ông Bổn] (*như người Mân* [Phúc Kiến] *Trung Quốc gọi là Thổ địa công*). Trong đình thờ Cửu Thiên Nguyên Nữ (*thiết bệ gỗ, đặt bình hương lên trên, cắm hương; phía dưới trang trí trúc hồng và hoa đẹp*). Miếu thần, thiết bài vị thần, không tạc tượng. Nghênh thần dùng một người vừa đi vừa ca, bên cạnh 8 người đánh trống theo tiết tấu (*hoặc 4 người*), không có nhạc khí nào khác. Khi vào miếu, đốt pháo không kể nhiều ít, gọi là may mắn.

Dân chúng nhiều nhà lá (*phàm nhà gạch, xây tường đều giàu*), chính giữa cao, bốn phía xung quanh thấp. Trước nhà có rèm trúc che cửa, ban ngày chống lên. Trong nhà không dùng bàn ghế, đặt giường thấp, ngày đêm sống trong đó. Họ không dùng chăn, trời lạnh đắp bằng chiếu. Duy những người Trung Quốc lưu ngụ, người giàu nhà lợp ngói, nhà cao cửa rộng, trang bị khí vật, gọi là đại gia.

Về ăn uống, để thức ăn trên mâm đồng (*không dùng mâm đồng là bất kính*), đặt mâm trên chiếu. Dùng rượu mạnh, uống lạnh; thịt bò, heo, cá nấu nữa sống nữa chín (*thịt không nấu, ăn với huyết sống cho là ngon; đồ ăn bày trên đĩa ít, đũa gắp một lần có thể hết*). Lại có thêm các mâm khác đựng các loại rau sống, khi ăn chấm với nước mắm (*nấu ăn dùng nồi đồng, hiệu Bản Hòa; ăn nhiều rau để giải trừ chất độc trong đồng; không có nước tương, lấy nước mắm thay thế, rất tanh*). Ăn xong, rửa mặt bằng tay (*không dùng khăn mặt*). Có người biếu một giỏ trà Thuận Hóa (*Thuận Hóa là thành của Quốc vương, nay đổi là Phú Xuân, đất này sản xuất trà có thể chống độc từ đồng, lại tiêu khí nóng, nhưng vị rất đắng*). Họ dùng giấy quấn thuốc, châm lửa hút (*không dùng ống vố*); thường ăn trầu, phần lớn răng đen.

Gặp chuyện vui, diễn hý kịch, chơi nhạc. Có lần trên đường qua phủ Thường Tín [thành phố Hà Nội] thấy chủ nhân quán trọ nuôi con trai và con gái đẹp có thể diễn tạp kịch. Khách trong quán góp 2 quan tiền, gọi đến thưởng thức. Diễn viên lấy mực đỏ bôi mặt, khoác áo ngắn, cổ tay chật, đi chân trần, nhảy nhót, diễn Thiên Ma vũ, tay tung quyền, chân đá; vỗ đùi đánh đấm theo nhịp độ của tiếng chiêng. Rồi đổi thay trang điểm trên mặt, mặc áo gấm, diễn tích cũ Thục Tiên Chúa [Lưu Bị 161-223] từ biệt Từ Nguyên Trực [Từ Thứ]; tiết tấu lúc nhanh lúc chậm, thanh âm nghẹn ngào như muốn đứt; đạo diễn hoặc thổi tiêu hoặc gảy Hồ cầm; phút chốc 4 cô gái sánh vai xuất hiện, eo thon nhón bước, kề vai múa ca, dáng dấp thật mỹ miều. Ca xong, cúi đầu vái cảm tạ.

Từng tại Lạng Sơn, thấy một bà già chơi loại đờn môi (*trông giống như nguyệt cầm nhưng cán dài, có 4 giây, thanh vận nhỏ mà bay xa*), cùng 2 cô gái trang điểm kỹ, hát theo giai điệu trầm, dư âm thê lương. Hát xong một khúc, bèn trò chuyện líu lo, không hiểu nói gì. Lại có thể múa theo điệu Ấn Độ, tiến thoái nhẹ nhàng, cong người sà xuống tận đất. Khán giả ném tiền vào, liếc mắt hàm ơn, miệng tươi cười. Tập tục địa phương cũng chuyển tải nét phong tình; khách lại đòi thêm rượu; có một vài ca sĩ có thể hát ca khúc Trung Quốc, lại càng được yêu thích.

Các nghề thầy cúng, thầy thuốc, tướng số đều do người Trung Quốc làm; khi hải thuyền đến, đều có những người này. Thuyền Trung Quốc tụ tập tại Gia Định [Long Nại] đông nhất; thứ đến Quảng Nam [Hội An], Bình Định [Tân Châu]], Quảng Nghĩa; thứ nữa là các tỉnh Phú Xuân [tức Thuận Hóa], Nam Định (tục gọi là Bi Phóng), Nghệ An. Phàm mãi lực mạnh yếu, thuế thu nhiều ít, quan lại nhận lễ vật hậu hay bạc, đều căn cứ thuyền to hay nhỏ, nhiều hay ít. Thuyền mùa đông đến, mùa hè trở về. Tục xưng : "*Khổng tước* [chim công] *bay đi, thuyền người Đường* [Trung Quốc] *đến; chim Tô Hòa kêu, thuyền Đường trở về.*" (*Chuyện xưa có người mẹ kế sinh người con tên Tô Hòa, có việc đến An Nam không trở về, mẹ bèn sai người con khác đi tìm, người con đến An Nam tìm em nhưng không gặp, không dám về, rồi bị bệnh chết, hồn hóa thành chim, bay tứ xứ kêu Tô Hòa; khi thuyền Trung Quốc trở về nước, tiếng kêu càng thống thiết, nhân đó gọi là chim Tô Hòa. Nay chim này còn rất nhiều, tiếng chim vẫn kêu "tô hòa"*).

Trong mấy năm gần đây, quan cấm các thương phẩm

quế, đường, không cho các lái buôn tư xuất khẩu; quan định giá mua, giao cho các nhà buôn của Vương, lại tăng thuế các thương thuyền; do đó thuyền Trung Quốc đến càng ngày càng ít, từ 10 giảm xuống 5,6; dân thực rất khổ. Các tỉnh Hà Nội (*xưa gọi là Đông Kinh*), Bình Thuận (*cổ Chiêm Thành, trong vùng có núi Hỏa Viêm, từ mùa hè trở đi đất nóng như lửa, ban ngày không thể đi, tuyệt tích vãng lai*) , dùng thuyền nhỏ bản xứ thông thương buôn bán hàng Quảng Đông rất nhiều. Có loại thuyền tên là Nha Tử (*chiếc lớn có thể chở được hơn 200 gánh;* ***Đài Loan Quận Chí*** *chép năm Khang Hy thứ 56 [1717] có lại thuyền đinh mây bị gió phiêu dạt đến Bành Hồ, tức loại thuyền này*), dưới đáy thuyền dùng tre cật bện thành, ngoài sơn dầu dừa,duy phía trên thuyền dùng gỗ, các loại thuyền nhỏ đều như vậy. Cũng có thuyền đáy gỗ, dùng mây buộc vá thêm; khi nước chảy vào lấy gáo múc ra (*đất không sản xuất thép, nên thuyền nhỏ không dùng đinh sắt;* ***Hải Quốc Văn Kiến Lục*** (15) *gọi là "loát thuyền", loại thuyền không có mũi, lái; cho người lặn xuống nước, đóng đinh buộc giây* [thuyền lạ] *rồi hàng trăm người kéo từ xa đến chỗ cạn; thuyền Tây Dương sợ Quảng Nam loát thuyền, hoặc giả đó là thuyền Nha Tử từng thấy*). Đại để bến cảng lợi lạc, rất vui khi thuyền buồm tụ tập, hàng hóa lưu thông; nếu không thì nghèo thất nghiệp, chết đói nơi ngòi rạch.

Việc canh nông không dùng phân (*rau nhiễm phân dơ không dám ăn*); cũng không dùng cần kéo nước (*trong nhà không có thùng gỗ đựng nước, dùng chậu sành lấy nước*). Hạn hán để mạ tự mọc; lúa không phân biệt sớm muộn, cứ thu hoạch xong lại gieo trồng. Đất cao trồng kê, đậu phọng (*có tên thổ đậu*); ít trồng khoai mì; không có cao lương,đậu, mạch. Thổ sản gồm kim châu, đồi mồi, san hô, kỳ nam, trầm đàn, thúc hương, nhục quế, tô mộc, hồ tiêu, dầu tô hợp, sừng linh dương, ngà voi, tê giác, hổ, khỉ ,vượn, chim công, bạch trĩ, phí thủy, con trăn, trứng kiến, mít, đường, dầu dừa, dầu đậu phọng, giây khoai, cau, bông, vải bố, sa, lụa hoa, quyên, đồi mồi.

Đất chia làm 32 tỉnh, gồm: Phú Xuân [thành Vương tại đó], Quảng Nam, Quảng Ngãi, Bình Định, Phú Yên, Cao Miên, Khánh Hòa, Bình Thuận, Biên Hòa, Gia Định, Hà Tiên, An Giang, Định Tường, Vĩnh Long, Quảng Trị, Quảng Bình, Nghệ An, Hà Tĩnh, Thanh Hoa, Ninh Bình, Nam Định, Hưng Yên, Hưng Hóa, Sơn Tây, Tuyên Quang, Hà Nội, Hải Dương, Thái Nguyên, Bắc Ninh, Quảng Yên, Lạng Sơn, Cao Bằng. Nước này nam bắc dài hơn 5000 dặm, rộng không quá 40 dặm, có một dãy duyên hải. Duy 2 tỉnh Hà Nội, Gia Định bề ngang rộng, sản vật phong phú (Hà Nội giàu đồ trân quí, khí dụng; Gia Định giàu về gạo, đường, dầu); không có 2 tỉnh này thì nguồn lợi tại Việt Nam chỉ bằng một quận của Trung Quốc mà thôi. Vùng tây nam là núi rừng, nơi núi đá cao rừng rộng liên tiếp mấy ngàn dặm, dấu chân người chưa tới, không có tài đi bộ như Chương Khắc (16) thì không thể đi cùng được.

Đình Lan bị phong ba trôi dạt, đem thân đến đất lạ, tuy dịch văn không hiểu rõ hết, nhưng nhờ nhiều đồng hương lưu ngụ tại đây, bèn tùy địa phương hỏi han sự việc; thấy được thanh giáo của nước nhà đã đến nơi, khiến nơi hoang cùng góc biển được giáo hóa, trong ngoài một nhà. Được tặng vật tư để trở về nước, chẳng phải do công đức thánh Thiên tử cao dày mà có! Nay kính cẩn ghi đại lược những điều thấy được.

Tôn sư Chu Vân Cao bình như sau: "*Tả ngoại phiên theo việc mà chép thẳng, tình cảnh nước Di tự nhiên bộc lộ; khi nén xuống hoặc đề cao đều đắc thể, đúng địa vị của người trí thức.*"

Nguyên văn:

越南，古越裳氏；在南海，由台灣水程八十三更可達。其地東距海，西接諸蠻老撾等地，南為占城占城別為一國，古日南，明時黎氏並之，北界廣西思恩府、雲南臨安府。在古日南地者曰廣南，稱西京；在古交趾地者曰安南，稱東京；今合為一國焉。

唐虞時，南交也。秦為象郡。漢初，趙陀據之。武帝平南越，置交趾郡。光武時，女子徵側、徵貳反，馬援討平之，立銅柱為界。建安中，改為交州。唐改安南，置都護靜海軍節度使。皆隸中土。後以叛服靡常棄之，受朝貢。五代時，土人曲承美竊據，為南漢所並。宋初，丁璉有之，封交趾郡王。丁璉三傳，為其臣黎桓所簒。黎氏三傳，為其臣李公蘊所簒。李氏八傳，無子，傳其婿陳日煚。元攻下之，封其子光昺為交趾郡王。

明洪武初，封陳日煃為安南國王；時侵占城。四傳，為其臣黎秀□所簒，盡誅陳氏子孫。永樂元年，封黎氏子胡查為王。明年，日煃弟天平與其臣裴伯耆伏闕請複仇，詔令迎歸主其國；黎氏詐殺天平及護送兵將，遂興師分道進討，擒其父子，求陳氏後不得，乃郡縣其地，為十七府、四十七州、百五十七縣、十二衛，置三司治之。後陳簡定及子季擴相繼為亂；既平，黎利複亂。宣德二年，利遣使表請封陳暠為王；用楊士奇、楊榮議，息兵封之，罷三司。暠死，利詐稱陳氏種絕，詔許權國事。子麟嗣封為王，後並占城。十傳，為其臣莫登庸所篡。嘉靖十六年，故王子黎寧來乞師，登庸懼，納款歸命，改授安南都統使，而居黎氏於漆馬江。莫氏再傳，為黎寧子維潭所逐，詔以維潭為都統使，而居莫氏於高平，如漆馬江故事。天啟四年，黎氏攻高平，莫氏益弱。迄明世，二姓分據焉。

我朝康熙五年，封黎維禧為安南國王。乾隆五十四年，黎氏失國，封阮光年為安南國王。嘉慶七年，改封越南國王，遂改安南為越南。史冊所載，班班可考，何敢贅述。廷蘭聞諸道路者皆近事，不能詳考其實，與所目睹者，姑書之以供海外之談。

據流寓越南者言曰，黎氏末季多亂，國分為三：嘉隆今國王父年號，姓阮；國人最忌言王名據隴奈今嘉定省，泰德未詳其姓亦年號據新州今定平省，光中姓名未詳，本賈人，居西山社，自稱西山王，人呼西山賊，僭號光中據順化即富春；各王一方，結為兄弟。泰德死，其子為臣下所逼，走依光中。光中謀死之而奪其國。嘉隆怒，起兵攻討，破新州城，以駙馬鎮守之。光中遣其少傅及大司徒以兵圍新州，數年不克，複遣都督增兵力攻。城中食盡，援兵遠來疲乏新州北去順化十一日、南去隴奈二十餘日，戰屢敗，城陷，駙馬自焚死。都督移兵向隴奈；嘉隆兵潰，棄城入海。光中益強，兼並東京，代黎氏為王。方嘉隆之入海也，海寇何獻文粵人率數百艘圍之，嘉隆計窘，乃衣冠出舟上，呼曰：『我隴奈國王也。今國滅，將適他國乞兵複仇，舟中無所有，害我無益！若能悉眾相助破敵，功成之日，願以國並分而王之』。獻文喜，遂與設誓，同適暹羅國，乞精兵數萬，分道夾攻，拔隴奈、新州二城，乘勝攻克順化，進取東京。光中率餘眾遁入山，其少傅、大司徒從間道走東京，為伏兵所獲，嘉隆塗為蠟炬，生焚祭駙馬；東京亦降。安南之地，悉為所有。改隴奈為嘉定，東京為升隆。紀元嘉隆，取起於嘉定、成於升隆也。位號已定，遣使齎表奉貢天朝；尋改封越南王。割一郡之地授獻文。獻文不敢抗，卒以黨少力微，土人不服，棄而他去。嘉隆心德之，常厚視唐人。今國王嗣政十餘年，亦加惠如昔，商旅安之

後嘉定守將據城反，一日陷四府，客民多從之者。王遣師攻圍數年，不下，折兵五萬餘多被城上滾木壓死。嘉定人知王與暹羅有隙暹羅前以兵助嘉隆得國，嘉隆感其恩，歲遣數百人往返彼國聽役，瓜代為常；後以不堪淩虐，皆逃歸，不複遣代，恩好遂絕，陰致書求救於暹羅國王；果以舟師十萬來援，用唐人為鄉導。將至城，竊其金而逃。師迷失道，被越南官軍截殺過半，敗歸。城中援絕，大兵攻益急，築外城，從城上窺其內，以大炮環擊之。連戰十五日，城陷，俱殲焉。

壬辰本朝道光十二年，高平土賊作亂，結連廣西邊邑流民，嘯聚破高平城，蔓延至諒山，滋擾二年餘始平。議者多以此咎唐人，不知首惡皆土人，客民中不過一、二奸徒乘機竊附，或被逼脅非本心，乃致數萬寄籍之眾，失恩取忌於國王，而商販之船亦受增稅之累，不亦冤哉！

西山賊光中，自入山後，誘制生番，聚黨寇掠，仍稱西山王，子孫相襲有景盛、寶典諸偽年號。又有一種蛇鬼番，乃白苗種類，居山中，生育浩繁，一蛇鬼王治之，時群出殺人為害。然廷蘭竊觀越南形勢，其王城固而有備，憑山阻海，得地利可自雄，南北一帶如長繩，五千餘里皆歸統轄，可無爭並之虞，實為外藩傑國。所慮鞭長不及，民情澆薄無常耳。

今國王敬事天朝，深明治體，尤通書史頒刻自制詩文集，崇儒術大官多用科甲，事母以孝聞，積財賄庫藏金銀皆滿，善貨殖，通販四方，凡國中所無者悉羅致之，即一藝必傳其術。衣服雖從前制，而法度悉遵中國如設官、校士、書文、律例，與中國無異。嘗曰：『天朝所欽服，當世守臣節，諸夷不足言也』。至於今，貢獻無缺。中國官士遭風至其地者，皆加禮焉。

其王正月出游一、二次，或坐輿輦，或乘馬、騎象，冠服麗都、儀仗美盛，從甲士千人。所過市肆，家列香案接駕，各賜錢三貫以示優典。無事則常處宮中；王子百餘人民別宮，分習文事、武藝。食用設定額，有過犯則減其供給。宗黨姻屬以下，有恃勢凌人者，雖親貴必繩以法。

其內外文職，品級名號，皆仿天朝官制。前所授官，皆書吏出身，由書吏未入流遇缺以次遞升；今則重科目。科場例三年一試，命督學官出典試事。各省童生赴省垣試文藝、經策、詩賦，佳者取中舉人，合式者取進秀才。秀才四十歲選授教職，舉人選授知縣；未出仕者應會試，中式進士。殿試，王親點翰林部屬，並知縣即用，無及第名色。其武職仍國舊制，不設武科。居官俸薄，治獄訟不敢通賄賂，犯者法綦重；雖布、按大僚，無數百金之積。平日不冠履，赤脚；臨民、見國王亦如是。有功者賜帶履，上殿許穿缺後朱履俗名淺拖。惟大祭祀，始按品級服章服，袍笏靴帽，悉如漢制。又人置兩荷囊狀如荷包而大，文具食品悉貯其中，有職事者攜以隨身。出入張青油蓋以大雨傘作蓋，不分彩色；有功加賜一蓋，以擁蓋多者為榮。坐輞子，不論尊卑，俱兩人肩抬輞子即肩輿，用竹杖一條，下以絲網一幅，兩端施橫木維之，懸於杖之前後，以竹葉編成如龜殼狀蓋其上，兩旁垂蒲席作障。將坐時，揭起蒲席，從旁投入，仰臥其中。官則用木杖，飾以朱漆。其絲網，三品以上用紅色，餘皆藍黑色。前導用健卒十餘人，各持槍子、木杖、佩刀、藤條數對而已。

其軍卒不屬武將專領。文官大小衙門，配隸有定數。給役在省者曰省兵，戴竹笠笠小僅可蔽首，塗金色，上插雞羽，衣用紅色嗶吱，綠緣綠袖；在府、縣者曰府兵、縣兵，笠塗綠色、黑色，插雞羽，衣用黑布，紅緣紅袖。所執器械甚精銳；但國不產鐵，少火藥常時演習，鳥銃俱不點放，以手作勢而已。兵士技力劣弱。以軍法嚴，臨陣雖死必赴。其將帥行兵，尤以巧計幸捷。民視軍勢勝敗為叛服，故乍合、乍離易生亂，亦恩信未能固結其民也。

其治民刑具，藤條、長枷、繚扣等物。杖責悉用藤條，輕罪荷竹枷，重罪荷木枷，加繚扣。至斬絞軍流，俱遵天朝律例定罪。法網嚴密，罪人聞捕役至，自來就縛；以一藤條押解數百人，無敢遁者。

其村莊各設社長、里長。有事擊木柝。村中被盜，社長連擊柝三次，鄰村擊柝應之，村眾四出截捕，莫能免脫。捕盜以贓為憑；若被脫出門，無贓者俱不理，故鼠竊甚多。遇爭鬥事，不論男女，皆兩人相持，僕地上不起，謂之亂霸先起者為理屈；至親雖強不敢助。社長聞知，擊柝集眾調停，不解，乃聽告官。被傷者移臥仇家，日夜呻吟，不食。官抑仇家醫愈，方理其訟。民以此無械斗，罕以爭毆致斃者。孕婦尤不可犯毆傷孕婦，加倍治罪。奸情事，以未嫁、已嫁論奸犯未嫁者，若女子願從，官為配合；犯已嫁者問斬罪；無勾欄。尤嚴禁鴉片煙，賣者與食者俱置死罪，家產沒官。惟不禁賭博，游民以為生涯，客民嗜者更多，有以賭致小阜者，遂相率效尤；氣習日偷，而官不之察，為可慮也。又逼於徵斂土人每丁，年征稅錢十二貫，唐人減半，七丁給一兵之糧。地荒民惰，生計無聊，富者不及萬金，貧者皆負販樵採為業。

山多虎患。嘗見眾樵人檻一虎獻大官，官賞錢五貫。出虎置網中絆之，去其牙爪，移系演武場。驅群象至，虎見，咆哮。象皆退伏，矢溺俱遺。惟一老象直前搏虎額，三驅三搏，虎僕地不動。然後群象爭以足蹂踐之，頃刻皮肉糜爛。問『何為然』？曰：『以擾象，使不畏虎』。象多力，解人言。各省堂俱畜十數頭，年習戰兩次凡閱象，先以兵列成隊伍，驅象入陣中，束草為人當前隊，象引鼻搏擊之，立碎；惟遇火煙則避，號衝鋒軍，所向難御御象之法，明史載：永樂四年張輔破安南，遇燧象，以畫獅蒙馬衝之，象皆反走。究之獸雖猛，不如得民為可恃。

又嘗細驗其民情，雖漢裔居多，而雜彝獠舊習，詭隨輕吝，殊不可親。男子游賭安閒，室中坐食，家事聽其妻。好著黑衣紅褲，戴箬笠形如覆釜，見人則脫其笠，以低頭叉手為敬。衣服至敝不浣，蟣虱常滿，捫置口中嚼之，謂吸自家生氣貴賤皆然；官臨民，亦解衣捫虱，不為怪。性喜浴，冬月亦以冷水澆頂至足。婦人出貿易，椎髻跣足，以縐綢纏頭，戴平頂箬笠，穿窄袖紅黑綾衣，長垂地，臂纏瓔珞、瑪瑙念珠或帶銅鐵鐲，不著裙，不施脂粉。凡食物、雜貨，肩至市，列地上，謂之排行棧一日兩次，稱早市、晚市。市中百貨雲集；其茶葉、藥品、磁器、故衣諸貨，皆中國客船販至售賣為多。

男女婚娶，聘金無定數少者只錢十餘貫。至期，婿同媒妁詣婦家引婦歸婦隨夫行，不用輿馬；兩家隨行皆婦人，無燈彩音樂。若婦棄其夫，還其聘金而歸。女好納唐人為婿，呼唐人為叔。俗例：女子均分家產。祀祖先，必兼祀岳父母。不立主，寫詩聯粘廳壁，置香位焉。家所祀神，稱本頭公如中國閩屬之稱土地公。庭中祀九天元女豎一高木，設龕於上，以安香位，下多植紅竹及諸般好花。其神廟設神牌位，不雕像。迎神用一人行歌，旁八人擊鼓為節或四人，無他樂器。入廟，燃爆竹無數，謂之吉利。

民居多草屋凡磚瓦石灰皆貴，中間高，四圍低。室前垂竹篷障門，晝則擎起。居處無椅桌，作低床，日夜宿其中。不制被褥，寒則以席卷而自覆。惟中國人流寓，富者有構瓦屋，高門戶、備器物，稱大家園。飲食設一銅盤無銅盤則為不敬置席上，列肴饌其中。酒甚醇，冷酌。牛豕魚肉半生熟肉食無烹飪，以帶血未熟者為甘美；每物只少許，一箸可盡。複供數大盤，率切生菜、雜生草，和咸魚汁啖之炊器用銅鐺，號本扣，故多食草菜以解銅毒；又無醬油，以魚汁代之，甚腥臊。飯畢，以手洗面不用臉布，人進順化茶一簋順化即王城所在，今改富春，地產茶，能解銅器毒，亦消暑氣，味甚苦澁，以紙條卷煙草葉燃火吸之不用煙筒。常啖檳榔，多黑齒。遇喜慶事，亦演戲作樂。

嘗道出常信府，見逆旅主人畜孌童、韶女一部，能演雜劇。同舍客醵錢二貫，邀賞其技。劇兒以朱墨塗面，著窄袖短衣襪而不履，跳躍盤旋，作天魔舞，舒拳踢腳，撫髀拍張，聽鳴金為度。又易素面，著錦襖，扮蜀先主別徐元直故事，促節曼聲，嗚嗚欲絕；劇師或吹笛、彈胡琴、擊鼓節曲。俄而四女子並肩出，纖腰細步，聯臂踏歌，姿致殊妖媚。歌罷，膜拜作謝。

又嘗在諒山，見一老嫗彈嘴琴狀如俗之月琴，而柄甚長，有四弦，聲微韻遠，二女子炫妝出度曲，亙唱低吟，餘音淒咽。每一曲終，輒對語喃喃，不可曉。又能作婆舞，進退輕盈，嬌轉欲墜。眾擲以金錢，則秋波流睇，含笑嫣然。異方之俗，亦別具一娑種風情，人多邀以侑酒；有一、二能唱中國歌曲者，尤人所艷好。

其巫祝醫命、星卜算術諸家，皆唐人為之。海船至，則各人色俱備。中國船所聚，以嘉定即隴奈為多，次廣南即惠安，次平定即新州、廣義，次富春即順化、南定俗稱碑放、又安等省。凡市賈之嘩寂、征稅之盈虛及官史所獲送禮之利，皆以船之大小多少為差。船以冬到、夏還。俗云：『孔雀徙，唐船來；蘇和鳴昔有一繼母所生子名蘇和，以事逃安南不返。次年，母遣繼子往尋之；繼子至安南，訪弟無音耗，不敢歸，病死，魂化為鳥，四處呼蘇和，唐船將回，悲鳴尤甚，因名蘇和鳥。今此鳥甚多，其聲宛然蘇和也，唐船返』。數年來，官禁肉桂、生糖等貨，不准私販出口，定官價採買，歸王家商販；又增商船稅例。以此中國船益稀少，十減五、六，民甚苦之。其河內即古東京、平順古占城，界內有火炎山，入夏以後，地熱如火，日間不可行，往來絕跡等省，悉本處小船通販，粵貨甚多。船號「牙仔船」大者可載二百餘擔。台灣郡志載，康熙五十六年，有藤釘小艦飄風至澎湖，即此等船，船底皆竹篾編成，外塗椰子油，惟船上用木片。餘小船皆然。亦有木底者，以藤密維合縫處，水注入，以木杓不時挹之地不產鐵，故小船俱不用鐵釘。「海國聞見錄」所謂軋船無首尾，沒水，密釘細縷於甲板船底，遠遠以數百船棹槳牽曳之，其船擱淺，西洋船畏見廣南軋船；或即所見牙仔船也。大抵濱海利賴，最喜帆檣輻輳，貨產流通；不然，貧無業者，悉轉溝壑矣。

其耕農不糞田蔬菜被糞穢則不敢食，亦無桔槔運水家用無木桶，皆以磁甕汲水，旱則聽苗自槁。稻不分早晚，收獲複播。高地種黍稷、落花生一名土豆，少栽地瓜，無高粱、豆、麥。土產金珠、玳瑁、珊瑚、奇楠、沉檀、束香、肉桂、烏木、蘇木、胡椒、蘇合油、羚羊角、象牙、犀角、兕虎、猩猩、狒狒、孔雀、白雉、翡翠、蚺蛇、蟻子、波羅密、甘蔗糖、椰子油、花生油、薯榔藤、檳榔、棉花、土布、縐紗、花綾、細絹、螺鈿等物。

地分三十二省：富春王城所在、廣南、廣義、平定、富安、高綿、慶和、平順、邊和、嘉定、河仙、安江、定祥、永隆、廣治、廣平、又安、河靜、清華、寧平、南定、興安、興化、山西、宣光、河內、海陽、大原、北寧、廣安、諒山、高平。計南北長五千餘里，廣不上四十里，皆沿海一帶。惟河內、嘉定二省地面闊大，物產尤豐河內裕珍寶器用、嘉定裕米穀糖油。無此二省，則越南所出之利，不過當中國一郡耳。西南入內山，則高岡遠林，連亙幾千里，人跡所不到，非章亥所可窮矣。

廷蘭以風濤之厄，身履異域，雖譯語不能盡詳，幸遇同鄉流寓者眾，得隨地訪聞其事；益知我聲教所被，能使窮荒海壤，喁喁向化，中外一家，贈資得歸鄉土；何莫非聖天子高厚之成生哉！敬就管見所征，紀其大略。

蕓皋夫子評：寫外藩，據事直書，而夷情自見。抑揚處皆得體，是謂識職。

Chú thích:

1. Đinh Liễn: bấy giờ Đinh Bộ Lĩnh lập quốc, Đinh Liễn là con sang Tống triều cống.

2. Kể cả Lý Chiêu Hoàng là 9 đời.

3. Tác giả cố tình lược bỏ việc Thoát Hoan con Vua Nguyên hai lần mang quân sang đánh An Nam đều thua bại. Người xưng là Trần Quang Bính cũng là Vua Trần Thái Tông; sau khi xưng với nhà Nguyên là Trần Nhật Cảnh, nhà Vua dùng tên là Trần Quang Bính mạo xưng là con Trần Nhật Cảnh.

4. Tam ty: Đô chỉ huy sứ ty, Bố chánh ty, Án sát ty.

5. Thái Đức: niên hiệu của Nguyễn Nhạc.

6. Đoạn này tác giả cho biết đã theo người Hoa lưu ngụ tại Việt Nam kể lại, không khảo cứu được sự thực, nên có nhiều sai lầm. Xét rằng người kể không biết tên thật của Thái Đức và Quang Trung là Nguyễn Nhạc, Nguyễn Huệ và hai người là anh em ruột cùng nổi dậy tại đất Tây Sơn, sử gọi là nhà Tây Sơn. Điều này cũng phản ảnh được

người dân hiểu về lịch sử lúc bấy giờ.

7. Kết làm anh em: điều này trái với lịch sử.

8. Quang Trung mưu giết: giai đoạn này Vua Quang Trung đã mất, tác giả lầm Quang Trung với con là Nguyễn Quang Toản; bấy giờ Quang Toản cho giết con Nguyễn Nhạc là Nguyễn Văn Bảo vào năm 1799.

9. Sự kiện Phò mã Võ Tánh tuẫn tiết xảy ra vào năm 1801; sau khi Nguyễn Ánh, tức Vua Gia Long từ Xiêm trở về.

10. Hà Hiến Văn: **Đại Nam Thực Lục** [ĐNTL], Hà Nội: NXB Giáo Dục, tập 4, trang 228, ghi tên là Hà Hỷ Văn, người tỉnh Tứ Xuyên, đến yết kiến Nguyễn vương Ánh tại đảo Cổ Cốt vào năm Đinh Mùi 1787.

11. Sự kiện này không ghi trong sử Việt.

12. Chỉ Lê Văn Khôi nổi dậy năm 1833-1835.

13. Đoạn này không đúng sự thực, lịch sử chép Vua Quang Trung mất vào ngày 29 tháng 9 năm Nhâm Tý [13/11/1792]; trước khi Gia Long thống nhất sơn hà 10 năm.

14. Cập đệ: chỉ những người trúng tuyển Tiến sĩ được xếp vào các hạng Giáp, Ất v.v.... Ở đây chắc tác giả muốn nói nhà Nguyễn không có học vị Đệ nhất giáp nhất danh, tức Trạng Nguyên.

15. **Hải Quốc Văn Kiến Lục** [海國聞見錄] tác giả Đô đốc Trần Luân Quýnh soạn năm Ung Chính thứ 8 [1730].

16. Chương Khắc: tức Đại Chương và Thụ Khắc, hai nhân vật trong truyền thuyết Trung Quốc, giỏi đi bộ. Sách **Hoài Nam Tử** chép *"Vua Vũ sai Đại Chương đi bộ từ cực đông sang cực tây đo được 2 ức 3 vạn 3 ngàn 500 dặm 70 bộ; sai Thụ Khắc đi bộ từ bắc cực xuống đến nam cực đo được 2 ức 3 vạn 3 ngàn 517 dặm."*

Nhân Ảnh
2025

Liên lạc tác giả
thao.b.ho@gmail.com

Liên lạc Nhà xuất bản
han.le3359@gmail.com
(408) 722-5626

www.ingramcontent.com/pod-product-compliance
Lightning Source LLC
LaVergne TN
LVHW042049051026
849517LV00012B/158